குடியேற்றம்

குடியேற்றம்

தோப்பில் முஹம்மது மீரான் (1944 – 2019)

குமரி மாவட்டத்தின் கடற்கரைக் கிராமமான தேங்காப்பட்டணம் இவரின் சொந்த ஊர். தந்தை முஹம்மது அப்துல் காதர். தாயார் முஹம்மது பாத்திமா. தோப்பு என்பது இவரின் வீட்டுப் பெயர்.

தேங்காப்பட்டணம் அரசு தொடக்கப் பள்ளியிலும், அம்சி உயர்நிலைப் பள்ளியிலும், நாகர்கோவில் தெ.தி. இந்துக் கல்லூரியிலும் கல்வி பயின்றார்.

தமிழ் தாய்மொழி. கல்வி பயின்றது மலையாளத்தில்.

தமிழில் ஆறு நாவல்களும் ஏழு சிறுகதைத் தொகுப்புகளும், மலையாளத்தில் இரண்டு நாவல்களும் வெளிவந்திருக்கின்றன. சாகித்திய அக்காதெமி விருது உட்படப் பல்வேறு விருதுகள் பெற்றிருக்கிறார். 'ஒரு கடலோர கிராமத்தின் கதை'யின் ஆங்கில மொழிபெயர்ப்பு *'Crossword Book Award'*க்குப் பரிந்துரை செய்யப்பட்டது.

10.5.2019 அன்று திருநெல்வேலியில் காலமானார்.

மனைவி: ஜலிலா, மகன்கள்: ஷமிம் அகம்மது, மிர்ஷாத் அகம்மது.

காலச்சுவடு வெளியிட்ட
தோப்பில் முஹம்மது மீரானின் பிற நூல்கள்

நாவல்

- ❖ ஒரு கடலோர கிராமத்தின் கதை (கிளாசிக் வரிசை)
- ❖ சாய்வு நாற்காலி (கிளாசிக் வரிசை)
- ❖ அஞ்சுவண்ணம் தெரு
- ❖ கூனன் தோப்பு
- ❖ துறைமுகம்

சிறுகதைகள்

- ❖ தோப்பில் முஹம்மது மீரான் சிறுகதைகள் (முழுத் தொகுப்பு)

மொழிபெயர்ப்பு

- ❖ தனிமையின் நூர் வருடங்கள் (மலையாளச் சிறுகதைகள்)

தோப்பில் முஹம்மது மீரான்

குடியேற்றம்

காலச்சுவடு பதிப்பகம்

அன்பார்ந்த வாசகருக்கு,

வணக்கம்.

காலச்சுவடு நூலை வாங்கியமைக்கு நன்றி.

நூலின் உள்ளடக்கம், உருவாக்கம், அட்டைப்படம் இன்ன பிற அம்சங்கள் பற்றிய உங்கள் கருத்துகளையும் ஆலோசனைகளையும் காலச்சுவடு வரவேற்கிறது. தகவல், எழுத்து, வாக்கியப் பிழைகள் தென்பட்டால் கட்டாயம் தெரிவித்து உதவுங்கள். நூல் தயாரிப்பில் கடும் குறைபாடு இருப்பின் மாற்றுப் பிரதி உங்களுக்குக் கிடைக்கக் காலச்சுவடு ஏற்பாடு செய்யும்.

மின்னஞ்சல்: publisher@kalachuvadu.com

காலச்சுவடு நாகர்கோவில் தலைமையகத்துக்கும் கடிதம் அனுப்பலாம்.

தங்கள்
எஸ்.ஆர். சுந்தரம் (கண்ணன்)
பதிப்பாளர் – நிர்வாக இயக்குநர்

குடியேற்றம் • நாவல் • ஆசிரியர்: தோப்பில் முஹம்மது மீரான் • © ஏ. ஜலீலா பீவி • முதல் பதிப்பு டிசம்பர் 2017, மூன்றாம் (குறும்) பதிப்பு: ஜூலை 2021 • வெளியீடு: காலச்சுவடு பப்ளிகேஷன்ஸ் (பி) லிட்., 669, கே.பி. சாலை, நாகர்கோவில் 629001

kuTiyeeRRam • Novel • Author: Thoppil Mohamed Meeran • © A. Jaleela Beevi • Language: Tamil • First Edition: December 2017, Third (Short) Edition: July 2021 • Size: Demy 1 x 8 • Paper: 18.6 kg maplitho • Pages: 240

Published by Kalachuvadu Publications Pvt. Ltd., 669, K.P. Road, Nagercoil 629001, India • Phone: 91-4652-278525 • mail: publications @kalachuvadu.com • Printed at Clicto Print, Jaleel Towers, 42 KB Dasan Road, Teynampet Chennai 60001

ISBN: 978-93-86820-25-9

07/2021/S.No.805, kcp 3081, 18.6 (3) rss

என் பேரக்குட்டி
அஸ்மினா ஃபாத்திமாவுக்கு

என்னுரை

என்னுடைய ஆறாவது நாவல் இது.

கிழக்கு, மேற்குக் கடலோரங்களில் ஒன்றரை நூற்றாண்டுக் காலம் பறங்கியர்களுக்கும் கடலோர மரைக்காயர்களுக்குமிடையே கடும் போர் நடைபெற்றது. தமிழக வரலாற்றில் இப்போர் போதிய இடம் பெறவில்லை. இந்தப் போரில் மடிந்தவர்கள் எண்ணிக்கையில் அடக்க முடியாது.

மத மேலாண்மைக்காக, வியாபார குத்தகைக் காக, கலாச்சாரத் திணிப்புக்காக அந்நியரான பறங்கிகள் நடத்திய நீசத்தனமான அட்டூழியங்களை எதிர்த்து நின்று, தாய்மண்ணின் கன்னிமையையும் தாய்மொழியின் இனிமையையும் சுரண்டல் சூழ்ச்சிகளையும் எதிர்த்து (1498–1663) ஒன்றரை நூற்றாண்டுக் காலம் தமிழர்களான மரைக்காயர்கள் செய்த மறக்கமுடியாத சேவை தமிழக வரலாற்றில் போதிய வெளிச்சம் கிடைக்காமல் போய்விட்டது கவலைக்குரிய விஷயம்.

இது தொடர்பாக ஒரு குறிப்பிட்ட நூல் அல்லாமல் வாசிக்கக் கிடைத்த வேறு பல வரலாற்று நூல்களின் வாசிப்பின் வெளிப்பாடுதான் இதை எழுதத் தூண்டுதலாக இருந்தது.

மரைக்காயர்களுக்கும் பறங்கிகளுக்குமிடையே நிகழ்ந்த போரின் பின்னணியில் புனையப்பட்ட நாவல் இது. கொடூரம் நிறைந்த இந்தப் போரின் உக்கிர நிலையில் உற்றவர்களை இழந்த மக்கள் உயிருக்காகத் தங்களது சொந்தத்தையும் கடற்கரை மண்ணையும் துறந்துவிட்டுப் பல உள்கிராமங்களில்

ஓடித் தஞ்சம் அடைந்து, குடியேறி, அகதி வாழ்க்கை வாழ்ந்து வந்தனர். அந்த மக்களின் பின் தலைமுறையினரில் ஒரு கிராமத்து மக்களின் இன்றைய அவல வாழ்க்கைக்கு நேராக ஒளிகாட்டும் மெழுகுத்திரியே இப்படைப்பு.

உண்மை வரலாறு உண்மையாக இதில் சொல்லப்படுகிறது. என்றாலும் இதில் வரும் கதாபாத்திரங்கள் அனைத்தும் கற்பனையில் பிறந்தவர்கள். இராவுத்தர்புரம் ஓடைக்கரைத் தெரு என்பவையெல்லாம் கற்பனையில் உருவானவை. எந்த ஊரையோ தனிநபரையோ ஊர் அமைப்புகளையோ குறைகூறும் நோக்கம் எனக்கில்லை. சமுதாயத்தின் மத்தியில் காணப்படும் சில குறைபாடுகளையும் மூடநம்பிக்கைகளையும் சொல்லுவது சமுதாயச் சீர்திருத்த நோக்கத்தோடுதான் என்று கூறிக்கொள்கிறேன்.

இந்த நாவல் எழுத பலருடைய உதவிகள் எனக்குக் கிடைத்தன.

மறக்கமுடியாத உதவிகள்!

வடிவொத்த கை அட்சரத்தில் படியெடுத்துத் தந்தவர் திருநெல்வேலி றகுமான் பேட்டை முஹம்மது அன்சாரி. மாலை நேரங்களில் மக்களை வாசிப்பதற்கு எனக்கு இருப்பிடம் தந்து வரும் மருமகள் மதினா பேகம், என் மருமகள்.

கையெழுத்துப் பிரதியை முதன்முதலாக வாசித்துப் பல நல்ல ஆலோசனைகள் கூறியதோடு அல்லாமல் பிழைகளைத் திருத்தம் செய்து தந்த அருமை நண்பர் கிருஷி, களந்தை பீர் முஹம்மது, சிறுகதை ஆசிரியர் நாறும்பூநாதன், கோவில்பட்டி சிவக்குமார் ஆகியோருக்கு மனமுவந்த நன்றிகள்.

எப்போதும் எனக்குத் துணையாக இருந்துவரும் எனது அன்பு மனைவி ஜலீலா, எனது அருமை பேரக்குட்டிகள் தோப்பில் முஹம்மது ஷாருக், ஷாஹினா ஜலீலா, மருமகள்கள் சமீமா பாத்திமா, கதீஜா பர்சானா ஒவ்வொரு வகையிலும் இவர்களுடைய உதவி இதை எழுதுவதற்குத் தூண்டுதலாக இருந்ததை மறக்கமுடியாது.

இந்த நாவலை வெளியிட முன்வந்த அன்புச் சகோதரர் கண்ணன் அவர்களுக்கும் நாகர்கோவில் காலச்சுவடு பதிப்பகத் திற்கும் என் நன்றி.

B26, வீரபாகு நகர்   நன்றியுடன்
திருநெல்வேலி 627 004   தோப்பில் முஹம்மது மீரான்
29.05.2017

1

வாப்பா சொன்னபடி சின்னதம்பி மரைக்கார் பெத்தாப்பா குடும்பத்தை உள் கிராமமான ராவுத்தர்புரத்தில் குடி அமர்த்திவிட்டு திரும்பிக் கடற்கரைக்கு விரைந்துச் சென்றார். அவர் செல்லுவதற்குள் கடற்கரையில் பறங்கிகளுக்கும் மரைக்காயர்களுக்கும் இடையே போர் மூண்டுவிட்டது. பறங்கிகளும் பரவர்களும் ஆயிரக்கணக்கில் திரண்டு, மரைக்கார் கிராமங்களைச் சூறையாடினார்கள். பெரியதம்பி மரைக்கார் பெத்தாப்பா தலைமையில் கரையிலும் சின்னதம்பி மரைக்கார் பெத்தாப்பா தலைமையில் கடலிலும் கடும் போர் நடந்தது. நவீன ஆயுதங்கள் வைத்திருந்த பறங்கிகளின் கை ஓங்கியது. மரைக்காயர்கள் பின்வாங்கிச் சென்றனர். நம் நாட்டை ஆக்கிரமிக்க வந்த அந்நிய சக்தியை விரட்டியடிக்க மறு போருக்கு ஆயத்தமாயினர் மரைக்காயர்கள். இதற்கிடையே மரைக்காயர்களில் சிலர் பறங்கிகளோடு ஒரு இரகசிய ஒப்பந்தம் செய்துகொண்டார்கள். பெரியதம்பி மரைக்கார் பெத்தாப்பாவைப் பறங்கிகளுக்குக் காட்டிக்கொடுக்க வேண்டுமென்ற நிபந்தனையின் அடிப்படையில் பறங்கிகளோடு ஒப்பந்தம் செய்துகொண்டார்கள். பெரும் வணிகர்களான மரைக்காயர்கள் சிலர் அதை ஒப்புக்கொள்ள வேண்டியதாயிற்று. இது தெரிந்ததும், "நன்றிகெட்ட குலத் துரோகிகளே," என்று உரக்க கர்ஜனை செய்தார் பெரியதம்பி மரைக்கார் பெத்தாப்பா. கடலைப் பார்த்து, "தன்மானத்தை விட்டு அந்நிய நீச சக்திக்கு நம் புனித தாய் மண்ணில் இடம் கொடுத்துவிட்டீர்களே," என்று வேதனையோடு மகனைக் கூப்பிட்டார்.

"சின்னதம்பி!!"

மகன் அருகில் வந்ததும் அவர் முகத்தைச் சிறிது நேரம் உற்றுப் பார்த்துக்கொண்டிருந்தார். அவருடைய மனக் கொந்தளிப்பு அந்தப் பார்வையில் தெரிந்தது. கொந்தளிப்பதோடு ஏதோ சொல்லுவதாகவும் இருந்தது. அவருடைய சிவந்த கண்களில் ஒரு பெருங்கடலின் இரைச்சல் இருந்தது. அவருடைய முறுக்கிய கொம்பு மீசை முனை அம்பு முனையானது. எரிமலையாக வெடித்த கோபத்தை அடக்கிக்கொண்டு மெல்லிய குரலில் மகனைக் கூப்பிட்டார்.

"சின்னதம்பி!!"

"வாப்பா," மகன் மறுகுரல் கொடுத்தார்.

பெரியதம்பி மரைக்கார் பெத்தாப்பா இருப்பிடத்தை விட்டுச் சாடி எழும்பினார். இடுப்புக் கச்சையில் சொருவி வைத்திருந்த யானைக் கொம்புப் பிடியுள்ள வாளை படார் என்று உருவி மகன் கையில் கொடுத்தார். "தமிழன் தன்மானம் இழந்துவிட்டான்டா!"

"உங்களுக்கு வாள்?" புரியாமல் கேட்டார்.

"வேண்டாம். இது இனி உனக்குத்தான். என் இடுப்புக் கச்சையில் இனி இது இருக்க வேண்டாம்."

"எனக்கு இருக்குதே," பளபளப்பான வாளை உயர்த்திக் காட்டினார், மகன்.

"என் இடுப்புக் கச்சையில் இனி இந்த வாள் இருக்கக் கூடாது. என்னைப் பறங்கிகளுக்குக் காட்டிக் கொடுக்க நம்மாட்களில் சில கசவாளிகள் ஒப்புக் கொண்டிருக்கிறார்கள்."

சற்று மௌனத்திற்குப் பின் கடலையும் மகன் முகத்தையும் மாறிமாறிப் பார்த்துக்கொண்டு சொன்னார். "நம் மண்ணில் கால் ஊன்றி மக்களையே கொன்று பொருட்களைச் சூறையாடவும் செய்கின்ற நீசப் பறங்கிகளின் கையால் நான் இறப்பதை நீ விரும்புகிறாயா?"

சின்னதம்பி மரைக்கார் பெத்தாப்பா தலை குனிந்து நின்றார், பதில் சொல்ல முடியாமல் திணறினார்.

"ஏன் பேசல்ல?"

மகன் தலைநிமிர்ந்து வாப்பாவைப் பார்த்தார்.

"இல்லை. போர்செய்து வெற்றிபெறுவோம் அல்லது ஷஹிதாவோம்[1]."

---

1. ஷஹீதாவோம் (தியாகியாவோம்)

"வேண்டாம். உன் கையால் என் கழுத்தை வெட்டப்பா."

"வாப்பா," குலைபதறிக் கூப்பிட்டார்.

"வெட்டு, தக்பீர் சொல்லி வெட்டு. நான் ஷஹாதத்து கலிமா[1] சொல்லிக் கொண்டே தலைநிமிர்ந்து நிக்கேன்."

"வாப்பா என் கையாலயா?" நடுநடுங்கினார்.

"என் மகன் கையால் என் வாளால் நான் ஷஹீதாகணும். இது அல்லாவுடைய நாட்டம். வெட்டு தம்பி வெட்டு. தயங்காம வெட்டு."

தயங்கி நின்றார்.

"வெட்டு," கர்ஜனை செய்தார்.

பெரியதம்பி மரைக்கார் பெத்தாப்பா ஷஹாதத்து கலிமா சொல்லிக் கொண்டு கழுத்தில் ஓங்கிய வெட்டு விழும் நிமிடத்தை எதிர்நோக்கி நின்று கொண்டிருக்கையில் –

"அல்லாஹுு அக்பர், அல்லாஹுு அக்பர், அல்லாஹுு அக்பர். லாயிலாஹ லில்லல்லாஹுு அல்லாஹுு அக்பர்.[2]

அல்லாஹுு அக்பர் வலில்லாஹில் ஹம்து –"

என்று தக்பீர் சொல்லி முடித்த கணம் சின்னதம்பி மரைக்கார் பெத்தாப்பாவின் கையிலிருந்த யானைக் கொம்பு பிடியுள்ள பளபளத்த கூரிய வாள், பெரியதம்பி மரைக்கார் பெத்தாப்பாவின் சிகப்பு உறுமால் கட்டிய தலையைத் துண்டித்தது.

நெடுநெடா நின்றுகொண்டிருந்த ஒரு மலை சாய்ந்த துக்கம், சின்னதம்பி மரைக்கார் பெத்தாப்பாவின் கண்ணிலிருந்து ஒரு துளிக் கண்ணீராகச் சொட்டிட்டது.

உடலின் துடிப்பு அடங்கியதும் பொழுது சாய்ந்த இருட்டில் உடலைத் தோளில் தாங்கி, தலையைக் கையில் தூக்கிக்கொண்டு உள்கிராமத்துக்கு விரைந்தார், சின்னதம்பி மரைக்கார் பெத்தாப்பா!

---

1. மூல மந்திரம்
2. இறைவன் பெரியவன்

2

மைதீனின் டைரியில் அவனுடைய வீட்டு முகவரி எழுதப்பட்டிருந்தது. வத்தல் கமிஷன் மண்டி குமஸ்தா மஸ்தானின் கண்ணில் பட்டது.

அசன் மைதீன் மரைக்கார்
மரைக்கார் இல்லம்
நம்பர் 16, ஓடைக்கரை தெரு
ராவுத்தர்புரம்.

முகவரிக்குக் கீழ் மொபைல் நம்பர் கொட்டெழுத்தில்.

"நீ மரைக்காயரா மைதீன்?" குமாஸ்தா கேட்டார்.

"ஆமண்ணே, நம்பர் ஒன் மரைக்கார். கள்ளிக்காட்டில் அடங்கப்பட்டிருக்கும் பெரியதம்பி மரைக்கார் பெத்தாப்பாவின் வாரிசு நான்!"

மைதீன் போதையில் இருந்தாலும் மிகத் தெளிவாக அவனுடைய வேரைப் பற்றிய வரலாற்றைப் பெருமையோடு சொன்னான். அவனுடைய வேரைப் பற்றி யாராவது கேட்டால் சொல்லிக் கொடுப்பதில் தனிச் சுறுசுறுப்பு அவனுக்கு.

ஊரில் மரைக்கார்கள், ராவுத்தர்கள், பக்கிர்ஷாக்கள், தக்னிகள், லெப்பைகள், நாவிதர்கள் எனப் பல பிரிவுகள். தான் எந்தக் கூட்டம் என்று அவனுக்குத் தெரிய வேண்டும். பாய் முடைந்து கொண்டிருந்த பெத்தம்மாகிட்ட உட்கார்ந்து வேரைக் கேட்டுத் தெரிந்துகொண்டான். மரைக்கார் என்று பெத்தாம்மாதான் அவனுக்குச் சொல்லிக் கொடுத்தது.

பெரியதம்பி மரைக்கார் பெத்தாப்பா காலத்தில் உயிரைக் காப்பாற்ற கடற்கரையிலிருந்து இங்கே வந்தேறிய குடும்பம். இராமநாதபுரத்தில் ஒரு கடற்கரைக் கிராமம் எங்க பெத்தாப்பாவின் ஊர்.

பெத்தாப்பா செய்து வந்தது கடல் வாணிபம். கடல் சங்கு வாங்கி பெத்தாப்பா தோணி மூலம் வெளிநாட்டுக்கு அனுப்பிவந்தார். பெத்தாப்பா பெரிய வீர சூரன். பறங்கிகளுக்குப் பெத்தாப்பா பேரைக் கேட்டாலே ஒரு உள் நடுக்கம். சிங்கம் போல் சீறிப்பாய்ந்து வாளால் வெட்டும் ரணவீரன். சங்கு வாங்க கடற்கரைக்குச் செல்லும்போது இடுப்புக் கச்சையில் யானைத் தந்தப் பிடியுள்ள வாளைச் சொருவி வைத்திருப்பார். எந்தநேரமென்றில்லாமல் பறங்கிகள் வந்து தாக்கலாம் என்ற முன்னெச்சரிக்கை. பல பறங்கிகளைப் பதம் பார்த்த வாள். உறுமால் கட்டிக் கொம்பு மீசையும் சிவந்த கண்களுமுள்ள பெத்தாப்பாவைத் தொலைவில் நின்று பார்ப்பவர்களுக்கு சூரப் புலியைப் போல் காட்சியளிப்பார். நூறடி தொலைவில் நிற்கும் எதிரியை, நின்ற இடத்திலிருந்து ஒரு குதிகுதிச்சுப்பாய்ந்து தலையை ஒரே வெட்டால் வெட்டித் தரையில் போடும் வீர சிங்கம் எங்க பெரியதம்பி மரைக்கார் பெத்தாப்பா.

◯

"கடலில் சங்கு குளிச்சு எடுப்பதில் நம்மாளுகளுக்கும் பரவர்களுக்குமிடையே அடிக்கடி கடற்கரையில் மோதல் நடக்கும். பரவர்களுடைய தொல்லை தாங்காமல் உருவிப் பிடிச்ச பளபளத்த வாளுடன் சண்டைக்கு முன் நிற்பது பெத்தாப்பாதான். பரவர்களுக்குச் சீறும் சிங்கத்தைக் கண்டு நெருங்கிவந்து சண்டை செய்ய அச்சம். பெத்தாப்பா வாளுடன் முன்னால் நிற்பார் என்று அவர்கள் எதிர்பார்க்கவில்லை.

'கிட்ட வாருங்கடா மயிராண்டிகளே,' பெத்தாப்பா அலறி அறைகூவல் விட்டார்.

எவனும் நெருங்கி வரவில்லை.

'போய் சங்கு குளிங்கடா,' நம்ம பசங்களுக்கு உத்தரவு. கரையில் வாள் ஊன்றிக்கொண்டு பாதுகாவலாளியாக குளியாளிகள் கரையேறும் வரை நின்றுகொண்டிருப்பார்.

நம்ம பசங்கள் கடலில் குளித்து ஏராளம் சங்கை வலையில் அள்ளிக்கொண்டு வந்து கரையில் குவித்தார்கள். கரையில் குவிந்துகிடந்த சங்கைப் பார்த்ததும் பரவர்களுக்கு எங்குமில்லாத கும்பி எரிச்சல்.

பொறுக்க முடியாமல் பரவர்கள் பறங்கிகளிடம் போய் சங்கடம் சொன்னார்கள். 'மரைக்காயர்களால் எங்களுக்கு கடலில் சங்கு குளிக்கமுடியவில்லை. உதவி செய்யுங்க.' பறங்கிகள் முன் யோசனைப்படி வாக்குகொடுத்தார்கள்.

நம்முடைய கடல் வாணிபத்தைத் தகர்ப்பதற்குத் தக்கம் பார்த்திருந்த பறங்கிகளுக்குப் பரவர்கள் உதவி நாடி வந்தது ஒரு நல்ல வாய்ப்பாக இருந்தது.

பரவர்கள், பறங்கிகளிடம் உதவி கேட்கப் போனதைப் பெரியதம்பி மரைக்கார் பெத்தாப்பா காற்று வழி தெரிந்து கொண்டார். சங்கு குளிக்க கடற்கரைக்குப் போன நம்மாட்களுடன் இடுப்புக் கச்சையில் வாளை சொருவிக் கொண்டு சங்கு குளிக்கப் போனவர்களுக்கு பாதுகாவலராக பின்னால் பதுங்கிப்பதுங்கித் தம்மை பறங்கிகள் அடையாளம் தெரிந்துகொள்ள முடியாமல் நடந்தார். உடன் சின்னதம்பி மரைக்கார் பெத்தாப்பாவும்.

நம்மாட்கள் அலைவாய்க் கிழித்துக் கடலில் குதிக்க எத்தனிக்கும் நிலையில் பரவர்களும் அவர்களுக்குப் பின்னால் பறங்கிகளும் விரைந்துவந்து, 'கடலில் எறங்காதீங்கலே துலுக்க குண்டிச்சு மக்களே,' என்று கத்திக்கொண்டு நம்மாட்கள்மீது விழுந்து தாக்கினார்கள். உடனே பின்னால் வந்துகொண்டிருந்த பெரியதம்பி மரைக்கார் பெத்தாப்பாவும் சின்னதம்பி மரைக்கார் பெத்தாப்பாவும் வாட்களை உருவிக்கொண்டு முன்னால் குதித்தார்கள். பரவர்கள் சற்று அதிர்ந்தாலும் பறங்கிகள் உதவிக்கு இருக்கும் துணிச்சலில் மோதிக் கொண்டார்கள்.

கடும் சண்டை! பெரியதம்பி மரைக்கார் பெத்தாப்பா பறங்கிகளில் பலரை வெட்டிச் சாய்த்தார். நம்நாட்டு மக்களென்று பரவர்களில் சிலரைக் கொல்லாமல் காயப்படுத்திவிட்டார். வாளுடன் சுழன்று சீறி வெட்டும் பெரியதம்பி மரைக்கார் பெத்தாப்பாவுக்கும் சின்னதம்பி மரைக்கார் பெத்தாப்பாவுக்கும் ஈடு கொடுக்க முடியாமல் பரவர்களும் பறங்கிகளும் பின்வாங்கி ஓட்டம்பிடித்தனர்.

நம்மாட்கள் கடலில் மூழ்கி எடுத்த சங்கை அள்ளி கரைக்குக் கொண்டுவந்தார்கள்.

பறங்கிகளையும் பரவர்களையும் பெரியதம்பி மரைக்கார் பெத்தாப்பாவின் தலைமையில் வந்த மரைக்காயர் கூட்டம் வெட்டிக் கொலை செய்ததையும், காயப்படுத்தியதையும் கடலிலிருந்து எம்பாடும் சங்கு அள்ளிக்கொண்டு போனதையும் பறங்கிகள் தலைமைக்குத் தெரியப்படுத்தினார்கள். கோபம் கொண்ட பறங்கிகள் கடலோரங்களிலுள்ள மரைக்காயர்களைத்

தாக்கிக் கொல்லவும் அவர்களுடைய யாத்தனங்களையும் மற்ற பொருட்களையும் பறிமுதல் செய்யவும் முடிவெடுத்தனர்.

பறங்கிகளின் இரகசியத் திட்டம் பெரியதம்பி மரைக்கார் பெத்தாப்பா காதுக்கு எவ்வழியிலோ எட்டியது. உடன் மரைக்காயர்களைத் திரட்டினார். பறங்கிகள் நம்மைக் கருவறுக்கத் தயார் எடுக்கும் செய்தியைச் சொன்னதும் அனைவரும் ஆயுதங்களுடன் ஆயத்தமாயினர். எந்நேரமும் பறங்கிகள் வந்து தாக்கலாம். மரைக்காயர்கள் உஷாராயினர். பெரிய பின் விளைவுகளை எதிர்பார்த்த பெரியதம்பி மரைக்கார் பெத்தாப்பா அவரிடமிருந்த சங்குகள் அனைத்தையும் மூட்டைக் கட்டி பெரிய தோணியில் ஏற்றி வெளிநாட்டுச் சந்தைக்கு அனுப்பிவைத்தார். அவரைத் தொடர்ந்து பிற மரைக்காயர் வியாபாரிகளும் தங்கள் வாசனைப் பொருட்களைப் பாய்மரக் கப்பலில் ஏற்றி ஏமனுக்கும் ஓமானுக்கும் அனுப்பிவைத்தார்கள். மரைக்காயர்களின் சரக்கு ஏற்றிச் செல்லும் மரக்கலங்கள் கடலில் அலை பிளந்து முன்னோக்கிச் சென்றுகொண்டிருந்தன.

எதிர்பாராமல் நாலாபுறமிருந்தும் பறங்கிப் படை மரைக்காயர்களின் மரக்கலங்களைச் சூழ்ந்து தாக்கியது. தோணியிலிருந்த மரைக்காயர் மாலுமிகளை வெட்டிக் கடலில் தள்ளினார்கள். பெரியதம்பி மரைக்கார் பெத்தாப்பாவின் ஒரு தோணிச் சங்கையும் கொள்ளையடித்துக் கொண்டு தோணியைக் கடலில் மூழ்கடித்தார்கள். கடலில் மரைக்காயர்கள் சடலங்கள் மிதந்து கரை ஒதுங்கின. ஆங்காங்கே கரை ஒதுங்கி அழுகிப் போன சடலங்களின் வீச்சம் கடற்கரையெங்கும் கடற்காற்றில் பரவியது. கரை ஒதுங்கிய சடலங்களை அந்தந்த இடங்களில் அடக்கம் செய்தனர். மரைக்காயர்கள் ரா இருட்டில்.

பறங்கிகளோடு வஞ்சம் தீர்ப்பதற்குக் கரைப்போருக்கு ஆயத்தம் ஆன பெரியதம்பி மரைக்கார் பெத்தாப்பாவுக்குத் தெரியும், கரையில் சண்டை நடக்கும் நேரம் நீசப் பறங்கிகள் பெண்களை இழுத்துக்கொண்டு போய்ப் பாலியல் பலாத்காரம் செய்து, பெண்களைப் கொலையும் செய்வார்கள் என்று! அதனால் பெண்களை உள் பகுதியிலுள்ள ஊர்களுக்கு அனுப்பும்படிக் கட்டளையிட்டார்.

பெண்கள், குழந்தைகள், வயோதியர்கள் என பலர் ஊரை விட்டு வெவ்வேறு உள்கிராமங்களுக்குக் குடிபெயர்ந்தனர்.

ஆண்கள் பெரியதம்பி மரைக்கார் பெத்தாப்பா தலைமையில் தரையிலும் சின்னதம்பி மரைக்கார் பெத்தாப்பா தலைமையில் கடலிலும் போர் செய்ய ஆயத்தம் ஆனார்கள்.

பறங்கிகளின் இரகசியத் திட்டம் பெரியதம்பி மரைக்கார் பெத்தாப்பாவை உயிருடன் பிடிப்பதாக இருந்தது. நாலாள் கூடும் சந்தியில் எல்லோரும் பார்க்க தூக்கில் போடுவதும் அவருடைய உடல் உறுப்புகளை ஒவ்வொன்றாக வெட்டிக் கடலோரப் பகுதிகளில் காக்கைகளும் கழுகுகளும் கொத்தித் திங்க ஏதுவாக வீசுவதுமாக!

பறங்கிகளின் திட்டம் பெரியதம்பி மரைக்கார் பெத்தாப்பா வுக்குத் தெரியவந்ததும் மகன் சின்னதம்பி மரைக்காரை அழைத்தார். வீட்டுப் பெண்களையும் குழந்தைகளையும் முதியோர்களையும் ஏதாவது ஊரின் உட்பகுதிக்கு அனுப்பி வைக்கச் சொன்னார்.

3

வத்தல் கமிஷன் கடைக் கணக்குப்பிள்ளை மஸ்தான் மகள் கைருந்நிஷாவைத் திருமணம் செய்வித்து அனுப்பியது பள்ளி சன்னதித் தெருவிலிருந்து கொஞ்சம் தொலைவிலுள்ள சின்ன மரைக்கார் லெப்பை தெருவில். அந்தத் தெருவிலிருந்து பிரியும் ஒரு சந்தில் கடைசியிலிருக்கும் பக்கீரும்மா வீட்டில். பக்கீரும்மா அந்தச் சந்தையும் தெருவையும் ஆட்டிப் படைக்கும் சண்டைக்கோழி. தெருக்காரர்கள் மத்தியில் அத்தெருவும் சந்தும் பக்கீரும்மா தெருவென்று மொத்தத்தில் அறியப்படுகிறது. தெருவுக்குள் நுழையும் இடத்திலுள்ள முதல் வீட்டுச் சுவரில் மஞ்சள் நிற பெயிண்ட்டால் எழுதப்பட்டிருப்பது 'சின்ன மரைக்கார் லெப்பை' தெருவென்று; சந்துக்கு நுழையுமிடத்தில் 'சின்ன மரைக்கார் லெப்பை சந்து' என்றும். அந்தப் பெயரெல்லாம் தெரு ஜனங்கள் மனசிலிருந்து மறைந்து இப்போது பக்கீரும்மா தெருவாக மாறிவிட்டது.

காலையில் சாக்கடை அள்ளிவைத்து, தெருவைத் தூத்து ஒதுக்கிச் சுத்தம் செய்யும் சித்திரை ஒருநாள் தெருவைச் சுத்தம் செய்ய வராவிட்டால் அவனுடைய குப்பை வண்டியை நடுத்தெருவில் பிடிச்சு நிப்பாட்டி நாலு வீடு கேட்கும்படி அஞ்சாறு தானக்கேடு (கெட்ட வார்த்தை) கொடுப்பாள்.

"செத்த பயலே ஏம்பில வரல" இவள் எடுக்கும் கெடுகால் கேட்டுப் பயந்தபடிக் கும்பிட்டுச் சொல்வான்.

"இனி ஒழுங்கா வாறேன் தாயே."

மிகவும் பணிவடக்கமாக இருக்கும் பதில்.

குழாயில் தண்ணீர் வராவிட்டால், தெருவிளக்கு எரியாவிட்டால், பிள்ளைகள் தெரு சாக்கடையில் தூறினால்[1] அவர்களுடைய உம்மாமார்களை, 'வாருங்கடி' என்று கூப்பிட்டு மலத்தைக் காட்டி, "உங்கவீட்டுப் பிள்ளை செய்திருக்கிய வேலையை பாருங்கடி," ஒரு அதட்டு அதட்டுவாள்.

"அள்ளிக் காட்டுக்குள்ளே வீசுங்கடி."

அப்பேர்ப்பட்ட பக்கிரும்மா வெகுகாலத்திற்குப் பின் நேர்ந்து பெத்தெடுத்த பிள்ளைதான் மொஹிஷின். நாகூர் முதல் பீமா பள்ளி வரை நேர்ச்சைகள் நேர்ந்தும் பிறக்கவில்லை.

வெள்ளிக்கிழமை தெருவில் காய் வாங்க வரும் மாறுகண்ணி ஒருத்தி பக்கீரும்மாவிடம் சொன்னாள்: "அம்மா, செவக்காட்டில் அடங்கியிருக்கித மொஹ்ஸீன் அவுலியா அவங்க தர்ஹாவுக்கு நேந்தா நிச்சயம் ஜவாபு[2] கிடைக்கும்."

தெருக்காரிகள் மலட்டு பக்கீரா என்று சொல்லுவது அவள் காதில் விழுந்துவிட்டால் ஒரு தெரு ஏழு தெருவாகிவிடும். சொன்னவளைத் தொண்டை கிழியக் கிழிய அறுத்துக் கொட்டுவாள்.

"செவக்காட்டு அவுலியா மரிக்கல்ல. மறைஞ்சு இருக்காங்கொ. வெள்ளிக்கிழமை ராவும் திங்ககிழமை ராவும் தெருவில் அவங்க நடந்துபோற மிதியடிச் சத்தம் கேட்கும். தெருவெல்லாம் வாசமாக இருக்கும்."

பிச்சைகாய் வாங்க வந்தவள் சொன்ன பிறகுதான் மொஹிஸின் அப்பா அவுலியாவைப் பற்றிய சிந்தனை வந்தது அவளுக்கு. ஊரான ஊரில் உள்ள தர்ஹாவான தர்ஹாவுக் கெல்லாம் நேந்து போனமே பலன் கிட்டல்லியே. பக்கத்து ஊரான செவக்காட்டு அவுலியா நினைவுக்கு வராமல் போனாங்களே என்று கைசேதப்பட்டாள். உடன் ஞாயிற்றுக்கிழமையே செவக்காட்டுக்கு வண்டியேறினாள். அவுலியா அடங்கியிருக்கும் தலம் தேடி நடந்தாள். பச்சைப் போர்வையால் போர்த்தியிருந்த கபர் அருகே உட்கார்ந்து தலையில் துணி போட்டு வேண்டினாள்.

"வளர்பிறை சித்திரம் பதித்த ஒரு பச்சை பட்டும் வெள்ளியில் ஒரு குத்துவிளக்கும் உங்க சன்னதியில் கொண்டு தருவேன். எனக்கொரு ஆண் குழந்தை தாருங்களப்பா."

கொஞ்சம் கறுப்பானாலும் பாக்க இலட்சணமாகவும் எடுப்பும் உள்ள வாட்ட சாட்டமான அவளிடம் தர்ஹா கலீஃபா

---

1. தூறினால் – மலம் கழித்தால்
2. ஜவாபு – பதில்

காசிம் மரைக்கார் லெப்பை, அவளைக் கூர்ந்து பார்த்துவிட்டு புன்சிரிப்போடு அறிவுரை கொடுத்தார்.

“வெள்ளியாச்ச ராவும் திங்களாச்ச ராவும் தர்ஹா சன்னதியில் படுத்துறங்கி சாம நேரம் எழும்பி ஒரு யாஸின் (குர்ஆன் – அத்தியாயம்) ஓதி துஆ கேக்கணும். அதுக்குத் தனி அறையிருக்கு. காசிம் மரைக்கார் லெப்பையின் அறிவுரைப்படி பல வெள்ளி இரவும் திங்கள் இரவும் அவர் திறந்துகொடுத்த அறையில் உறங்கினாள். மிதியடி சப்தம் கேட்கிறதா என்று காதைக் கூர்ப்பித்தாள்.

உடுத்தொருங்கி பவுடர் பூசிக் கொண்டையில் பிச்சிப் பூ வைத்துக்கொண்டு தர்ஹாவில் உறங்கி சாமத்தில் எழும்பி யாஸின் ஓதி துஆ கேட்டுக் கையை முத்தினாள். சாம இருட்டில் தர்ஹா கிணற்றுக் குளிர்நீரில் குளித்து விட்டுக் கிழக்கிலிருந்து சூரியன் எட்டிப் பார்க்கும் முன் முதல் பஸ் ஏறி வீட்டிற்கு வந்துவிடுவாள், ஐஸ்வர்யமாக.

அவள் புருஷன் கருப்பு சாவலுக்கு தர்ஹாவுக்குப் போறதும் வாறதும் பிடிக்கவே பிடிக்காது. புது சிந்தனைவாதி. அவர் எப்பவும் இவளை போவாதென்று விலக்குவதுண்டு. பாவம் செய்யாதே என்று சொல்வதுமுண்டு. “தர்ஹா பெயரை சொல்லி ஒரு கூட்டம் வயிற்றுப் பிழப்புக்கென்று சொல்லி திரியானுவொ”, சொல்லிக் கண்டிப்பார். அவளுக்கு அவர் சொல்வது கொஞ்சமும் பிடிக்கவே பிடிக்காது.

“நீ பேயாம கிட”.

“நா போவத்தான் செய்வேன்” முரண்டு பிடித்தாள்.

ஒரு வெள்ளிக்கிழமை இரவுச் சாமத்தில் தனி அறையில் யாஸின் ஓதிக்கொண்டிருந்த காசிம் மரைக்கார் லெப்பையிடம் சிரித்து மயங்கியவாறு புன்முறுவலுடன் வெட்கத்தோடு கேட்டாள்,

“எலப்பே நீங்க வெள்ளக்காரன போல வெளுவெளா இருக்கீளே?”

“ஆமா எங்க மூதாதையர் ‘ஹதர் மவுத்திலிருந்து’ வந்து குடியேறிய அரபிகள். இங்கே அடங்கப்பட்டிருப்பது எனக்க பாவா உப்பாப்பா. வாப்பாக வாப்பாக உப்பா ‘குதுபுல் அக்தாப் மொஹிஸீன் எமனி தங்ஙளுப்பா அவுலியா”. கேட்டதைக் கொடுக்கும் வெண்ணிக்கையுள்ள ஃபீஸபீல் (போர்) அவுலியா. மதுரை பாண்டிய மன்னருடன் போரிட்டு ஷஹீதான வீர சூரரான அவுலியா.”

கேட்டதைக் கொடுக்கும் ஃபீஸபீல் அவுலியா என்று கலிபா காசிம் மரைக்கார் லெப்பை காதில் சொன்னது அவளுக்குள் ஒரு மயிர் சிலிர்ப்பை ஏற்படுத்தியது.

ஏமனிலுள்ள ஹதர் மௌவுத்திலிருந்து தீனுல் இஸ்லாத்தைப் பரப்ப வந்த மகிமையுள்ள ஃபீஸபீல் அவுலியாதான் ஷஹீதானவர். அந்த ஏமன் வம்சாவளியின் நிறம்தான் கலிபா காசிம் மரைக்கார் லெப்பைக்கு. லெப்பையின் பரந்த மார்பும் வட்டத் தாடியும் அம்பு விடும் வசிய கண்களும் பார்த்ததும் அவளுக்கு ஒரு கிருகிருப்பு. அன்று உதயத்தில் தெருவுக்குள் சொர்க்கப் பூங்காவனத்தில் கைவீசி நடந்துவருவதைக் கண்டதும் கருப்பு சாவலுக்கு வயிற்றெரிச்சலாக இருந்தது. பாவி சொல்வழி கேட்காதவளா போனாளே!

"நரகத்துக்காடி போயிட்டு வாறா?"

சற்று உள்பயம் இருந்தது அவருக்கு.

"பேயாம இரும். வாயில் வந்தபடி கிழிகிழின்னு கிழிச்சிப் போடுவேன் பாத்துக்கிடும். நீயெல்லாம் ஒரு ஆம்பளய்யா?"

சந்ததி கிடைக்காத கோபம், பொத்துக்கொண்டு வந்து வானத்தைத் தொட்டது அவளுக்கு.

அவளிடம் வாய்கொடுத்தால் தெருவைக் கூட்டிப்போடுவாள் என்று பயந்து சாயா கடைக்கு நேராக நடந்தார்.

"தின்னுட்டு கவுட்டுகிடையில் கைவச்சு படும்" அவள் வீட்டுக்குப் போகையில் சொன்னாள்.

முந்தைய இரவு தர்ஹா அறைக் கதவை லெப்பை 'துஆ' ஓதுவதற்காக மெல்லத் தட்டினார். கதவில் மெல்ல தட்டும் ருசியான ஓசையை எதிர்பார்த்து அவள் உணர்ந்துகிடந்து புரண்டு நெளிந்தாள். கதவில் மெல்லிய தட்டுச் சப்தம் கேட்டதும் குதிச்செழும்பி கதவைத் திறந்தாள். நிலவைப் போல் முன்னில் காசிம் லெப்பை.

"சாமம் ஆச்சா?"

"ஆச்சு." அவர் குரலடக்கிச் சொன்னார்.

காசிம் லெப்பை அரவம் காட்டாமல் அறையை விட்டு வெளியேறியதும் உடல் வலியால் அவளை அறியாமலேயே சற்றுக் கண் அயர்ந்துவிட்டது. மயிர் நிறைந்த ஒரு கை அவளுக்கு நேராக நீண்டு வந்தது. அந்த வெண்ணிறக் கையில் ஒரு குழந்தையிருந்தது.

"உனக்குத்தான்". ஒரு குரல் செவியில் விழுந்தவுடன் குழந்தையை வாங்க கை நீட்டி வாங்கி அணைத்து முத்தமிட

கன்னத்தில் மூக்கைக் கொண்டு போன நேரம் முழிப்பு வந்துவிட்டது.

நல்லதுக்கான அறிகுறி என்று மனப்பூரிப்போடு அவள் வானவெளியில் சிறகு விரித்து மிதந்துவரும் நேரம்தான் கருப்புச் சாவல் குறுக்கிட்டது. அதனால் அவளுக்குக் கும்பி எரிச்சலும் வேகாரியும்.

இளம்பிறை பதித்த பச்சைப் பட்டுப் போர்வையும் வெள்ளிக் குத்துவிளக்கும் கொண்டு செவக்காட்டு தர்காவுக்குப் போனாள் மனநிறைவோடு.

தர்கா அலுவலக வாசலில் நின்றுகொண்டிருந்த காசிம் மரைக்கார் லெப்பை வரவேற்றார்.

"வாங்க பக்கீரும்மா. சுகம்தானே?"

"உங்க புண்ணியத்தில் சுகந்தான் வாப்பா."

பச்சைப் பட்டை கபரில் போர்த்திவிட்டுத் தலைமாட்டில் வெள்ளிக் குத்துவிளக்கு பற்றவைக்கும் நேரம் அவர் காதில் அவள் சொன்னாள்.

"கேட்டது கிடைச்சுது," வெட்கப் புன்னகை முகத்தில் படர்ந்திருந்தது.

"பேஷ்," அவர் பாராட்டினார்.

"புள்ளையும் கொண்டு பேர் போட வருவேன் வாப்பா."

"வாருங்க வாருங்க. தங்ஙளுப்பாப்ப பேரையே போடுவோம்."

மலடி என்று பெண்களிடையே பேசப்பட்ட அவளுடைய தள்ளிய வயிற்றைப் பார்த்துப் பெண்கள் ஆச்சரியப்பட்டனர். கருப்பு சாவலுடைய முகம் சுருங்கிவிட்டது. கருப்பு சாவலுக்கு ஆண்மை இல்லேனுல்லவா நெனச்சோம்.

பக்கீரும்மா பெற்றெடுத்த குழந்தையைப் பார்த்து தெருக்காரிகள் பொறாமையுடன் குசுகுசுத்தனர்.

"அவோ புருஷன் கருப்பு சாவுல் கருகரேனல்லா இருப்பார். அவளும் சுத்த கருப்பு. இரண்டு கருப்புக்கும் இப்படி வெள்ளவெள்ளேன்னு புள்ளையா. எப்படி? வெள்ளைக்காரத் துரையைப் போல பிள்ளை?"

சொன்னப்படி தர்காவில் குழந்தையைக் கொண்டு போனாள். கலிஃபா காசிம் மரைக்கார் லெப்பை, "ஏழு கடல் தாண்டி வந்த தங்ஙளுப்பாப்பா. பேரான மொஹஷின் அப்பா,"

என்று குழந்தைக்கு முகத்தில் பெயர் சொல்லி ஊதிவிட்டு சொன்னார். "பெரியவனா வருவான்."

அந்த பக்கீரும்மா மகன் மொஹஷின்தான் கணக்குப் பிள்ளை மஸ்தான் மகள் கைருன்னிஷாவின் கணவன்.

பக்கீரும்மா கேட்டபடி சீர்வரிசையெல்லாம் கொடுத்தது அனுப்பினார். அப்போது மழைத்தண்ணி இல்லாத வெப்ப காலமானதால் அடிக்கும் வெயிலுக்கு படுப்பதற்குச் சுகமாக இருக்குமென்ற நினைப்பில் இலவம் பஞ்சு மெத்தை ஒன்றைச் சீர்வரிசைப் பொருட்கள் அனுப்பிய கூட்டத்தில் அனுப்பி வைத்தார் கணக்குப் பிள்ளை மஸ்தான். ஒரு வருடம் ஆவதற்குள்ளே பஞ்சு மெத்தை சொட்டி சப்பி கிழிஞ்சு பஞ்சு பறந்தது.

வீட்டுக்குள் பஞ்சு பறப்பதைக் காணும்போதெல்லாம் பக்கீரும்மாவுக்கு ஹாலிளவி (கோபம்) பேயாட்டம் போடுவாள். கண்டமேனிக்குக் கணக்குப்பிள்ளை மஸ்தானைத் திட்டிக் கருவறுப்பாள். பெத்த வாப்பாவை மாமிக்காரி வகைதொகை இல்லாமல் திட்டுவது கைருன்னிஷாவுக்குக் காது கொடுத்துக் கேட்க சகிக்காது.

"இந்த கணக்குப் பிள்ளைக்கு அறிவிருக்கா? இந்த நாகரீக காலத்தில் எவனாவது மோளுக்கும் மருமோனுக்கும் உறங்க பஞ்சு மெத்தை வாங்கி கொடுப்பானா? ஒரோ ஊட்லெயும் கெடக்கிற லப்பர் மெத்தை கண்ணுக்குத் தெரியலயா? அவன் கண்ணு அவிஞ்சா போச்சு?"

பஞ்சு பறக்கும் நேரமெல்லாம் திட்டி கருவறுப்பாள். ஒரு தடவை ஏறிவரும் வாசல் படியில் பஞ்சு பறந்து கிடந்ததைப் பார்த்ததும் பக்கீரும்மாவின் கோபம் ஆகாசம் முட்டி வெடித்தது.

"கைர், நீ உன் ஊட்டுக்குப் போய் ஒரு லப்பர் மெத்தை வாண்டிட்டு வா. வாண்டாம இந்த வீட்டு நடை சவுட்டப்படாது."

அன்று வெயிலடங்கிய நேரம். தலப்புள்ளை சூலுண்டான கைருன்னிஷா, சன்னதி தெருவுக்கு வந்து அழுது மூக்குச் சீந்தி சேலை முனையில் துடைத்தாள். அவள் வந்தேறியது கணக்குப் பிள்ளை மஸ்தானிடத்தில் வாங்கிய சம்பளப் பணம் காலியான நேரம். மகளைக் கண்டதும் அவருக்குக் கை கால் ஓடவில்லை. 'தலப்புள்ளை சூலியைத் தெருவழியா தன்னந்தனியா ஊட்டுக்கு விரட்டி விட்டாளே பாவி,' என்ற கவலையில் கூனிப்போனார்.

ஒரு கமிஷன் மண்டியில் குமஸ்தா வேலை அவருக்கு. சின்ன சம்பளக்காரர். வாங்கும் சம்பளம் மளிகைக் கடைக்கும்

பாலுக்கும் சீனிக்கும் கொடுத்துபோக மிச்சம் ஏதும் இருக்காத பற்றாக்குறை வாழ்க்கை. ஒரு ரூவா முன்பணம் கேட்டா தராத கருமி, மண்டி முதலாளி. பீடிக்கும் சாயாவுக்கும் தட்டுமுட்டு இருக்காது அவருக்கு. மண்டியிலுள்ள அள்ளு கூலிக்காரர்கள் கடையைத் தூத்து அள்ளிக் கூட்டி வீட்டுக்குப் போகும்போது மிச்சம் மீதி கிடைக்கும் வத்தலோ, வேர்க்கடலையோ, உள்ளியோ தனியாக விற்றுக் கிடைக்கும் பணத்தில் ஒரு விகிதம் கிடைப்பதில் வட்டச் செலவு நடக்கும்.

மனைவியும் பள்ளிக்கூடம் போகும் இரு புள்ளைகளுடன் நூல் பாலத்தில் அடி தவறாமல் பதனமாக நடக்கும் அவர் பதறிப் போனார். கண்ணீருடன் வந்தேறிய கர்ப்பவதியான மகளைக் கண்டதும்.

தலைக்குள் புகைமூட்டம்.

கமிஷன் மண்டியில் போனவருக்கு அவருடைய கவலையுற்ற முகத்தைக் கண்டு மண்டி முதலாளி கேட்டார்,

"என்ன கணக்குப் பிள்ளை சுகமில்லையா?"

கனவுலகத்திலிருந்து விழித்துச் சொன்னார், "இல்லை, நல்லாதான் இருக்கேன்."

மண்டிக்குப் பின்பக்கம் ஒண்ணுக்குப் போன அவர் பின்னால் அள்ளு கூலிக்காரன் மின்னல் சென்றான்.

"என்ன கவலையோடு இருக்கீளே."

"இல்லப்பா மவொ ஊட்டுக்கு வந்திருக்கா. குஷின் மெத்தை வாண்டீட்டு வான்னு மாமிக்காரி அனுப்பி வச்சிருக்காடேய். நான் படுற பாட்டுக்கு என்னால் குஷின் மெத்தை வாங்க முடியுமா?"

"என்ன விலையாம்?"

"நாலாயிரம் வரை இருக்கும்."

"அவ்வளவுதானே, கவலைப்படாதீங்க; நா ரெடி பண்ணி தாறேன்."

அவனால் எப்படிப் பணம் புரட்டித்தர முடியும் என்ற சிந்தனை அவரை வாட்டிக்கொண்டிருந்தது.

4

அன்று தெருவில் மரணம் நிகழாததால் உடுத்தியிருந்த முண்டை உரிஞ்சுப் போர்த்திக் கொண்டு பூனையைப் போல் கால்களை மடக்கிக் கைகளைக் கவுட்டுக்கிடையில் வைத்து உறங்கிக் கொண்டிருந்தான் சந்தூக் மைதீன். உறங்கிக் கொண்டிருப்பது மையவாடியை ஒட்டிய குடிசை வீட்டின் மறைவில். வட்டிக்காரன் பாண்டியனின் கண்ணையும் கைவண்டிக்குச் சொந்தக்காரருமான குட்டியின் கண்களிலிருந்து தப்பிப்பதற்கு ஏதுவான இடம் அவனுக்கு அதுதான். பெண்கள் 'காட்டுக்குப்' போவது அங்கேயானதால் ஆண்கள் நடமாட்டம் அதிகம் காணப்படுவதில்லை.

டாஸ்மாக் முருகனை சேக்காளியாக்கிய பின் குவாட்டருக்குப் பஞ்சமில்லை அவனுக்கு. அதற்காக வேண்டியே தொப்பையன் கடையிலிருந்து ரொட்டி சால்னா வாங்கிக் கொடுத்து முருகனைச் சேக்காளியாக்கிக் கொண்டான் மைதீன்.

குடிசை வீட்டு மறைவில் சுருளும் முன் ஒரு குவாட்டரை உள்ளே இறக்கி விடுவான், அலுப்புத் தீர உறங்குவதற்காக. ஆழ்ந்த நித்திரையில் ஆனாலும் அவனுக்கு உள்ளுணர்வு இருக்கத்தான் செய்யும். சிறு அசைவு தட்டினாலும் முழித்துப் பார்ப்பான். "யார் ஓய் அது?" அவன் காதுகள் பள்ளிவாசல் திசைக்கு நேராகத்தான் இருக்கும் எப்போதும். மோதின் பள்ளி மைக் திறக்கும் 'கிற்கிற்' ஓசை கேட்டதும் எழும்பி உட்கார்ந்து, பேதில போவான் சொல்லப்போவது என்ன, என்பதிலிருக்கும் அவன் கவனமெல்லாம்.

சொல்லப் போவது மரணச் செய்தியா? பாங்கா?[1]

மரணச் செய்தியாக இல்லாவிட்டால் மோதீனாருக்கு அஞ்சாறு தள்ளைக்கு விளி, முணுமுணுப்பில் பொதிந்து. மரணச் செய்தியாக இருக்குமேயானால் படக்குதிரையாகச் சாடி எழும்பி உடங்காட்டிற்குள்ளே மறைவாக நிப்பாட்டியிருக்கும் கைவண்டியை இழுத்துக்கொண்டு ஒரே பாய்ச்சல் பள்ளிக்கு. பாங்கு சொல்வதாக இருக்குமேயானால் ஏமாந்தவனாகப் பூனையைப் போல் கண்மூடிச் சுருண்டு விடுவான்.

இரண்டு நாட்களாக தெருவில் மய்யம் விழாத கவலை, அவனை வாட்டிக்கொண்டே இருந்தது. கவலையோடு ஜேப்பிலிருந்து சின்ன டைரியை எடுத்துப் பக்கங்களைப் புரட்டிப் பார்த்தான். ஓடைக்கரை தெருவில் வரட்டா, போட்டான்னு கிடந்த மூப்பில் நாட்களைப் பின்தள்ளிக்கொண்டே போகிறதும், பள்ளி சன்னதித் தெருவில் அந்தப் பெத்தாம்மா இன்னும் இழுத்துக் கொண்டே கிடப்பதும் அவனுக்குச் சொல்ல முடியாத வயிற்றெரிச்சலை உண்டாக்கியது. "செத்தொழியலயே இழவுகள்? மண்டையை போட்டாதானே அஞ்சாறு ரூவா கிடைக்கும்." அவ்வப்போது அவன் டைரியின் பக்கங்கள் புரளும். எந்தெந்தத் திருமண மண்டபத்தில் யார்யார் வீட்டுத் திருமணம் நடக்கும் என்கிற தேதிக்குறிப்பு பென்சிலால் எழுதப்பட்டிருக்கும் டையரியை.

மதிய உணவுக்காகப் பள்ளிக்கூடம் போய் இரண்டாம் வகுப்பறையில் உட்கார்ந்து பொறுக்கிய தமிழ் எழுத்துக்களைக் கொண்டு கிறுக்கிய டைரி. அதுக்குள்ளேதான் அவனுடைய உலகம். திருமணங்களை நினைவுபடுத்தும் மணியோசை. மரணச் சடங்கான 'கத்தம் பாத்தியா' நாட்களும் குறிப்பிட்டிருக்கும் அதில்.

காலையில் எந்திருச்சதும் ஊரிலும் சுற்றுவட்டாரத்திலுமுள்ள வீடுகளில் எட்டிப்பார்த்த பிறகுதான் அன்றைய தினத்திற்கான திட்டமிடல். நம்மாள் வீட்டுக் கல்யாணமானால் பிரியாணி உறுதி. வேற்றாள் வீட்டுக் கல்யாணமானால் காய்கறிச் சாப்பாடு. எதுவானாலும் வயிறு நிறையணும். நம்மாள் வீட்டுக் கல்யாணத்திற்கு முன்னுரிமை. அன்றைய தினம் எந்த மையம் விழுந்தாலும் கைவண்டியைத் தொடுவது மதிய சாப்பாட்டிற்குப் பிறகு. மைதீன் சந்தூக் எடுத்து வரும் வரை மய்யம் தூக்கப்படுவதில்லை என்பது அவனுக்குத் திட்டம். வேறு யாரும் சந்தூக் எடுக்கமாட்டார்கள்; அபசகுனம். அந்த வண்டிக்கு யாரும் லோடு கொடுக்க மாட்டார்கள்.

1. தொழுகைக்கான அழைப்பு.

ஊரில் எந்தத் தெருவில் யார் மண்டையைப் போட்டாலும் பள்ளி மைக்கில் சொல்லிவிட்டு மோதீன் கூப்பிட்டுச் சொல்வார், அடக்கம் செய்யும் நேரம். அதை அவர் சொல்வது அவனுக்கு வசதியாகத்தான் இருக்கும். அடக்க நேரத்திற்குச் சற்று முன் சந்தூக்கை எடுத்துச்சென்றால் போதும். அடக்கம் முடிந்ததும் சந்தூக்கை மோதீனிடம் காட்டிவிட்டு சந்தூக்[1] புரைக்குள் கொண்டு வைத்ததும் மோதீன் துருப்பிடித்த பூட்டால் பூட்டி விடுவார். சந்தூக் திருடு போவாதிருப்பதற்கு மூன்று முறை பூட்டை இழுத்து இழுத்துப் பார்ப்பார்.

சில நாட்களில், குறிப்பாக காலராக் காலங்களில் இரண்டு மூணு மய்யம் விழும். அந்த நாட்களில் மைதீன் பம்பரம் போல் சுழல வேண்டும். ஜமாஅத்தில் ஒரேயொரு சந்தூக்குத்தான் கையிருப்பு. இரண்டு மூணு இருந்தாலும் இழுப்பது மைதீன் ஒருவன்தானே. அந்த ஒன்றைத்தான் மய்யம் தூக்கி வர மரண வீடுகளுக்குக் கொண்டு செல்ல வேண்டும். ஒரு மய்யத்தை மய்யவாடியில் இறக்கிவைத்துவிட்டு அடுத்த மய்யத்தைத் தூக்குவதற்கு சந்தூக்கைக் காலம் சுணங்காமல் வண்டியில் தூக்கி வைத்து விறுவிறு என்று அடுத்த வீட்டு முற்றத்தில் இறக்கிவைக்க வேண்டும். இரண்டு மூணு மய்யம் விழும் நாட்களில் மைதீனைக் கையால் பிடிக்க முடியாது. அவனுக்கு அன்று பெருநாள். பெரும் கிராக்கியான நாள்.

"என்ன மைதீன் இன்னைக்கு", டாஸ்மாக் முருகன் கேட்டான்.

"பேச நேரமில்லப்பா. ஒண்ணு குடு விடட்டு. இண்ணு மூணு விழுந்ததப்பா" எங்குமில்லாத குஷி.

மைதீன் வாங்கும் பாட்டிலை வைத்தே முருகன் கணித்து விடுவான், ஊரில் எத்தனை விழுந்ததென்று. முருகனுக்குக் கணக்கு முடிப்பது டாஸ்மாக் கடையை அடைக்கும் நேரம், இடுப்பில் ஒரு குவார்ட்டரைச் சொருவிக்கொண்டு.

மய்யவாடியைச் சுற்றி இப்பவும் முட்காடுதான். உடங்காடு! பகல் நேரங்களிலும் இருளை மடியில் கட்டிக் கொண்டிருக்கும் அடர்ந்த காடு. குடிசையிலுள்ள பெண்கள் அதைப் பகல் இரவாகப் பயன்படுத்தி வருகின்றனர். ஆண்டாண்டு காலமாக அவர்களுக்கு உடங்காடுதான் கழிப்பிடம். வீடுகளில் கழிப்பிடம் கட்ட வசதியில்லாத ஓடைக்கரை தெரு ஜனங்களுக்கு உடங்காட்டை விட்டால் வேறு போக்கிடம் இல்லை என்ற நிலை. தெரு வழி நடந்துவரும் பெண்களிடம் எதிரில் வருவோர் தூரமா

1. சந்தூக் – சடலம் எடுத்துச் செல்லும் பெட்டி.

இந்த நேரம் என்று கேட்டால் உடன் பதில் வரும் 'காட்டுக்கு'; காட்டுக்கென்றால் புரிந்துவிடும்; மறுபேச்சு இருக்காது; பேசி நின்று சுணங்க வைப்பதில்லை; அவசர விஷயம்; குமரிப் பிள்ளைகளும் காட்டுக்குதான் போவார்கள்.

பள்ளித் தெரு வீட்டுப் பெண்களுக்கு உடங்காட்டைப் பயன்படுத்த வேண்டிய தேவையிருக்காது. அவர்களுடைய வீடுகளில் எடுப்பு கக்கூஸுகள் உள்ளன. 'சுவர்முட்டி' குடிக்கும் சிட்டுதான் காலம்காலமாக மலம் அள்ளிச் சுத்தம் செய்வது. அவள் கொண்டு வரும் தூக்குவாளியில் எடுக்கும் பாரம் மிச்சம் மீதியுள்ளது வீடுகளிலிருந்து கிடைக்கும். தீபாவளி, பொங்கல், மாசப் பிறப்பு, கோயில் கொடை, பெருநாள், பக்ரீத் போன்ற நல்ல நாட்களுக்குத் தனிப் படிகள் வேறு கிடைக்கும். எவளாவது கொடுப்பதில் கஞ்சத்தனம் காட்டுவாளேயானால் அவள் வீடு நாறிப் பிளக்கும். இதைக் கருத்தில்கொண்டு வெளிநாடு போய் வந்தவர்களுடைய வீடுகளில் இப்போது பாம்பே கக்கூஸ். அந்த வீடுகளுக்குச் சுவர்முட்டி சிட்டுவினால் ஏற்படும் தொல்லை நீங்கியது. அவளுடைய கத்தலுமில்லை, சீறலுமில்லை.

காட்டுக்குப் போவதாகச் சொல்லிப் போவோரை யாரும் வழித்தடை செய்வதில்லை. மனிதர்களுடைய அத்தியாவசியத் தேவை காட்டுக்குப் போவது; உடங்காடு பெண்களுக்காக. ஆண்கள் எட்டிக் கூட பார்க்கக்கூடாது என்பது எழுதப்படாத நிபந்தனை. என்றாலும் யார்கண்ணிலும் படாமல் ராக்காலங்களில் சில இளவட்டங்களின் நிழலாட்டம் அங்கே இருக்கும்.

ஆண்கள் போவது இரயில் தண்டவாளம் தாண்டியுள்ள குளத்தங்கரையில். மழைத் தண்ணீர் நிரம்பிய குளம். அதிலேயே தான் ஆடு மாடுகளைக் குளிப்பாட்டுவது, துணி துவைப்பது, குளிப்பதெல்லாம். கடும் வறட்சிக் காலங்களில் நீர் குடிப்பதற்கு இல்லாமல் நாக்கு காய்ந்து குளம் வெடித்துக்கிடக்கும் நேரங்களில் ஓடைக்கரை தெருவிலுள்ள ஆண்கள் சிலர் குவளைகளில் ஒரு சொம்பு தண்ணீர் எடுத்துக்கொண்டு போவார்கள், சுத்தம் செய்ய.

உடங்காட்டில் உணவு தின்று மதத்த பண்ணிகள் தெருவுக்குள் வந்து சண்டைப் போட்டு உறுமித் திரிந்து தெருவெங்கும் மலம்கழித்துவைக்கும். தெருப்பக்கம் ஜனங்களைவிடப் பண்ணிகளின் நடமாட்டம் அதிகம்.

ஒருமுறை ஒருபெரும் பண்ணி, குட்டிகளுடன் மைதீனின் வீட்டுக்கு முன் ஏதோ குழந்தை மலம் கழித்து வைத்ததைத் தின்பதில் அவைகளுக்கிடையே கத்திக்காராடி சண்டை போட்டது. அன்று ஊரில் மய்யம் ஏதும் விழாததால் வருமானம் இல்லாத

கோபத்தில் பெண்டாட்டியிடம் சண்டை போட்டுப் போதை ஏறிக்கொண்டிருந்த மைதீன் கையில் கிடைத்த உலக்கையைத் தூக்கிப் போட்டான் அஞ்சாறு போடு. பண்ணியும் குட்டிகளும் போட்ட ஓலங்கேட்டு தெரு ஜனங்கள் வந்து கூடினார்கள். வாயிலிருந்து இரத்தம் வடிய பண்ணிகளும் குட்டிகளும் பந்து உருண்டோடுவது போல் ஓட்டம் பிடித்தன.

“பொல்லாமுறுவத்துக்கு அடிவிழணும்,” வந்து கூடிய மக்களின் கருத்து.

“தாயளி, இந்தப் பக்கம் தலகாட்டிப் பாரு, கொண்ணு பூத்திப் போடுவேன்.” சொல்லி உலக்கையை வீட்டுக்குள் தூக்கி வீசிப் போட்டது அவன் பெண்டாட்டி காலில் போய் விழுந்தது.

“நீக்கம்புல போவான் எங்கால ஓடிச்சியா,” கத்தி திட்டினாள் – நரகத்தில் போவதுக்கும் கொள்ளை நோய் வந்து சாவதுக்கும்.

மைதீன் மகன் சுக்கூர் காட்டுக்குப் போய் உட்கார்ந்தவனைக் குட்டிப்போட்ட ஒரு பண்ணி நெருங்கியது. முன்னால் கிடந்த கல்லை எடுத்து ஓங்கி ஒரு எறிவிட்டான். குட்டி போட்டு பெத்தெழும்பிய பண்ணிக்கு வெறி பொத்தது. பய்யனைக் கடிச்சுக் குதறி மலத்தில்போட்டு உருட்டியது. இரத்தம் வடிய அவயம் போட்டுக்கொண்டு ஓடியவனை அது தெருத் தெருவா துரத்தியது. பையன் நிக்கர் போடாமல் விட்டிலாகப் பறந்துவிட்டதால் உயிர் பிழைத்தான்.

மோஸஸ் டாக்டர் கைவிட்டதால் சுக்கூரைத் தர்மாசுபத்திரியில் கொண்டு சேர்த்துப்போட்டது, எட்டு பத்து தையல். அது முதற்கொண்டு மைதீனுக்குப் பண்ணி என்றாலே வெறி பிடிக்கும். எந்த இடத்தில் வைத்துப் பார்த்தாலும் ஒரு கல் எடுத்தாவது ஒரு எறி விடாமல் அடங்கமாட்டான்.

ஓடைக்கரை தெருவெங்கும் குறிப்பாகக் குடிசைப் பகுதியெங்கும் பண்ணி தொல்லை தாங்க முடியவில்லை. ஜமாத்து சொந்தமாக்கிய தரையில் கட்டிய குடிசைகள் ஜமாஅத்துக்குத் தரை வாடகை கட்டணும். தரை வாடகை பிரிக்க வரும் கணக்குப் பிள்ளையிடம் பலமுறை பண்ணித் தொல்லையைப் பற்றி ஆவலாதி சொல்லியும் பலன் இல்லை. ‘பண்ணி பிடிக்க வரும் காட்டு நாயிக்கர்களிடம் சொல்லுங்கள்,’ என்று சொல்லி தடி தப்பிவிடுவார்.

பண்ணி முஸ்லிம்களுக்கு ஆவாத துசிகெட்ட ஜந்து. பண்ணியென்ற சொல்லைக்கூட காதால் கேட்க மாட்டார்கள். அவ்வளவு வெறுப்பு பண்ணி மேல. பண்ணி இறைச்சி முஸ்லிம்களுக்கு விலக்கப்பட்டது. பண்ணி எதிரில் வந்தாலே

முஸ்லிம்கள் முகத்தைத் திருப்பிவிடுவார்கள். நம்ம மதம் விலக்கிய பண்ணியைத் தெருவில் நடமாடவிடலாமா என்று தெரு இளவட்டங்கள் கேட்டனர். பண்ணி பிடிக்க காட்டுநாயிக்கரை வரவழைத்தனர். முனையில் கண்ணிகட்டிய நீண்ட கம்புடன் வந்த காட்டுநாயிக்கரை பார்த்துப் பண்ணிகள் சிதறி ஓடிக் காட்டுக்குள் ஒளிந்துகொண்டன. நடவடிக்கை எடுக்காத ஜமாஅத் நிர்வாகத்தைக் கண்டித்து ஆங்காங்கே சுவரொட்டிகள் ஒட்டப்பட்டிருந்தன.

'பஞ்சாயத்துத் தேர்தல் வரட்டும் பாத்துகிடுவோம்,' என்று முஸ்லிம் எழுச்சிக் கழக (மு.எ.க) இளவட்டங்கள் உணர்ச்சிகளைக் கட்டுப்படுத்தினர். ஜமாஅத்தார் ஆதரிக்கும் வேட்பாளருக்கு எதிராக நம்ம சார்பாக ஒரு வேட்பாளரை நிப்பாட்டி வெற்றிபெறச் செய்ய வேண்டுமென்று உறுதி கொண்டனர். ஆட்சி மாறியதால் உடன் தேர்தல் நடக்கும்.

ஞாயிற்றுக்கிழமை கமிஷன் மண்டி விடுமுறையானதால் கணக்குப் பிள்ளை மஸ்தான் இரவுத் தொழுகைக்குப் பள்ளிவாசலுக்கு வந்தார். பள்ளி முற்றத்தில் மக்கள் திரண்டிருப் பதைப் பார்த்த அவருக்கு விஷயம் என்னவென்று புரியவில்லை. திரண்டிருந்தவர்களில் ஒருவரிடம் விசாரித்தார்.

"என்ன விஷயமோ?"

"ஒரு பெண் விவகாரம்"

தொழுகையை முடித்துவிட்டு வந்தபோது சில முக்கியஸ்தர்கள் பள்ளியின் முன்தளத்தில் கோரம் பாயில் தயாராக உட்கார்ந்திருந் தனர். பள்ளிக்குள்ளே ஏறும் படிகளுக்குக் கீழ் முற்றத்தில் ஒரு பெண்ணும் அவளுடைய தாயும் தகப்பனும் ஒரு பக்கம். இன்னொரு பக்கம் நாற்பது வயதை நெருங்கும் சுமை தூக்கி ஈசுப்பு திரட்டி வந்த மக்கள்.

ஊர் விவகாரம் பேசி முடிப்பதற்கென ஒரு தனிக் கமிட்டி அமைக்கப்பட்டிருந்தது. கமிட்டி தலைவர் தலையிலிருந்து தொப்பியை எடுத்து வியர்வை துடைத்து விட்டுத் தயார் எடுப்பது போல் மீண்டும் தலையில் செவ்வனே தொப்பியை வைத்துவிட்டு அவனைக் கூப்பிட்டார்.

"வாடா,"

அவன் ஒரு குற்றவாளியைப் போல் பவ்யமாக ரண்டடி முன்வைத்தான்.

"நில்லுடா அங்கே", அவன் நின்றுவிட்டான்.

பலகாலம் கொழும்புவில் தேத்தண்ணி அடித்துக்கொண்டு ஊர் திரும்பிவந்த கமிட்டித் தலைவர் அவனைப் பார்த்துக் கேட்டார்.

"அடேய் நீ பீயைத் திங்கிறியா சோத்தைதான் திங்கிறீயா?" என்று ஒரு போடு போட்டார். அவன் பேசாமல் தலைகுனிந்தான். விவகாரம் பேசும் குழுத் தலைவர் இப்படி நாகரிகமற்ற முறையில் அவனிடம் கேட்டது கணக்குப் பிள்ளை மஸ்தானுக்கு அருவருப்பாக இருந்தது. இறை இல்லத்தில் வைத்து, குற்றம் செய்தவனோ செய்யாதவனோ, குற்றம் செய்தவனாகவே இருக்கட்டும், அவனுடைய முகத்திற்கு நேராக சபையோரின் முன்னிலையில் கேட்டிருக்க கூடாத கேள்வியாகப் பட்டது. இவரெல்லாம் பெரிய மனுசனா என்று நினைத்துக்கொண்டு என்ன கூத்துதான் நடக்குறதென்று வேடிக்கை பார்க்க ஒரு ஓரமாக உட்கார்ந்தார் கணக்குப் பிள்ளை மஸ்தான்.

"ஏய் புள்ள என்ன நடந்தது, நீயே சொல்லு?" அவளைப் பார்த்துக் கேட்டார் தலைவர்.

சபையோர் முன்னிலையில் சொல்ல வெட்கப்பட்டு அவள் தலைகுனிந்து நிற்பதைக் கண்டதும் விவகாரக் குழு உறுப்பினர் குத்தூஸ் வெடுக்கென அவளுக்கு நேராக அம்பு தொடுத்தார்.

"என்ன வெட்கப்படுதா, சொல்லு. பயக்களைக் கூட்டிட்டுக் காட்டுக்குள்ளே போய்ப் படுத்தப்பம் வெட்கமாய் இரிக்க வில்லையோ?"

சபையோர் முன்னிலையில் இப்படிப் பச்சையாகக் கேட்டதும் அவள் சர்வநாடிகளும் தளர்ந்து கண்ணீர் வடித்தாள். தொண்டையில் குரல் உறைந்துவிட்டது அவளுக்கு.

முஸ்லிம் எழுச்சிக் கழகத் தொண்டர் ஒருத்தர் உரக்கக் கத்தினார்.

"பள்ளிக்குள்ளே வச்சு என்னவோய் கெட்டவார்த்தை பேசிரும்."

கூட்டத்தில் ஒரு சலசலப்பு, கேட்டவருக்கு ஆதரவாக.

ஈசுப்பு பரக்கத் புரோட்டா ஸ்டாலிலிருந்து குத்தூஸுக்கு ரொட்டி சால்னா வயிறு நிறைய வாங்கி கொடுத்ததையும், "நான் பாத்துகிடுதே மாப்பிள்ளை," என்று ஈசுப்புக்கு உறுதி கொடுத்ததையும், எலிப் பொறி சாவல் காதால் கேட்டதை மூச்சு காட்டாமல் அடக்கிக் கொண்டான், அந்நேரம்.

"அடேய் உன் பேர் என்ன?" தலைவர் அவனுக்கு நேராகத் திரும்பினார்.

"ஈசுப்பு."

"என்னடா செய்ஆ".

"மைதீன் ராவுத்தர் கடையில சுமடு தூக்கிட்டிருக்கேன்."

"இந்தப் பெண்ணுக்கும் உனக்கும் என்னடா தொடர்பு."

"எனக்கு இவள தெரியாது மோலாளி."

மறுத்ததும் கூட்டத்தில் ஒரு கொந்தளிப்பு.

இவள் காட்டுக்குனு சொல்லி போறதும் இவன் மய்யவாடி சுவர் குதிச்சுப் போறதும் சிலருக்குத் தெரிந்திருந்தும் தெரிந்ததாக அந்த இடத்தில் காட்டிக்கொள்ளவில்லை.

பெண்ணின் வாப்பா கொஞ்சம் முன்வந்து விவகாரக் குழுவுக்கு ஸலாம் சொன்னார்.

"அஸ்ஸலாமு அலைக்கும்,"

"சொல்லுமையா உங்க பராதியென்ன."

"மோலாளி இவனுக்கு முன்னே கல்யாணமாச்சிது. முத பெண்டாட்டியையும் குழந்தையையும் வேண்டாமினு அடிச்சு விரட்டினான். ரண்டாவதாக ஒரு கல்யாணம் ஓடைக்கரைத் தெருவில் செய்தான். அதில இரண்டு பெண் குழந்தை இருக்கு. எம் மொவளையும் கல்யாணம் செய்வேன்னு ஆசைகாட்டி இப்ப அவளுக்கு ஏழு மாசம். அவளைக் கல்யாணம் செய்ய மாட்டேன்று சொல்லுதான். நீங்கதான் நல்ல நியாயம் வழங்கணும் முதலாளி."

குழுத் தலைவர் அவன் பக்கமாகத் திரும்பிக் கேட்டார், "அப்படியாடா?"

"எனக்கு இவள தெரியாது. நான் காட்டுக்குள்ளே போனதே இல்ல," என்று அவன் சொன்னதும் அவள் சார்பாக வந்த விடலைகள் அவனைத் தாக்க முற்பட்டனர். ஒருவன் முன்னால் குதிச்சு வந்து அவன் சட்டையை எட்டிப் பிடிச்சான் – "நீ இவள கெடுக்கலையாடா?"

"விடு விடு" என்றென பல குரல்கள். கலபில குரல்களுக்கிடையில் ஒரு பெண் இரண்டு பெண் குழந்தைகளைக் கையில் பிடித்து இழுத்துக்கொண்டு பள்ளி முற்றத்திற்கு வந்து கத்தினாள்.

"எனக்கும் என் பிள்ளை ரண்டுக்கும் பதில் சொல்லிட்டு இவள கல்யாணம் செய்யட்டு – நாங்க பட்டினி கெடந்து சாவுதோம். கிடைக்குதக் கூலியெ குடிச்சுட்டு மீதிய இவளுக்குத்தான் கொண்டு கொடுக்காரு."

"அப்படியாலே உன் பொண்டாட்டி சொல்வது உண்மையாடா..?"

"பொய். இவ எனக்கு இனி வேண்டாம்"

அவள் திடுக்கிட்டாள் – "அடப் பாவி!"

குத்தூஸ் இடைமறித்துப் பேசினார். "அவன்தான் அவள் வேண்டாமினு சொல்லுதானே. அவா பிள்ளையைக் கொண்டு போட்டுமே. நம்ம ஜாதி அறுத்து கெட்டுற ஜாதிதானே?"

முஸ்லிம் எழுச்சிக் கழகத் தொண்டர்கள் வெகுண்டனர். "நிறுத்து ஓய் நீயென்ன நியாயம் சொல்தாவோய். அறுத்துக்கெட்டுத ஜாதியா நம்ம ஜாதி? ஏன்வோய் சமுதாயத்தை இழிவுபடுத்திப் பேசுதா. மன்னிப்பு கேளு, எங்கவோய் அறுத்துக்கெட்ட சொல்லியிருக்கு? காரணம் இல்லாம ஒன்ன அறுத்தட்டு இன்னொன்ன தாலி கெட்ட சொல்லியிருக்காவோய்? நாளை இவளையும் அறுத்துவிட்டுட்டு வேறையும் போய் கெட்டவா சொல்லியிருக்கு?"

"மன்னிப்புக் கேள் மன்னிப்புக் கேள்." பல குரல்கள் ஆவேசமாக உயர்ந்தன. இதற்கிடையே எலிப் பொறி சாவலுக்கு வெடித்துவிட்டது. முஸ்லிம் எழுச்சிக் கழகத் தொண்டர் ஒருவருடைய காதில் ஊதினான் – பரக்கத் புரோட்டா ஸ்டாலிலிருந்து குத்தூஸுக்கு அவன் ரொட்டி சால்னா வாங்கிக் கொடுத்ததையும் நான் பார்த்துகிடுதேன் என்று குத்தூஸ் சொன்னதையும்.

இதைக் காதில் வாங்கிய முஸ்லிம் எழுச்சிக் கழகத் தொண்டன் பள்ளிப் படி ஏறி குத்தூஸுக்கு நேராகக் கொதிப்புடன் விரல் சூண்டிக் கேட்டான், "இவன் பரக்கத் புரோட்டா ஸ்டாலிலிருந்து வாண்டித் தந்த ரொட்டி சால்னாக்காக நியாயம் பேசுதாயாடா எத்துவாளி நீயெல்லாம் விவகாரம் பேசி நியாயம் சொல்லக்கூடிய நியாயஸ்தர்களா?"

குத்தூஸ் வாயடக்கிப் பொந்துக்குள் பம்மினார்.

"முதல்ல இந்த பெண்டாட்டிக்கும் ரண்டு குழந்தைகளுக்கும் பதில் சொல்லணும்," சிலர் கத்தி சொன்னார்கள்.

"அடேய் என்ன சொல்லுதா?" குழுத் தலைவர் கேட்டார்.

தலைகுனிந்து பதில் பேசாமல் மௌனமாக நின்றான் ஈசுப்பு.

"அடேய் என்ன பேசாம நிக்குதா? உன் வாயில புண்ணா சொல்லுடா பதில்."

“நான் இவ கூட வாழ்தேன்.” அந்தச் சிக்கலிலிருந்து மீள்வதற்காக இருமனசுடன் பதில் வந்தது.

“சரி நீ உன் பெஞ்சாதி பிள்ளைகளோடு சேர்ந்து வாழ்தேன் என்கிறா. அப்பம் நீ கெடுத்த இந்த பெண்ணுக்கு என்ன பதில்?”

“நா இவள கெடுக்கல; எனக்கு இவளத் தெரியாது.” ஓங்கிச் சொன்னதும் அந்தப் பெண்ணின் உடன்பிறந்தான் அவன் நெஞ்சாம்பலவையை நோக்கி ஒரு குத்து விட்டான்.

“எடு வாருவல்” என்றாள் பெண்ணின் உம்மாகாரி. “கட்ட வாருவலால மோரக்கட்டையை அடிச்சுக் கழுவிப் போடுவேன். உள்ளதை சபைக்கு முன்னால் சொல்லு. எங்க மரைக்கான் தெருவுக்கே அடுத்த தெருக்காரந்தா இவன் எங்க தெருவழியாத்தான் வழிநடப்பான் எங்க ஊட்டுக்கு முன்னே போவும்போ சூளம் அடிப்பான். இவன் போய் கொஞ்ச நேரமானதும் என் தங்கச்சி காட்டுக்குப் போறேன்னு சொல்லிட்டு போவா. காட்டுக்குப் போறவள புடிச்சு நிப்பாட்ட முடியுமா? முதல்ல விஷயம் புரியல. பிறவுதான் எங்களுக்கு விஷயம் தெரிஞ்சுது. அடிச்சுக் கேட்டப்போ உண்மையை சொன்னாள் – இவன்தான்.”

பெண்ணின் உடன்பிறந்தானுக்குக் கோபம் கொப்பளித்தது.

“டேய் மயிராண்டி, தப்பிக்கலாம்னு நினைக்காதே முடியாது. கத்தியால வவுந்து போடுவேன். இன்னைக்கே முடிவு தெரியணும்.”

“என்னடா செல்லுதா? உண்மையைச் சொல்லு”

குழுத்தலைவர் கேட்டதற்கு ஏதும் பேசாமல் மௌனமாக நின்றான்.

“சொல்லு தாயலி,” முஸ்லிம் எழுச்சிக் கழகத் தொண்டன் அவன் செவிட்டில் ஒண்ணு போட்டான்.

“இவன்தானா புள்ள?” தலைவர் பெண்ணிடம் கேட்டார். கொஞ்சநேர மௌனத்திற்குப் பின் தலை அசைத்தாள், ஆமாவென்று.

“இந்த புள்ள நீதான்னு சொல்லுதே, சொல்லுடா உண்மைய?”

அவன் திரும்பிப் பார்த்தான். முஸ்லிம் எழுச்சிக் கழக விடலைகள் வம்முறுக்கிக் கொண்டு நின்றனர். இவ்வளவு கூட்டம் சேருமென்று அவன் எதிர்பார்க்கவில்லை. தன்பக்கம் பேச வந்தவர்கள் மெல்ல கூட்டத்திலிருந்து நழுவி விட்டிருப்பது அவன் கவனத்தில் பட்டது. குத்தூஸைப் பார்த்தான். குத்தூஸ்

முகத்தைத் திருப்பிவிட்டார். முஸ்லிம் எழுச்சிக் கழக விடலைகள் விடமாட்டானுவோ போலிருக்கிறது.

ரொட்டி சால்னா வாங்கிச் சாப்பிட்டது அம்பலமானது குத்தூஸுக்குக் கேவலமாப் போச்சு. சுற்றும் பார்த்தான். குத்தூஸ் அங்கிருந்து மெல்ல நழுவிவிட்டார். அவனுக்கு வேறு பிடிவள்ளி கிடைக்கவில்லை. தலைகுனிந்தவாறே சொன்னான்.

"நாந்தான்,"

"அவனுக்கு கல்யாணஞ் செய்து வைங்க." சபையோர் சொன்ன முடிவை விவகாரக் குழு ஏற்றுக்கொண்டது. அன்று இரவே பெண்ணின் தகப்பனாரையும் அவனையும் வைத்து நிக்காஹ் செய்துவைத்தார்கள்.

"திருமணத்திற்கு முன் பெண்ணைக் கெடுத்ததற்கு தண்டனை?" முஸ்லிம் எழுச்சிக்கழகத் தொண்டர்கள் கேட்டார்கள்.

"தண்டனையா? அஞ்சு கிலோ தேங்காய் எண்ணெயும் அஞ்சு தேங்காயும் பள்ளிக்கு அபராதம் கெட்டணும்."

குழுத்தலைவர் தீர்ப்பு சொன்னார்.

"ஒரு பெண்ணைக் கெடுத்தவனுக்கு இதா தண்டனை?"

தண்டனை போதாதென்று முஸ்லிம் எழுச்சிக் கழக விடலைப் பசங்கள் மனக்கொதிப்புடன் கேள்வி எழுப்பினார்கள்.

5

இறப்பதற்கு மூன்று நாள் முன்பு விறகுக் கடையில் உட்கார்ந்து முட்டுச் சொறிந்து கொண்டிருந்த 90 வயதான சீனா தானா, உப்பா, ராவுத்தர்புரத்தின் முற்கால வரலாற்று ஏட்டின் பக்கங்களைப் புரட்டியதை சோறாக்க விறகு வாங்கச்சென்ற மைதீன் கூர்ந்து கேட்டான்.

கேட்டீளா இன்றைய ராவுத்தர்புரம் ஒரு காலத்தில் பெரும் காடாய்க் கிடந்தது. யாருக்கும் வேண்டாத கழிச்சிப் போட்ட இடமாக இருந்தது. பட்டாபகலிலே பேய் பிசாசுகள் குத்திமறிஞ்சு விளையாடும். கோரக்காடு ராவானால் தாகம் தணிக்க இரத்தம் தேடி ஆலாப் பறக்கும் பேய்கள் நிறைந்த காடு. தர்ம சிந்தனையுள்ள வேணாட்டு மன்னர்கள் ஆட்சி செய்த காலத்தில் குற்றம் செய்வார்க்குப் புல்லு முளைக்காத கட்டாந்தரைக்கும் உடங்காடுகளுக்கும் நிலத்தீர்வை கட்டுவது தண்டனையாக இருந்தது. இதுமாதிரி புறம்போக்கு இடங்களைக் குற்றவாளியின் பெயருக்குப் பட்டா போட்டுக் கொடுத்து வரி வசூல் செய்துவிடுவார்கள். சிலர் வரிகட்ட முடியாமல் தண்டனையிலிருந்து தப்பிப்பதற்காக ஊரை விட்டு ஓடி வேறு நாட்டில் போய்த் தஞ்சம் புகுந்தவர்கள் ஏராளம்.

மாலிக் இப்னு தீனார் பள்ளிக்கு மய்யம் அடக்கம் செய்வதற்காக வேணாட்டு அரசர் ஸ்தாணு ரவிவர்மா கரம் ஒழிவாக்கி இனாமாகப் பட்டா போட்டுப் பதிச்சுக் கொடுத்த இடந்தான் இந்த வெட்டவெளியான நிலமும் இதைச் சுற்றிய பெரும் உடங்காடும் உட்பட ஆயிரத்தி முந்நூற்றி சில்வானம் ஏக்கர் புறம்போக்கு!

பனை ஓலையால் கொஞ்சம் வெளி இடத்தைச் சுற்றி வேலி போட்டு மய்யங்களை அடக்கிவந்தார்கள். மீதி இடம் புல் முளைக்காத கட்டாந்தரையாகவும் உடங்காடாகவும் இருந்தது. கபர் ஸ்தானமானதால் ஆவிகளின் நடமாட்டம் இருக்குமென்று பயந்து அதிகம் மக்கள் நடமாட்டமே இருக்கவில்லை. ஜின்களின் நடமாட்டம் அப்போதும் இப்போதும் உண்டென நம்பப்படுகிறது.

மாலிக் இப்னு தீனார் பள்ளிக்குச் சுற்றிலும் உயர் முஸ்லிம் களின் குடியிருப்புகள். செல்வந்தர்களான இவர்களுக்குக் கொழும்பு, பினாங்கு பர்மா போன்ற இடங்களில் வியாபாரம். ஊரில் ஏலாக்களும் பெரிய தென்னந்தோப்புகளும் உள்ள கெண்ட பணக்காரர்கள். இவர்களுடைய நிலங்களில் ராப்பகலாய் உழைக்கும் மக்களின் குடியிருப்புகள் உயர் முஸ்லிம்களான தங்ஙள்கள், லெப்பைகள், வீடுகளுக்கு அருகாமையில் இவர்கள் வீடுகள் உள்ளன. ராக்காலங்களில் ஏழைகளுக்கு இடையில் அடிக்கடி சண்டை சச்சரவு நடப்பது மாலிக் இப்னு தீனார் பள்ளியை ஓட்டித் தங்கி வரும் உயர் மக்கள்களுக்குப் பெரிய தலைவலியாக மாறிவிட்டது. குடிசைப் பாவங்களை இங்கேயிருந்து வெளியேற்றுவதைப் பற்றி வசதி படைத்தவர்கள் சிந்திக்கத் துவங்கிய நேரம் ஊர் 'முதல் கூடி' அசன் ராவுத்தர் திடீரென மண்டையைப் போட்டுவிட்டார். இவர் மரணத்திற்குப் பிறகு பொன்னறைக்கல் வீட்டு செய்யது செய்யது ராவுத்தர் முதலாளி சுயம் ஊர் முதல்கூடியானார்.[1] பொன்னறைக்கல் ராவுத்தர் முதலாளி முதல்கூடியானதும் முதன்முதலாக ஊரிலுள்ள குடும்பக்காரர்களான சில முக்கியஸ்தர்களை மாலிக் இப்னு தீனார் பள்ளியின் முன் தளத்தில் கூட்டி தன்னுடைய முடிவைச் சொன்னார்.

"ஆண்டாண்டு காலமாக ராவுத்தர்களாகிய நாம் மட்டுமே மாலிக் இப்னு தீனார் கட்டிய பள்ளியைச் சுற்றி வாழ்ந்து வருகிறோம். நம்மோடுதான் தங்ஙள்களும் லெப்பைகளும் குடிவாழ்கின்றனர். நம்ம வீடுகளுக்கு அருகில் கொஞ்சம் கச்சடாக்கள் வந்து வீடு வாங்கியும் குடிசை கட்டியும் தங்கி வருவது நமக்குக் கேவலமில்லியா? இந்தக் கச்சடாக் கூட்டத்தை இங்கிருந்து மாற்ற வேண்டாமா? மாற்றுவது தர்மமில்லியாவுள்ளே?"

"ஆமா, மாற்ற வேண்டும்; அதுக்கு என்னவழி முதல்கூடி?"

உடங்காடும் கபர்ஸ்தானமும் போக மீதி வெட்டவெளியான இடமிருக்கிதே, அந்த இடத்தில் அவர்களுக்கு குடிசை போட ஆளுக்கு ரண்டு செண்ட் தரை கொடுத்து ஒதுக்கினாலோ?

1. முதல் கூடி – ஊர் பொருளாளர் – தலைவர்.

"பேஷ், நல்ல ரோசனை."

"ஊடு கட்ட ஆளாளுக்குக் கொஞ்ச பணமும் கொடுக்கணும்."

"கொள்ளாம், நல்ல மூளைதான் புள்ளே."

மாலிக் இப்னு தீனார் பள்ளி முதல்கூடியும் அங்கே உள்ள செல்வந்தர்களும் சேர்ந்து ஏழைகளை வெளியேற்றினார்கள். வெளியேற்றப்பட்ட ஏழைகள் இரண்டு செண்ட் தரையில் குத்தி அடச்சு (குடிசைக் கட்டி) இருந்தார்கள். அதுதான் மாலிக் இப்னு தீனார் பள்ளியிலிருந்து சற்றுத் தொலைவில் காணப்படும் குடிசைப் பகுதி.

இப்போதைய ராவுத்தர்புரம்!

ராவுத்தர்புரம் குடிசை மக்கள் தொழுகைக்காகச் சற்றுத் தொலைவிலுள்ள மாலிக் இப்னு தீனார் பள்ளிக்குத்தான் போக வேண்டும். அங்கே ராவுத்தர்புரம் மக்கள் ஓரங்கட்டப்பட்டனர். ஜும்ஆ தொழுகைக்கு இவர்களுக்குப் பள்ளியின் பின்பகுதியில் நின்று தொழுவதற்கு இடம் ஒதுக்கப்பட்டது. ராவுத்தர்புரம் மக்களில் சிலருக்கு இந்த ஓரங்கட்டுதல் பிடிக்கவில்லை.

"நாங்கள் முஸ்லிம்களில்லையா? ராவுத்தர்கள் இல்லையா? ஏன் இந்த பாகுபாடு?"

ரோசம் உள்ளில் ஒதுக்கிக்கொண்டு திரிந்தனர் சிலர்.

ஒரு வெள்ளிக்கிழமை குத்துபா தொழுகைக்குப் பின் ராவுத்தர்புரம் மக்கள் ஒன்றுகூடிப் பேசினர்.

நமக்கு ஒதுக்கப்பட்ட இடத்தில் நமக்கு ஒரு சிறுபள்ளி கட்டினாலோ?

"ஆமா." ஏக மனதாக எல்லோரும் வரவேற்றனர்.

"பள்ளி கட்ட பணம்?" ஒருவர் கேட்டார்.

பணப் பேச்சு வந்ததும் ஒருவருக்கொருவர் முகத்தைப் பார்த்தார்கள்.

அன்றாடம் செய்யும் கூலி வேலைகள் மூலமும் சிறு கைத்தொழில் மூலமும் கிடைக்கும் வரும்படி நித்தியச் செலவுக்கே பற்றாக்குறை. இந்த நிலைமையில் பள்ளி கட்ட பணம் திரட்டுவது எப்படி?

"பள்ளி கட்ட பணம் திரட்டுவது ஒரு பக்கம் இருந்தாலும், பள்ளிக்கட்ட போகும் இடம் நமக்கு சொந்தமில்லையே," வேறொருத்தர் கேள்வி எழுப்பினார்.

இப்படி கேள்விகள் எழுந்த பிறகு ஒவ்வொருவரும் சிந்திக்கத்தொடங்கினார்கள்.

"சரிதானே, இடம் நமக்குச் சொந்தமில்லியே..?"

"மாலிக் இப்னு தீனார் பள்ளி ஜமாஅத்தாரிடம் போய்க் கேட்டுப் பாப்போம். அவர்கள் பள்ளி கட்ட சம்மதிப்பார்களா என்று கேட்டு வருவோம்."

"போய்க் கேட்டு பாப்போம்."

தீர்மானப்படி முக்கியமான சிலர் மாலிக் இப்னு தீனார் பள்ளி முதல்கூடியைச் சந்தித்துத் தங்கள் வேண்டுகோளை முன்வைத்தனர்.

முதல் கூடி தன்னுடைய சொந்தக் கருத்தாகச் சொன்னாலும் அது ஜமாஅத்தின் கருத்தாகத்தான் இருந்தது.

"நாங்கள் ஒரு சின்னப்பள்ளி கட்டித் தருவோம். நீங்க அதில் தொழ வேண்டும். எக்காரணம் கொண்டும் பள்ளி இருக்கும் இடத்தை உங்களுக்கு எழுதித் தர மாட்டோம். எங்க சுன்னத் ஜமாஅத்துக்கு கீழ் இருந்து கொள்ளுங்கள். ஆண்டாண்டு காலம் ராவுத்தர் பள்ளியாக இருக்க வேண்டும்."

முதல் கூடி சொன்னதைப் போனவர்கள் வேறுவழியின்றி ஏற்றுக்கொண்டதன் பெயரில் ஒரு சிறு தொழுகைப் பள்ளி உயர்ந்தது. மேலே தென்னை ஓலையால் வேய்ந்த கூரை.

"சுதந்திரம் இங்கயும் இல்லையா? இங்கேயும் அடிமைகள் தானா?"

சிலர் தங்களுக்குள் முணுமுணுத்தனர். "எப்படியும் அவர்கள் விருப்பப்படி நடக்கட்டும். நாம் இல்லாதவர்கள் அடிபணிஞ்சு தான் போகணும்."

எப்படியோ அங்கு ஒரு பள்ளி உருவானது. கொஞ்சம் நாட்கள் கடந்தபின் ராவுத்தர்புரம் மக்கள் மாலிக் இப்னு தீனார் பள்ளி ஜமாஅத்தினரிடம் கெஞ்சிக் கூத்தாடி அனுமதி பெற்று ஜும்ஆ தொழுகையும் நடத்தப்பட்டது.

மாலிக் இப்னு தீனார் பள்ளியில் ஜும்ஆ-வுக்கு இருந்த ஜன நெருக்கடி குறைந்துவிட்டது. அது அவர்களுக்குப் பெரும் ஆறுதல். பெரிய விம்மிட்டமாக தெரிந்தவர்களுக்கு ஸலாமத்தானது.[1]

---
1 ஸலாமத் – நிம்மதி

"நஜீஸ்[1] ஒழிஞ்சி போனது நல்லதுதான்." சிலர் சொல்லி புதிய முதல்கூடியைப் பாராட்டினார்கள். புதிய முதல்கூடியின் சூழ்ச்சிதான் இந்த வெளியேற்றல்.

ஏழைக் கூலித் தொழிலாளர்களானதால் சிலருக்குக் குளிப்பதற்கு நேரம் கிடைக்காது. சிலருக்குத் துணி அடிச்சு நனச்சுக் கட்டமுடியாது. சிலருக்குக் கிழிந்து கந்தலாகும் வரை ஒரேயொரு வேட்டித் துண்டுதான். சிலர் முகச்சவரம் செய்திருக்க மாட்டார்கள். இந்நிலையில் மாலிக் இப்னு தீனார் பள்ளிக்குப் போனால் இவர்களின் காற்று செல்வந்தர்களின் மேல் படாமல் பின்வரிசையில் நின்று தொழ வேண்டும். இரண்டாம் தரக் குடிமகனாக தாங்கள் பாவிக்கப்பட்டனர். எப்படியோ, ஒரு விடுதலை கிடைத்தது அவர்களுக்கு.

விடுதலை கிடைத்தாலும் மூக்கணாங்கயிறு அவர்கள் கையில். ராவுத்தர்புரத்தில் ஒரு மய்யம் விழுந்தால், அவர்களிடம் போய்ச் சொல்ல வேண்டும். அவர்கள் அனுமதி தந்தால்தான் அடக்கம் செய்ய முடியும். நமக்கென தனி கபர்ஸ்தான் இல்லாத குறை. அவர்களுடைய கபர்ஸ்தானத்தில் ராவுத்தர்புர மக்களின் மய்யங்களை அடக்கம்செய்ய வேண்டுமானால் அவர்களுடைய அனுமதிபெற வேண்டும். இது ராவுத்தர்புரம் மக்களுக்கு இன்றுவரையிலும் தீராத குறையாகவே இருந்துவருகிறது.

சீனா தானா உப்பா பழங்காலத்து மூதாதையர்களின் தர்பாரை அசைபோட்டுக் கொண்டிருப்பது வழமை . . .

O O O

ராவுத்தர்புரத்தில் ஒரு மவுத்[2]. மவுத்தானவர் இஸ்லாத்துக்கு எதிர்க் கருத்து உடையவர். முகமது நபியை இறுதி நபியென்று நம்பாதவர். சுன்னத் ஜமாஅத்தார்கள் முகம்மது நபிதான் இறுதி நபி என்றும் அவர்களுக்குப் பிறகு வேறு நபி இல்லை என்றும் நம்பக்கூடியவர்கள். இறந்தவர் ராவுத்தர்புரத்தைச் சார்ந்தவர்.

அந்த மய்யத்தை அடக்கம் செய்ய இடம் தரமாட்டோம் என்று மாலிக் இப்னு தீனார் பள்ளி நிர்வாகம் ஒரேயடியாக மறுத்துவிட்டது. ராவுத்தர்புரத்தில் உள்ள சிலர் எவ்வளவோ சொல்லியும் மாலிக் இப்னு தீனார் பள்ளி நிர்வாகம் அசையவே யில்லை.

அக்கம்பக்கத்திலுள்ள சில ஜமாஅத்தார்கள் வந்து சிபாரிசைச் சொன்னபோதிலும் இவர்கள் கேட்ட பாடில்லை.

1. நஜீஸ் – அசுத்தம்
2. மவுத் – மரணம்

அடக்கம் செய்ய இடம் கிடைக்காமல் மூன்று நாட்களாக மய்யத் கிடந்தது. ஊர்ஊராய் மய்யத்தைக் கொண்டு சென்றார்கள். எந்த ஊர்க்காரர்களும் அடக்கத்துக்கு இடம் கொடுக்க ஒப்புக்கொள்ளவில்லை. வீச்சம் அடிக்கத் துவங்கிய மூன்றாவது நாள் இரவில் தொலைவில் ஏதோ ஒரு சின்ன ஊரில் கொண்டு போய் அடக்கம் செய்ததாகக் கேள்வி.

அடக்கத்திற்குப் பின் மாலிக் இப்னு தீனார் பள்ளியின் முன்கூடியவர்கள் அடக்கம் செய்ததைப் பற்றியும் ஊர்க் கட்டுப்பாட்டைப் பற்றியும் பேசிக் கொண்டிருந்தபோது தினத்தந்தி வாசித்து எழுத்தறிவு பெற்ற நசீர் எல்லோரும் கேட்கும்படி உரக்கச் சொன்னாராம்.

“ஒரு நாட்டில் ஒரு மனிதனுக்கு உரிமைப்பட்டது அவனுடைய அந்திய உறக்கத்திற்கான ஆறடி மண். அந்த ஆறடி மண் வேறு யாருக்கும் சொந்தமானதல்ல. அந்த ஆறடி மண்ணைக் கொடுப்பதற்கு மறுப்பவர் உண்மையான முஸ்லிமாக இருக்க முடியாது. இது அப்பட்டமான மனித உரிமை மீறலாகும்.”

நசீர் சொன்ன இந்த கூற்றைக் கேட்டபிறகுதான் இளைஞர் களின் மண்டைக்குள் வெளிச்சம் பரவியது. அந்த வெளிச்சத்தின் பயன்தான் ‘முஸ்லிம் எழுச்சிக் கழகம்.’

அவர்கள் முழக்கமிட்டனர் –

“எந்தப் பிரிவைச் சார்ந்தவரானாலும் முஸ்லிம்களின் கபர்ஸ்தானில் அவனுக்கு உரிமைப்பட்ட ஆறடி மண் அவனுடைய அந்திய உறக்கத்திற்குக் கொடுத்தாக வேண்டும்.”

மாலிக் இப்னு தீனார் பள்ளி நிர்வாகம் இதை ஏற்றுக்கொள்ள மறுத்துவிட்டது. “எங்கள் கபர்ஸ்தான் சுன்னத் ஜமாஅத்தாருக்கு மட்டுமே சொந்தம்.”

○ ○ ○

மைதீனைப் பார்க்க வேண்டுமென்றால் மூன்றே மூன்று இடங்களில் பார்க்கலாம். ஒன்று – டாஸ்மாக் கடை முன்னால், இரண்டு – பள்ளி சந்தூக் புரை முன்னால், மூன்று – மேலே சொன்ன இரண்டு இடங்களிலும் இல்லாவிட்டால் காட்டுக்குள் எங்காவது கண்ணுக்குத் தெரியாத இடத்தில் சுருண்டுகிடப்பான்.

வேட்டியைத் தூக்கிக் கட்டிக்கொண்டு முட்டுக்கட்டி உட்கார்ந்திருக்கும்போது அடியில் போட்டிருக்கும் நீலநிற ஜட்டி வெளியே தெரிவதில் அவனுக்குக் கவலையேதும் இல்லை. அது வழியாகத்தான் காட்டுக்குப் பெண்கள் பலர் நடந்துசெல்வதும். யாரானாலும் அவனுக்குக் கூச்சம் ஏதுமில்லை. சில நேரங்களில்

குற்றாலம் துண்டு எடுத்துத் தலையில் ஒரு வட்டக் கட்டு காதடைச்சிக் கைவிரல்களுக்கிடையில் எப்போதும் புகை கக்கிக்கொண்டிருக்கும் பீடி. கண்கள் இரண்டிலும் இரத்தம் கட்டிக் கிடக்கும். எந்நேரமும் ஒட்டகத்தின் மீதுதான் பயணம். கமிஷன்மண்டி மஸ்தானைப் பார்க்கும்போது மட்டும்தான் வாருங்கண்ணே என்று மதிப்புடன் கூப்பிடுவான். வேறு யார் சென்றாலும் சட்டை செய்வதில்லை. அது எதற்கென்றே தெரியவில்லை. சில வேளை வெளியூரிலிருந்து இங்கு வந்து குடியிருக்கும் புதிய ஆளானதாலயா? குடிமாறி வரும்போது வீட்டுச் சாமான்களைத் தூக்கி வீட்டுக்குள் இறக்கிவைக்கக் கூப்பிட்ட நன்றிக்காகவா?

"ஏதாவது லோடு இருந்தா சொல்லுங்க."

காணும்போதெல்லாம் நினைவுபடுத்துவான்.

அவனிடம் பேசி நிற்பதில்லை. அவன் மீது புரண்டு வரும் காற்றைச் சுவாசித்தாலே மூச்சு திணறிப்போகும். அவ்வளவு காரமான மதுவாடை!

மய்யத்து கட்டில் (சந்தூக்) சுமப்பதினால் அவனுக்கு ஊரில் யாரும் லோடு கொடுப்பதில்லை.

மின்னல், ஜேப்பில் திணித்த ரூபாயை எண்ணிப் பார்த்தார் குமாஸ்தா. நாலாயிரம் இருந்தது. அவனுக்கு ஏது இவ்வளவு பணம்? வட்டிக்கு வாங்கித் தந்தானா? வட்டி நான்தான் கட்டணுமா? வட்டி கொடுக்கும் அளவுக்குப் பணவசதி இல்லையே.

"ஏது ரூபாய்?"

சிந்தித்து நிற்பதைக் கண்டு மின்னல் யூகித்தான்.

"என்ன அண்ணாச்சி யோசனை?"

"இல்லை இந்த ரூவாக்கு . . ? வட்டி கொடுக்கணுமா?"

"வட்டி ஒண்ணும் கொடுக்கண்டாம்?"

"அப்படியானா . . ?"

"நீங்க வையுங்கோ. முதல்ல மெத்தையை வாண்டுங்கோ. ரூவாய பத்திக் கவலைபடாதீங்கோ, நீங்க வட்டி கொடுக்கண்டாம்."

கவலைப்படாதீங்கோ என்று அவன் சொன்னாலும் அவருக்குக் கவலையாகத்தான் இருந்தது. மகளுடைய கவலை நம்மைவிடவும் ஆயிரம் மடங்கு கவலையாக இருக்கும்போது இதெல்லாம் ஒரு கவலையா? சுயம் ஆறுதல் அடைந்தார்.

அவர் நேராக சேட்டின் ஜெயம் டிரேடர்ஸில் சென்று ஆறுக்கு நாலு ஒரு குஷன் மெத்தைக்கு பில் போட்டார். மெத்தை பில் கொண்டு வருவோரிடம் மெத்தையை கொடுத்தனுப்ப ஏற்பாடு செய்துவிட்டு வந்து மைதீனைத் தேடினார். ரோட்டோரத்தில் மைதீனைத் தேடியபோதும் அவன் காணக் கிடைக்கவில்லை. வேறு வண்டிக்காரரிடம் மைதீனைப் பற்றி விசாரித்தால் என்ன என்ற யோசனை ஓடியது; வேண்டாம். காணும் போதெல்லாம் வாருங்கண்ணே என்று வரவேற்கும் மைதீன். மற்ற வண்டிக்காரர்கள் ஏனென்று கூட திரும்பிப் பார்க்காதவர்கள். ஒருமுறை பணிவாக கேட்டுக்கொண்டான், "ஏதாவது லோடு இருந்தா சொல்லுங்க." இந்த லோடை அவனுக்குத்தான் கொடுக்க வேண்டும். பார்க்கும் நேரமெல்லாம் வாருங்கண்ணே என்று வரவேற்கும் அவனுக்கு ஒரு கைமாறாக இருக்கும்.

கணக்குப் பிள்ளை மஸ்தான் ஊருக்குப் புதுசு. ஊரோடு அவ்வளவு பரிட்சையம் ஏற்படவில்லை. இருந்தாலும் தேடிப் பார்ப்போம் என்ற நோக்கத்துடன் தெருவுக்குள் நுழையும் இடத்தில் பெண்களுக்கு வியாபாரம் செய்யும் ஒரு சிறு கடை முன்னால் நின்றுகொண்டிருந்த முகப்பரிச்சயமானவரிடத்தில் விசாரித்தார்.

"மைதீனை பாத்தியளா?"

"பாக்கல்ல" சொல்லிவிட்டு மறுபேச்சுக்கு நின்றுதராமல் மெல்ல நகர்ந்துவிட்டார். அவர் வந்த வழி போய்ச் சேருவது ஓடைக்கரை தெருவில். அந்தத் தெருவில்தான் மைதீனின் குடிசை வீடு இருக்கிறதென்பது அவருக்கு ஏற்கெனவே யாரோ சொல்லித் தெரியும்.

ஓடைக்கரை தெருவிலுள்ள ஒரு கிழவி, மஸ்தானுடைய வீட்டுப் பிள்ளைகளுக்கு குர்ஆன் ஓதிக்கொடுப்பதற்கு வருவாள். ஊரில் நடக்கும் விஷயமெல்லாம் அந்தக் கிழவி வழி சொல்லித்தான் தெரிய முடியும்.

கீழத் தெருவிலுள்ள ஒரு கொமரிப் பிள்ளைக்குப் பேய் கூடியது. பயங்கரமான பேயாட்டம். தலைமுடியை பிரிச்சுப்போட்டு ஆடினாள். ஏதோ வழிமறிச்சான் வந்து உறங்கிக்கிடந்த புள்ளையைத் தட்டி எழுப்பிக் கூட்டிக்கொண்டு போச்சு. அவோ போன வழியெல்லாம் ஒரே வெளிச்சம்; போய் போய் கபர்குழிக்குப் போனாள். அங்கேயும் கும்மிருட்டிலும் பதினாலாம் பக்கத்து நிலவு ஒளிவீசிக்கொண்டிருந்தது. அங்கிருந்து காட்டுக்குப் போனாள். காட்டிலும் நிலவு. ஹா! என்ன நிலவு! கை விரித்து நிலவைக்

44 தோப்பில் முஹம்மது மீரான்

கட்டி அணைத்து முத்தமிட்டு ரசித்துக்கொண்டிருக்கையில் மசங்கிவிட்டாள். மசங்கிக் காட்டிலே கிடந்தாள். பக்கத்தில் படுத்திருந்த புள்ளையைக் காணவில்லையென்று தேடினார்கள். தேடித்தேடிக் காட்டில்கிடந்த அவளைத் தூக்கி வீட்டுக்குக் கொண்டுவந்தார்கள்.

அவளுக்கு நினைவு திரும்பியதும் பரக்கபரக்க முழித்தாள். 'நான் காட்டுக்குப் போரேன்' என்று அடம்பிடித்தாள். கூடிய பெண்களும் சேர்ந்து அவளப் பிடிச்சு உட்காரவைத்ததும் தலைமுடியைப் பிரித்து ஆடத் தொடங்கினாள். பயங்கர ஆட்டம்.

மேலத் தெரு முனையில் மந்திரவாதி வீடு இருந்தது. நல்ல நேரம் மந்திரவாதி வீட்டிலிருந்தார். அவரைக் கூப்பிட்டு வந்தனர்; வந்து பார்த்தார்; கொஞ்ச நேரம் மவுனமாக அவளைப் பார்த்து நின்றார்.

"என்ன ஓய் பாக்கீரும்," என்றாள்

"நீ எங்கிருந்து வந்தாய்?"

"நா காட்டிலிருந்து வரியேன்,"

"காட்டுல நீ யாரு?"

"தெரியாதா என்ன?"

"தெரியாதே."

"காட்டுல கொண்டு வந்து கொலை செய்யப்பட்ட மைதீன் பீவிதான் நான். என் வயித்திலிருந்த குழந்தையை தா." கைமுறுக்கித் தரையில் ஓங்கிக் குத்தினாள். குத்துக்கு யானை பலமிருந்தது. பற்களை நறுநறுவென இறுக்கிக் கடித்தாள். கொட்டாவி போடுவதைப் போல் வாயைப் பிளந்தாள். வாயுக்குள் தெரிந்த குகையைப் பார்த்து மந்திரவாதி சற்றுப் பின்வாங்கி நின்றார்.

"ஏய் நீதானா என்ன காட்டுக்கு வரச் சொன்னது? சொல்லுடா." அவள் மந்திரவாதியைச் சுட்டிக் கேட்டாள்.

மந்திரவாதி நடுங்கிப் பின்வாங்கி நின்றதைப் பார்த்த ஜனங்கள் பயப்பாடுடன் கேட்டனர்.

"என்ன வாப்பா வாயுக்குள் தெரிந்தது?"

கையால் வாயைப் பொத்திக் காண்பித்தார் – பேசாதீங்கோ.

எல்லோரும் பேசாமல் அசைவற்று நிற்கையில் அவள் கண்களை முழக்கி எல்லோரையும் பார்த்தாள். அந்தப் பார்வை எல்லோருடைய ஈரக்குலையையும் கதி கலங்க வைத்தது.

"கூப்பிட்டதனால ஓதி பாக்கலாம்னு வந்தேன். இது பயங்கரச் சரக்குபோல தெரியுது. நான் ஊட்டுல போய் மந்திரகோல் எடுத்துட்டு வரியேன்."

மந்திரவாதி இறங்கிப் போனவர்தான்.

பிறகு அந்தத் தெருவழி நடப்பதே இல்ல. அவருக்கு விளங்கிப்போச்சு. குடுகுடுவென சிரித்துக்கொண்டு கிழவி, ஓடைக்கரை தெருவில் மந்திரவாதிக் கதையைச் சொல்லி நிப்பாட்டினாள்.

கணக்குப்பிள்ளை மஸ்தான் ஓடைக்கரை தெரு வழியாக நடந்து ஒரு முடுக்குக்குப் போனார். முடுக்கு முடியுமிடத்தில் ஒரு பையன் கள்ளிப் பெட்டி கவிழ்த்தி அதில் நாலஞ்சி குப்பிகளில் மிட்டாயும் ஒரு பேப்பர் விரிச்சிப் போட்டு அதில் சீனிப் பணியாரமும் விற்பனைக்கு வச்சிருந்தான். மொய்க்கும் ஈக்களை ஓட்டுவதற்குக் கையில் ஒரு கம்பை வைத்துப் பெட்டியில் அடித்துக்கொண்டிருந்தான். கள்ளிப் பெட்டியில் அடி விழும்போது, ஈக்கள் பறப்பதும் மீண்டும் வந்து கூடுவதுமாக இருந்தது.

தோப்பில் முஹம்மது மீரான்

6

கடற்கரையில் பறங்கிகளின் அடாவடித்தனமும் கொலைகளும் கூடிய பதற்ற நிலை; கடற்கரைக் குருத்து வெண் மணல், எதிர்த்துப் போராடிய மக்களின் இரத்தத்தால் சிவந்தது. இரு தரப்பினர்களுக்கு மிடையே கடும் போர் நடந்தது. கடலிலும் கரையிலும் வியாபாரக் குத்தகைக்காக, மதத் திணிப்பிற்காக, ஆட்சியைப் பிடித்துக் கோலோச்சுவதற்காக, ஆதிக்கம் செலுத்துவதற்காக நடந்த போரில் பல்லாயிரக் கணக்கில் உயிர்ச்சேதங்கள். பறங்கிகளை எதிர்த்து நின்று போரிட்ட மரைக்காயர்கள் நீசத்தனமாக வெட்டிச் சாய்க்கப்பட்டனர். கடற்கரை ஓரமுள்ள மரைக்காயர்கள் வீடுகள் சூறையாடப்பட்டுக் கொளுத்தப்பட்டன. பெண்கள் கற்பழிக்கப்பட்டனர். பள்ளிகள் உடைத்துத் தரைமட்டமாக்கப்பட்டன. பள்ளிகளை உடைத்தெடுத்த கற்களைக் கொண்டு கடலோரங்களில் மாதா – கோயில்கள் எழுப்பப் பட்டன. கடற்கரையெங்கும் மாதா கோயில் மணியோசை முழங்கியது.

கடற்கரையில் மரைக்காயர்களுக்கு வாழ முடியாத நிலை ஏற்பட்டது. மரைக்காயர்கள் கடற்கரையை விட்டு பாதுகாப்பான உள் பகுதிகளில் குடியேறினார்கள். தலைத் துண்டிக்கப்பட்ட வலிய தம்பி மரைக்காரப்பாவை கள்ளிக்காட்டில அடக்கம் செய்துவிட்டு, கடற்கரையில் போர்முனைக்குத் திரும்பிப்போன சின்னதம்பி மரைக்காயரை அங்கு கண்ட காட்சிகள் அதிரவைத்தன. பெண் களின் ஒப்பாரிகள், அலறல்கள், குழந்தைகளின்

அழுகுரல்கள் அரபிக்கடலிலிருந்து சீறியடித்த காற்று சின்னதம்பி மரைக்காயரின் காதில் மோதி நெஞ்சைக் குலுகுலுக்கியது.

சனங்கள் நாலாபக்கமும் சிதறி விரைந்தோடுவதைப் பார்த்து சின்னதம்பி மரைக்கார் கோப உணர்ச்சியை அடக்கிக்கொண்டு, உறுமாலிலிருந்து உருவி எடுத்த வாளை மீண்டும் உறுமாலில் சொருவி விட்டு வீட்டுக்கு நேராக ஓடினார். வீட்டில் அனைவரும் கதிகலங்கிக் கதறி நிற்பதைப் பார்த்ததும் உரக்கக் குரல் கொடுத்தார். பக்கத்து வீடுகளுக்கும் கேட்கும்படியாகயிருந்தது அந்த ஆக்ரோசக் குரல்.

"எடுக்குறத எடுத்திட்டு சடாரெனு இறங்குங்கொ புள்ளியளே."

அவர் குரலில் தெரிந்த பதற்றத்தின் உள் அர்த்தம் புரிந்து கொண்டு வீடுகளைக் காலிசெய்து வெளியேற ஒருங்கிவிட்டனர். இவர்கள் வெளியேறுவதைத் தெரிந்த அக்கம்பக்கமும் வெளியேறத் தயாரானார்கள்.

உருவிப் பிடித்த கூரிய வாளுடன் சின்னதம்பி மரைக்கார் முன்னேயும் அவருடன் புலி மரைக்காரும் பாதுகாப்புக்காக வேறு சில மரைக்காயர் வீரர்களும் ஊரை விட்டுப் புறப்பட்டார்கள். பெண்களும் சிறுவர்களும் வயோதிகர்களும் சுமைகளைத் தலையிலும் தோளிலும் அக்குளிலும் சுமந்துகொண்டு புறப்பட்டார்கள்.

'போறது எங்கே?' ஒரு மரைக்காயர் வீரன் கேட்டான்.

"மூச்சு காட்டாத வாருங்கடா,"

"வழியில் பறங்கிகள் வந்தாலோ?"

"படவெட்டனும், கடைசி மரைக்காயர் ஒருத்தர் மரிக்கும்வரை படவெட்டனும். மரிக்குதுக்கு தைரியமானவன் என் கூட வா, ஷஹீதாவனும். பெண்களையும் புள்ளைகளையும் உயிரோடு காப்பாற்ற வீரத்தோடு போரடிக்கணும். ராவுத்தர்புரம் போய்ச் சேரும் வரை எச்சரிக்கையோடு முன்னேறணும். வாளை ஆரும் இடுப்பு உறுமாலில் சொருவப்படாது."

சின்னதம்பி மரைக்காரப்பா தலைமையில் மரைக்காயர்கள் உருவிப் பிடித்த வாளுடன் ராவுத்தர்புரம் நோக்கி வருவதை ராவுத்தர்புரம் மக்கள் உள்கிடுக்கத்தோடு பார்த்தனர். பின்னால் பெண்களும் பிள்ளைகளும் தலைச்சுமையுடன் நடந்து வருவதைக் கண்டதும் அவர்களுடைய பயம் விலகியது.

அகதிகளாக இருக்கலாம்.

சின்னதம்பி மரைக்காரப்பா மாலிக் இப்னு தீனார் பள்ளி முற்றத்தில் வந்து தளர்ந்து உட்கார்ந்தார். அங்கு கூடிய மக்கள் ஊரேதுன்னு கேட்டுத் தெரிந்து கடற்கரை விஷேசங்கள் தெரிந்து வருத்தப்பட்டு நின்றார்கள்.

"பறங்கிகளுக்க கொடுமையால கடற்கரையில வாழ முடியாது. அகதிகளாக இஞ்செ வந்தோம். எங்களுக்குத் தங்கூதுக்கு இடம் தரணும்."

"இஞ்செ தங்கூதுக்கு இடம் வேண்டுமானா பள்ளி முதல் கூடியை பாத்து கேக்கணும்."

அவர்கள் வந்து ஏறிய நேரம் அந்தி சாய்ந்திருந்தது. ஊருக்குள் இருள் புகுந்து வர துடிக்கும் மாலை. மகள் வீட்டுக்கு ஒற்றை மாட்டுவண்டியில் போயிருந்த முதல்கூடி திரும்பிவர இன்னும் கொஞ்சம் நேரமாவுமென கூடி நின்றவர்களில் ஒருவர் சொன்னார்.

அப்படியானால் ஊரும் காலும் அடங்கிய பின் மதம்பிடித்த இருள் ஊரைக் கவ்விய பின்னரே வருவார் போல் தெரிகிறது. குழந்தைகள் பசியால் அழுதனர்.

பெண்களின் முகம் பசியால் குறாவிக் காணப்பட்டது.

வயோதியர்களுக்கு மருந்து கிடைக்காத ஏக்கம். நோயின் அவதி.

நபி ஹிஜ்ரத்[1] புறப்பட்டுப் போனதை நினைவு கூர்ந்தார், சின்னதம்பி மரைக்காரப்பா. மக்கத்து குறைஷிகள் நபியைக் கொலை செய்வதற்காகத் திட்டம் தீட்டினர்: கொலைத் திட்டம் தெரிந்த நபி மக்காவை விட்டு மதினாவுக்கு இரவோடு இரவாகப் புறப்பட்டுச் சென்றார்கள் நபியும் அவருடைய தோழர் அபுபக்கர் சித்திக்கும். எதிரிகள் துரத்திக்கொண்டு வந்தார்கள். எதிரிகள் துரத்திப் பின்தொடர்வதைத் தெரிந்த நபியும் தோழரும் தவுர் மலைக்குகைக்குள் ஏறி மறைந்திருந்தனர். குகையைச் சுற்றிப் பார்த்த எதிரிகள் கண்ணுக்குக் குகை நுழைவாயில் சிலந்தி வலையால் பின்னப்பட்டு அடைப்பட்டிருப்பதைக் கண்டு உள்ளே ஆள் இல்லையென்று திரும்பிப் போய் விட்டனர். எதிரிகள் போனபிறகு எத்திரிபு (மதினா) நகருக்குச் சென்றார்கள். எத்திரிபு மக்கள் மகிழ்ச்சிபொங்க நபியையும் அபுபக்கர் சித்திக்கையும் மங்கல இசைபாடி வரவேற்றனர். எத்திரிபு மக்கள் ஒவ்வொருவரும் தங்கள் வீடுகளுக்கு வந்து தங்கும்படி வேண்டுகிறார்கள்.

---

1. ஹிஜ்ரத் – மக்காவிலிருந்து மதினாவுக்கு நபி செய்த பயணம்.

நபி வரலாறு சின்னதம்பி மரைக்காரப்பாவின் நினைவில் ஒளியூட்டியது.

"நம்ம வந்ததும் ஒரு ஹிஜ்ரத் ஆகும்,"

அவருடன் வந்த மரைக்காயர் வீரர்களையும் பெண்களையும் நபி வரலாறு சொல்லி ஆறுதல்படுத்திக் கொண்டிருக்கும் நேரம். அழும் குழந்தைகளுக்கும் பெண்களுக்கும் பசியாற்றினார்கள் ஊர்மக்களில் சிலர்.

அவர்கள் உணவு அருந்தி பசியடக்கும் பொழுது, தொலைவில் ஒற்றை மாட்டு வண்டியின் அடிப்பகுதியில் தொங்கவிட்டிருந்த ராந்தல் வெளிச்சம் தெரிந்தது. வெளிச்சம் மாலிக் இப்னு தீனார் பள்ளியை நெருங்கி வந்ததும் பள்ளி முதல்கூடிதான் வருகிறார் என்ற மகிழ்ச்சிப் பெருக்கில் இருந்தார் சின்னதம்பி மரைக்காரப்பா. முதல்கூடியைக் கண்டு பேசுவதற்குத் தயாராக ஒற்றை மாட்டுவண்டியை நோக்கி நடந்தார்.

முதல்கூடி கிட்ட வந்ததும் பள்ளிமுற்றத்தில் கூடியிருந்த மரைக்காயர் குடும்பங்களைக் கண்டு ஆச்சரியப்பட்டார்.

"யார் இவர்களெல்லாம்? பள்ளிக்கு முன்கூடி நிற்க வேண்டிய அவசியமென்ன?"

சின்னதம்பி மரைக்காரப்பா இடுப்பு உறுமாலில் வாளைச் சொருவிக்கொண்டு முதல்கூடிக்கு சலாம் கூறி அவர் அருகே சென்றார்.

"பறங்கிகளின் கொடுமைகள் தாங்காமல் நாங்கள் கடற்கரையை விட்டு தங்கள் ஊரில் அடைக்கலம் தேடி வந்தோம். எங்களுக்கு உங்க ஊருல தங்கூதுக்கு இத்திகானும் இடம்தரணும்."

முதல்கூடி அவர்களை உற்றுப் பார்த்தார். பார்வையின் அகமியம் புரிந்துகொண்ட சின்னதம்பி மரைக்காரப்பா பணிவுடன் சொன்னார்.

"நாங்கெல்லாம் மரைக்காயர்கள்."

"மீன் பிடிக்கும் மரைக்கார்களா?"

"மீன் பிடிக்கவும் செய்வோம், கடல் வாணிபமும் செய்வோம்."

"மீன் பிடிக்கக்கூடிய இழிவான தொழில் செய்யும் உங்களுக்கு எங்க ஜமாஅத்துல தங்க இடம் தர மாட்டோம். எமனிலுள்ள ஹளர் மவுத்திலிருந்து வந்த செய்யதுமார்களும் (தங்ஙள்) லெப்பைகளும் தங்கியிருக்கித எங்க ஜமாஅத்துல மரைக்காமார் களுக்கு இடம் தந்தால் செய்யதுமார்கள் கோபப்படுவார்கள். வேறெயெங்கயாவது போய்த் தங்குங்க."

“எங்களில் மீன் பிடிக்கக் கூடியவர்களும் உண்டு மாலுமிகளும் உண்டு. வெளிநாட்டுக்குக் கடல்வழி ஏற்றுமதி இறக்குமதி செய்யக் கூடியவர்களும் உண்டு. கடல்வழி வரவும் போகவும் செய்த பொருட்களைப் பறங்கிகளிடமிருந்து பாதுகாத்து கரைசேக்கூதும் நாங்கள்தான் முதலாளி”.

“எங்க ஊர்ல மீன்பிடிக்கூதுவகளுக்கு தங்க இடம் தரமாட்டோம்.” என்று சொல்லி சின்னதம்பி மரைக்காரிடம் கேட்டார்.

“ஓம்ம பேரன்ன?”

“சின்னதம்பி மரைக்கார். என் காக்கா பெயர் பெரியதம்பி மரைக்கார். இது புலி மரைக்கார்.”

“ஓஹோ அந்த சண்டைக்காரன் பெரியதம்பி மரைக்காரா? இந்த பெண்களும் குழந்தைகளும்?”

“எக்க குடும்பமும் பெரியதம்பி மரைக்கார் குடும்பமும் எங்க சொந்த பந்தமும் பறங்கிகளுக்க வாளுக்கு இரையாகாம மானத்த காப்பாற்றுவதுக்கு ஊரையும் வீட்டையும் விட்டு ஓடிவந்தோம் முதலாளி. எங்க சொந்தக்கார ஆண்கள் அந்நிய ஆதிக்க சக்திக்கு எதிராக கடற்கரையில் யுத்தம் செய்துகொண்டிருக்காங்கோ.”

முதல்கூடி கடற்கரை விஷயங்களைக் கேட்டுத் தெரிந்த பிறகு அவர் மனசில் தயவின் தெளிநீர் ஓடியது. சிறு சிந்தனைக்குப் பிறகு உத்தரவு கொடுத்தார்.

“ராவுத்தர்புரத்துக்கு வடக்கே உள்ள காடு வெட்டி வெளியாக்கி அதில் குடிசை போட்டு தங்குங்கோ.”

ஒற்றை மாட்டு வண்டியின் அடிப்பகுதியில் தொங்கிக் கொண்டிருந்த வெளிச்சம் அகன்றுஅகன்று போனது. பள்ளி முற்றத்திலும் சுற்றுப்புறத்திலும் இருள் பரவியது.

புலர் சூரியன் உதிச்சு உயரும் நேரம் மரைக்காயர்கள் கையிலிருந்த கூரிய வாளால் காட்டை வெட்டிய வெளித்தரையில் சூரிய வெளிச்சம் விழுந்தபோதுதான் அதுவழியாக புழுக்கள் நுழையும் ஒரு சாக்கடை ஓடுவது மரைக்காயர்களின் கவனத்தில் பட்டது. “நாறிக்கிடக்கும் ஓடைக்கரையிலா தங்குவது?” பெண்கள் கேட்டனர்.

வேறு வழியின்றி அந்தச் சாக்கடை கரையோரம் புதுக் குடிசைகள் உருவாயின. ராவுத்தர்புரம் மக்கள் திடீரென தோன்றிய குடிசைக் குடிகளை ஆச்சரியத்தோடு பார்த்தார்கள். அந்த மக்கள் சூட்டிய பெயர்தான் “ஓடைக்கரை தெரு.”

சின்னதம்பி மரைக்கார் புலி மரைக்கார் தங்கள் குடும்பங்களையும் ஏனைய குடும்பங்களையும் குடிசைகளில் தங்கவைத்துக்கொண்டு தாய் மண்ணை வேட்டையாடும் நாய்களை எதிர்கொள்வதற்காக உருவிப் பிடித்த வாட்களுடன் மரைக்கார்கள் அனைவரும் சின்னதம்பி மரைக்கார் தலைமையில் கடற்கரையை நோக்கி விரைந்தார்கள்.

கண்குழியில் ஒட்டியிருந்த பீந்தையைக் கையால் தோண்டி எடுத்து, உட்கார்ந்திருந்த கடை நிரவுப் பலகையில் தேய்த்துக்கொண்டு ஆற்றில் பொழி கடத்தும் பொழிக்கார உப்பா ஓடைக்கரை தெரு உருவான கிஸ்ஸாவை[1] பிறுக்கி மம்மாசீனுக்கு சொல்லிக்கொடுத்துவிட்டு ஒரு கடுஞ்சாயா வாங்கி ஊதிக் குடிக்கும் நேரம் பிறுக்கி மம்மாசீனுக்கு அடியில் பொட்டிய வெடிசத்தம் கேட்டு பொழிக்கார உப்பா நடுங்கிவிட்டார்.

ஓடைக்கரை தெருவழியாக நடந்துசென்ற மஸ்தான் குறுக்கே கண்ட பள்ளித் தெரு நெடுந்தெருவில் ஏறினார். அங்கு ஒரு விறகுக் கடை திறந்திருந்தது. கடைக்காரரிடம் மைதீனைப் பற்றிக் கேட்டுத் தெரிந்துகொள்ளலாம் என்று கடைக்கு நேராகச் சென்றார். அந்நேரம் பார்த்து ஒருவன் கையில் கம்புடன் யாரையோ விரட்டி வருவது போல் விரைந்து வந்தான். மஸ்தான் பயந்துபோய் விறகுக் கடைக்குள் ஓடி ஏறிவிட்டார். அவன் அப்போதும் கம்புடன் அந்தத் தெருவிலும் பிற தெருக்களிலும் ஓடிக்கொண்டிருந்தான். அவனைப் பிடிக்க சில ஆட்கள் அவனுக்குப் பின்னால் ஓடிவந்தனர். கையில் கம்புடன் தெருக்களைச் சுற்றி ஓடி நடக்கும் அவனைப் பிடிக்க முயன்றனர். அனைவரும் அவனோடு நெருங்க மாச்சப்பட்டு ஒதுங்கிஒதுங்கிச் சென்றனர். ஆஜானு பாகுவான அவனைப் பிடித்துக்கட்டுவது மிகவும் கடினமான காரியம். எதேச்சயா அவனுடைய அடி விழுந்தால் அவ்வளவுதான். அவனுடைய ஒரேயொரு அடிதான் முன்பு ஆதம் காஜாவுக்கு கொண்டது. அதோடு அவனுடைய வாழ்க்கை பாழானது தெருக்காரங்களுக்கெல்லாம் தெரியும். அதனால்தான் அவனை நெருங்க மாச்சப்பட்டது.

அவனைச் சங்கிலியில் தளச்சுப் போட்டிருந்தது. புல்லுவிளை ஆசான் கொடுத்த எண்ணெயைத் தப்பளம் வைத்தார்கள். புல்லுவிளை ஆசான் சொன்னபடி முடங்காமல் தப்பளம் வைத்துத் தாரை வார்த்து வந்தனர். சத்தம்மூச்சு காட்டாமல் சங்கிலியில் கிடந்தான். மச்சினன் ஆதம் காஜாதான் தப்பளம் வைப்பதும் தாரை வார்ப்பதும்.

---

1. கிஸ்ஸா – கதை

சில நேரம் சங்கிலி கட்டிலிருந்து மச்சினன்தான் அவிழ்த்துக் குளிக்க வைப்பது. ஒருநாள் ஆற்றுக்குக் கையில் சங்கிலி கட்டில்லாமல் சுதந்திரமாகக் கொண்டுபோன தக்கத்தில் ஓங்கி ஒரு அடிவிட்டான்.

"எதுக்குலே என்னை கெட்டிப் போட்டா?" மீண்டும் அடிக்க ஓங்கிய கை உடம்பில் விழும்முன் ஆதம் காஜா ஓட்டம் பிடித்தான். – உயிர் கிடந்தால் புல்லு பறிச்சாவது திங்கலாம். முதல் அடி ரொம்ப இதமாக் கொண்டது. அவ்வளவு போதும் அவனுடைய வாழ்நாளுக்கு. அப்படியே வந்து வீட்டில் பாய் விரிச்சி படுத்தவன்தான். எவ்வளவோ மருந்து மாத்திரைகள் கொடுத்து பாத்தனர். பலனில்லை.

பிடித்த இருமல் விட்டபாடில்லை. பொறுக்காத கூத்துக்கு நேராக ஆசாரிப்பள்ளம் ஆசுபத்திரிக்குக் கூட்டிச் சென்றனர்.

சோதனை செய்த டாக்டர் சொன்னார் – "வரட்ச நோய்"!

வரட்சை நோய் ஆபத்தானது. எந்த நேரம் என்றில்லாமல் இருக்கும். ஓட்டை விழுந்திருப்பது ஈரலில். காய்ந்து கருவாடு போல் எலும்பும் தோலியும்தான் இருக்கு. இருமிஇருமிக் கபம் குடிசைக்கு வெளியே துப்பிக்கொண்டே இருக்கிறான்.

பெரிய தம்பி மரைக்காரப்பா தர்காவில் கொடியேற்று விழா. நீளமான கொடிக் கம்பத்தின் முனையில் பிறையும் பொழுதும் பதித்த பச்சை நிறத்திலுள்ள கொடிகட்டி அதில் சந்தனம் பூசி மாலை போட்டு பக்கீர்ஷாமார்கள் கிஸ்ஸாப்பாட்டு பாடி மேள தாளத்துடன் கொடி ஊர்வலம் வந்துகொண்டிருந்தது. தெருத்தெருவாகக் கொடிக்கம்பத்துடன் ஊர்வலம். பெண்கள் வீடுகளுக்கு முன் நின்று, கொடிக் கம்பம் வீட்டுக்கு முன் வந்ததும் தலையில் துணி போட்டு இரு கன்னங்களில் பக்தியோடு கையால் தட்டிக்கொண்டு கையை முத்தமிடுவார்கள். சிலர் கொடியைத் தொட்டுக் கண்ணில் வைப்பார்கள். தெரு ஜனங்கள் புடைசூழ கொடிக்கம்பம் பவனி வந்துகொண்டிருந்தது. பெரும்பாலானவர்கள் தொப்பியைக் கொண்டும் மேல் துண்டாலும் தலையை மறைத்திருந்தார்கள்.

பெரிய தம்பி மரைக்காரப்பா தர்கா கொடியேற்று ஊர்வலம் நடக்கும்போது அன்று மாலை 2 மணிக்கு முன்னே அனைவரும் வேலை சோலிகளை விட்டுவிட்டுக் கொடிக் கம்பத்துடன் ஊர்வலத்தில் சேர்ந்துகொள்வதற்குத் தயாராவார்கள். ஊர்வலத்தோடு சேர்ந்து வருவது பெரிய புண்ணியம். அன்று மாலையில் தெருவெங்கும் முழங்கியிருந்த

சத்தம் நின்றுவிடும். மதியத்திற்கு மேல் சம்பளத்துடன் அன்று விடுமுறை. பத்தாவது நாள் கள்ளிக்காட்டில் சந்தனக் கூண்டும் விளக்கும். அன்று பெரும் கூட்டம் கூடும். காலையில் பாத்திஹா ஓதி நேர்ச்சை. இந்த நேர்ச்சை வாங்குவதற்காக இரவு அங்கேயே படுத்துக்கொள்வார்கள். புண்ணியம் கிடைக்கும் நேர்ச்சை வாங்க பெரும் தள்ளுமுள்ளு. அன்று இரவு காடு உறங்காது. மக்கள் நடமாட்டம் இருக்கும்.

பெரியதம்பி மரைக்காரப்பா தர்ஹா கொடியேற்று ஊர்வலம் கொடிகம்பத்துடன் வந்துகொண்டிருந்தது. சூறாவளி மம்மது குடிபோதையில், "ஒங்க கொடியும் மைரும்" என்று கூறிக் கொடிக்கம்பத்து முனையில் கட்டியிருந்த கொடியை கிழித்து எறிந்த நேரம் வானத்தில் ஒரு அதிசயம் ஊர்வலத்தில் வந்தவர்களில் ஒரு சிலர் கண்டனர்.

முதல் பிறைக்குக் கொடி ஊர்வலம்; பத்தாவது பிறைக்குக் கந்தூரி. மேற்கு வான சரிவில் மேகம் இழையாமல் மிகத் தெளிவாக இருந்ததால் முதல் பிறை தெளிவாகத் தெரிந்தது. சில நிமிடங்களுக்குப் பின் ஒரு துண்டு மேகம் வந்து பிறையை மறைத்துவிட்டது. அங்குமிங்குமாக சில வெள்ளிகள் தெரிந்தன. சூறாவளி மம்மது கொடியைக் கிழித்த நேரம் வானத்தில் மின்னலைப் போல் ஒரு ஒளி வெட்டி மறைந்தது. சிலருக்கு ஆச்சரியமாக இருந்தது. அந்த நேரம் முதற்கொண்டு சூறாவளி மம்மது விடாமல் சிரித்துக்கொண்டே இருந்தான். சாதுவான மம்மது வீட்டில் போய் ஏறியதும் எதிரில் வந்த பெண்டாட்டியைத் தூக்கிப் போட்டு அடித்தான். பிறகு பிள்ளைகளை வந்தவாக்கில் உதைத்தான். தெருவில் இறங்கி வாறபோற ஜனங்களையெல்லாம் அடித்தான். அன்று இரவு முழுதும் தெரு திருதூளிதான். மரைக்கான் தெருவிலுள்ள பெரியதம்பி மரைக்காரப்பா பேரில் கட்டப்பட்ட தர்ஹாவில் போய் அட்டகாசம் செய்தான். ஜனங்களுக்குப் புரிந்துவிட்டது, என்னவோ மண்டைகுழப்பம். அன்று இரவு முழுதும் அவனும் தெருவும் உறங்கவில்லை.

மச்சினன் ஆதம் காஜாவுக்குப் போதையில் துணிச்சல் கூடும். பல சாகசச் செயல்கள் புரிவதும் அந்நேரம்தான். நல்ல போதையிலிருந்த ஆதம் காஜாவுக்கு மம்மதுடைய அட்டகாசம் தாங்கிக்கொள்ள முடியவில்லை. பின்னால் சென்று மம்மதைக் கட்டி அணைத்துக்கொண்டான். மம்மது, காஜாவின் மிருகத்தனமான பிடிப்பை விடுவிக்க உதறிப்பார்த்தான். காஜாவின் பிடிப்பு யானை பலமாக இருந்தது. அந்தப் பிடிப்பிலேயே மம்மதை சங்கிலியால் கட்டிப்போட்டான். அந்தக் கட்டிலேயே கிடந்தான்.

எல்லோரும் பயந்து கிட்ட நெருங்காததால் காஜாதான் அவ்வப்போது போய்த் தப்பளம் வைப்பதும் தாரைவார்ப்பதும்.

பெரியதம்பி மரைக்காரப்பா தன்னுடைய ஞானக் கண்ணால் மம்மதுடைய நடவடிக்கையைப் புரிந்துகொண்டு சொன்னார் – "என்னடா உனக்கு பைத்தியமா?" அவர் சொன்னது வேறுயாரு காதிலும் விழவில்லை. அப்பா கேட்ட கேள்விதான் சாபமாக அன்று மேற்கு வானச் சரிவில் மேகமிழையாத தெளிவான வானத்தில் ஒரு ஒளி வெட்டி மறைந்தது என்று, அன்று பார்த்த ஒரு சிலர் தெருவெங்கும் சொல்லிப் பரப்பினார்கள்.

காஜாவுக்கு அடிகொடுத்த பிறகு அவனை யாரும் கட்டிப்போட முன்வரவில்லை. அவன் ஆற்றில் குளித்துவிட்டுச் சாதாரண ஆள்போல் தலை துவட்டி நடந்து வீட்டுக்கு வந்தான். அவனைக் கட்டிப் போட்டிருந்த தூண் அருகில் நின்று கத்தினான்.

"என்ன கட்டிப் போடுதுக்கு வாருங்கடா."

பயத்தால் அவனைக் கட்டிப்போட யாரும் முன்வரவில்லை.

அவன் கட்டப்படாத ஒரு பைத்தியமாகக் தெருவெங்கும் நடந்து திரிந்தான். ஆனாலும் அவனைக் கண்டு மக்கள் ஒதுங்கி வழிநடந்தார்கள். அவன் கண்ணில் தெரிந்த குரோதம் எல்லோரையும் பயப்படுத்தியது. பெண்கள் அவன் எதிரில் போவதே இல்லை. அவன் வருவது கண்ணிலே பட்டால் வீட்டு வாசல்களை அடைத்துவிடுவார்கள்.

அந்தச் சந்தர்ப்பத்தில் நடந்த பஞ்சாயத்துத் தேர்தலில் முஸ்லிம் எழுச்சிக் கழகம் சார்பாகப் போட்டிபோட்ட வேட்பாளர் அதிக வாக்குகள் பெற்று வெற்றி பெற்றது ஜமாஅத்தாருக்கு அதிர்ச்சியைக் கொடுத்தது. ஜமாஅத் ஆதரவுடன் போட்டியிட்ட வேட்பாளர் மூன்றாவது இடத்திற்குத் தள்ளப்பட்டார். அதுவரை ஜமாஅத் ஆதரவு பெற்ற வேட்பாளர் வெற்றிபெற்ற தொகுதியில் முஸ்லிம் எழுச்சிக் கழகம் சார்பாகப் போட்டியிட்ட வேட்பாளர் வெற்றிபெற்றதைப் பற்றி ஜமாஅத் நிர்வாகிகள் கூட்டம் நடத்தி விவாதித்தனர். ஒரு உறுப்பினர் எழும்பிச் சொன்னார் – வந்தேறிகளான ஓடைக்கரை மக்கள் ஓட்டு போட்டதால்தான் வெற்றி பெற்றான். வேறு ஒரு உறுப்பினர் ஆணித்தரமாகப் பேசினார் – நாம் நம் மக்களுக்குக் கொடுத்திருந்த வாக்குறுதிகளை நிறைவேற்றவில்லை. ஓடைக்கரைத் தெரு மக்களுக்குப் பொதுக் கழிப்பிடம் கட்டிக் கொடுப்பதாகச் சொன்னோமே செய்தோமா, இல்லை. மினாரா கட்டினோம். கேள்விகள் பல கேட்கப்பட்டதற்கு ஜமாஅத்தார் பதில் சொல்லாமல் திணறினார்கள்.

முஸ்லிம் எழுச்சிக் கழகம் சார்பில் வேட்பாளராகப் போட்டியிட்டு வென்ற மரைக்காயர் தெரு மஜீது அலங்கரிக்கபட்ட ஜீப்பில் தெருக்காரங்களுக்கு நன்றி சொல்ல தெருத்தெருவாக அழைத்து வரப்பட்டார். ஒவ்வொரு தெருமுனையிலும் நின்று அங்கு குழுமிய மக்களைப் பார்த்துச் சொன்னார்.

"உங்களுக்கு ஜமாஅத் பல வாக்குறுதிகளைத் தந்தது நினைவிருக்கலாம். ஒன்றுகூட நிறைவேற்றப்படவில்லை. ஓடைக்கரைப் பெண்களுக்கெனப் பொதுக் கழிப்பிடம் கட்டித் தருவதாகச் சொன்னது, தெருவில் குப்பைக்கூளங்களை அகற்றி சுத்தம் செய்வதாகச் சொன்னது, பண்ணித் தொல்லையைப் போக்குவது, தெருவிளக்குகள் எரியாமல் கிடப்பதைச் சரி செய்து தருவதாகச் சொன்னது, வறண்டுகிடக்கும் குழாயில் ஒழுங்காக நல்ல தண்ணீர் விட ஏற்பாடு செய்வதாகச் சொன்னது. இவற்றில் ஒன்று கூட செய்யவில்லை. இப்போது நீங்கள் என்னைத் தேர்ந்தெடுத்தீர்கள். நிச்சயமாக நான் அனைத்தையும் செய்து தருவேன் . . ." மக்கள் கையடித்து விசிலடித்தனர்.

அப்துல் மஜீது, 3–வது வார்டு உறுப்பினர் என்றொரு போர்டு அவர் வீட்டுக்கு முன் புதுசாகத் தொங்கியதைப் பொது ஜனங்கள் வரப்போக நின்று பார்த்துச் சென்றனர். பெரும்பாலானோருக்கு போர்டில் என்ன எழுதியிருக்கிறது என்று புரியவில்லை. பச்சை பெயிண்ட் அடித்த போர்டின் மேற்பகுதியில் பிறையும்பொழுதும் கீழே வெள்ளை பெயிண்டால் அழகான முறையில் அவருடைய பெயரும் எழுதபட்டிருக்கின்றன.

மக்களுக்குக் கொடுத்த வாக்குறுதியை நிறைவேற்ற வேண்டுமென்ற எண்ணம் மஜீதின் மனசை உறுத்தியது. அவருடைய விடாமுயற்சியில் ஓடைக்கரை தெரு மூலையில் காட்டை ஒட்டியிருந்த இத்திக்காணும் காலிமனையில் பெண்களுக்கான ஒரு பொதுக் கழிப்பிடம் உருவானதற்கு வார்டு உறுப்பினருக்கு நன்றி சொல்லிப் பாராட்டித் தெரு சுவர்களிலும் பள்ளிவாசல் சுவரிலும் விளம்பரங்கள் ஒட்டப்பட்டிருந்தன. சுவர் விளம்பரத்திற்குக் கீழ் எழுதப்பட்டிருந்தது.

"இப்படிக்கு முஸ்லிம் எழுச்சிக் கழகம்."

ஜமாஅத் உறுப்பினர் சிலருக்கு இந்த விளம்பரம் எரிச்சலை ஊட்டியது. சிலர் சுவர் விளம்பரத்தைக் கிழித்தெறிந்தனர்— "மைராண்டிக்க விளம்பரம்."

"எவன்டா கிழிச்சான் . . . தைரியமுள்ள அப்பனுக்குப் பிறந்த பயலானால் இப்பம் வந்து கிழிக்கட்டு . . . பாப்போம்."

கையில் நிமித்திப்பிடித்த கத்தியுடன் முஸ்லிம் எழுச்சிக் கழகத் தொண்டன் ஒருத்தன் தெருவில் நின்று ஆட்டம் போட்டான்.

சிலர் முன்னிலை வகிக்க மஜீது வரவேற்புரை நிகழ்த்த மதிப்பிற்குரிய பஞ்சாயத்துத் தலைவர் கழிப்பிடக் கட்டிடத்தைத் திறந்துவைக்கும் நேரம் தெரு அல்லோல கல்லோலப்பட்டது. பெண்களுக்குப் பெரும் மகிழ்ச்சி. இனி காட்டுக்குக் போவண்டாம்; பாம்பு பயம் நீங்கிப் போச்சு. பேய் நடமாட்ட பயம் இருக்காது. மைதீன் பீவி பேயாக வரமாட்டாள். ஓடைக்கரை தெருவில் ஏறத்தாழ 300க்கு மேல் தலைக்கட்டுகள், எல்லா தெருக்களையும் சேர்த்து. இவ்வளவு தலைக்கட்டுகள் உள்ள ஊருக்கு இரண்டு கழிப்பிடமா என்று சிலரிடம் இருந்து முணுமுணுப்பு உயர்ந்தது. அனைவரும் மஜீதைச் சூழ்ந்தனர்.

“பொறுங்கள், பொறுங்கள் இனியும் கட்டித்தர ஏற்பாடு செய்கிறேன்,” என்று கூறி மஜீது தலையை உருவி எடுத்தார்.

பெண்களுக்காகக் கட்டிய புதிய பீங்கான் கக்கூஸில் போயிருக்கவும் தூறவும் கக்கூஸைப் பார்க்கவும் பெண்கள் வரிசை நீண்டு விட்டது. சிலருக்குக் காட்டுக்குப் போய் உட்காந்திருந்து தூறும் சுகம் கிடைக்கவில்லை. ஒரு வாரத்திற்குள் கழிப்பிடத்தின் மேல் பகுதியில் வைத்திருந்த சின்டக்ஸ் தொட்டியில் தண்ணீர் வறண்டு விட்டது. தண்ணீர் இல்லாத கழிப்பிடத்தில் மாட்டியிருந்த இரு பித்தளை நல்லிகளையும் கழற்றிக் கொண்டு போனது யாரென்று யாருக்கும் தெரியவில்லை. ஒரு சொட்டுத் தண்ணீர் இல்லாத கழிப்பிடம்! மக்கள் வரிசை குறைந்து குறைந்து வந்தது. பயன்பாடில்லாமல் போன கழிப்பிடக் கதவு இரண்டையும் பிடுங்கியெடுத்ததும் யாரென்று தெரியவில்லை.

தண்ணீரில்லாத, கதவில்லாத இரண்டு கழிப்பிடம் பெண்களுக்காக. ரா இருட்டில் கழிப்பிடத்தின் சுற்று வட்டாரம் எங்கும் மல கூம்பாரமானதால் பன்றிகளுக்கும் நாய்களுக்கும் மேய்ச்சல் இடமாக மாறிவிட்டது. மஜீதின் மக்கள் நலத் திட்டத்தின் நினைவாக சின்டக்ஸ்கூட திருடப்பட்ட இரண்டு கழிப்பிடங்கள் நிலைகொள்கின்றன. சுவர்களில் பாலியல் தொடர்பாக எழுதப்பட்ட விஷயங்கள் ஏராளம். அன்றாடச் செய்திகளும் கரியால் எழுதப்பட்டு விஷயங்கள் வாசித்துத் தெரிந்துகொள்ளலாம்.

மீண்டும் ஓடைக்கரை பெண்களுக்குப் புகலிடம் இருள் மண்டிய காடுதான்.

நெடுந்தெருவில் விறகுக் கடைக்குள் பயந்தேறிய கணக்குப் பிள்ளை மஸ்தான், கம்புடன் வந்த கோட்டிக்கார மம்மது கண்ணிலிருந்து மறைந்ததும் கடையிலிருந்து வெளியே வந்தார்.

"நீங்க யார்?"

"எனக்கு குலசேகரம். இப்பம் நான் இங்கேதான் தங்கியிருக்கேன்."

"கோட்டிக்கார மம்மதை கண்டு பயந்திட்டீளோ?"

"ஆமா,"

"அவன் இப்ப யாரையும் தொந்தரவு செய்யமாட்டான். இப்படித்தான் கம்பு கையில் வச்சுட்டு ஆடுமாடுகளை விரட்டி வருவதுபோல வருவான். இப்ப பிள்ளைகள் அவனை விரட்டி வருவதுண்டு. பயப்பட வேண்டாம் போங்கோ." விறகுக் கடைக்காரர் மஸ்தானின் பயத்தைத் தணித்துவிட்டர்.

"நீங்க மைதீனை பாத்தீயளா?" கணக்க பிள்ளை கேட்டார்.

"அவன் கருவாடு கொண்டு மய்யவாடி தெரு பக்கம் போனத பாத்தேனே . . ."

தெருவில் கருவாட்டுக் குழம்பு வாடை கப்பென வீசியது. பச்சமீன் ரொம்ப கிராக்கியான நேரம். மூணும் நாலும் தடவை ஐஸில் வச்ச மீன்கள். விற்பனை ஆகாததைக் கடைசியாகக் காயப்போட்டுக் கருவாடாக்கிக் குறைஞ்ச விலைக்குக் கொடுப்பார்கள். அதைப் பிற சைக்கிள் வியாபாரிகள் வாங்கித் தெருத்தெருவாய்க் கூவி விற்பனை செய்வார்கள். மய்யவாடி பக்கமுள்ள குடிசை வீட்டுக்காரர்கள், ஓடைக்கரை தெரு மக்கள் பிரியமாக கருவாடு வாங்குவார்கள்.

'அவனுக்குக் கருவாடு வியாபாரமில்லியே, யோசித்தார். அவர் யோசனையில் ஆழ்ந்து நிற்கையில் மைதீன் சைக்கிள் கேரியரில் கருவாட்டுக் கூடையைக் கட்டிக்கொண்டு வருவதைப் பாத்துச் சொன்னார்.

"அந்த வாறான் மைதீன்."

"ஆசாமி இது அல்லவே," கணக்கபிள்ளை சுயம் சொன்னார்.

அவனை எங்கே போய்த் தேடுவது? அவன் சொன்னது நினைவில் உண்டு. தெருவில் வந்து மைதீன் எங்கே என்று கேட்டால் சொல்வார்கள். பச்ச குழந்தைகளுக்குகூட என்னைத் தெரியும். மைதீன் முன்பு சொன்னதை நினைத்தார்.

"நான் தேடும் மைதீன் இது அல்ல."

"இவன் பெயரும் மைதீன்தான். வேற ஆருட்டயாவது கேட்டு பாருங்கோ."

விறகுக் கடைகாரரிடமிருந்தும் துப்பு கிடைக்காததால் அவர் கொஞ்ச நேரம் ஆலோசனையில் இறங்கினார். 'வேறொரு வண்டிகாரனைப் பார்த்து அனுப்பினால் என்ன? அவ்வளவு பரிச்சயம் இல்லாதவனிடம் பில்லை கொடுத்தால் சிலவேளை அவன் மெத்தையை வாங்கி மறுவிலைக்கு வித்துட்டாலோ,' என்ற சந்தேகம் உண்டானதும் முடிவை மாற்றிக்கொண்டார்.

ஒருமுறை பத்பநாப பிள்ளை கடையிலிருந்து ஒரு பொருள் வாங்கி வர பரீட்சயமான ஒரு தொழுகையாளியிடம் 1000 ரூபாய் நோட்டைக் கொடுத்தது நினைவிற்கு வந்தது. நோட்டை வாங்கி ஜேப்புக்குள் திணித்தவர் சற்றுத் தொலைவிற்குச் சென்று விட்டு ரூபாய் தவறவிட்டது என்று சொன்ன பச்ச பொய் ஞாபகத்திற்கு வந்தது. அதனால் பிறரிடம் பில்லைக் கொடுக்க மனம் வரவில்லை.

7

பெரியதம்பி மரைகாரப்பா தர்காவிலிருந்து வழக்கமாக வரும் பக்கீர்ஷா ஓடைக்கரை தெருவிற்கு வந்தார். கழுத்தில் பளிங்கினாலுள்ள பெரிய மணிமாலை. கால் கரண்டையைத் தொட்டு நிற்கும் பச்சை நிற அங்கி. வால் நீட்டி கட்டிய தலப்பாகை யில் ரண்டு மூணு சுறுமா[1] கம்பி சொருவப்பட் டிருந்தது. நீட்டி வளர்த்திய தாடிக்கு மைலாஞ்சி சிகப்பு. கையில் வைத்திருந்த பித்தளைத் தட்டில் கொம்புத் தேங்காய் ஒன்று. பித்தளைத் தட்டின் மத்தியில் வைக்கப்பட்டிருந்த உயரமான நெருப்புச் சட்டியில் தீக் கங்குகளின் சிவந்த கண்கள். யாராவது காசு கொடுக்கும்போது அதில் குமிஞ்சான் பொடி தூவி புகை வளர்ப்பார். பக்கீர்ஷா நடந்து செல்லும் வழி நெடுகிலும் குமஞ்சான் புகையின் வாசம் கட்டி நின்றது.

"யம்மா பெரியதம்பி மரைக்காரப்பா தர்காவி லிருந்து அப்பா உத்தரவு வாங்கி வந்த பக்கீர்ஷா" வீட்டு வாசல்படி ஏறிக் குரல் கொடுத்தார். "தர்காவுக்கு ஏதாவது காணிக்கை இருந்தால் போடுங்க சீதேவி."

காணிக்கையைக் கையால் வாங்கமாட்டார். பித்தளைத் தட்டை நீட்டிக் காண்பித்து மீண்டும் கேட்பார். "அப்பாவுக்குக் காணிக்கை இருந்தால் தாருங்க சீதேவி".

காளைப் பக்கீரின் பெண்டாட்டி மைமூன் வாய்ப் பேசாத மகனுக்கு வேண்டிப் பெரிய தம்பி மரைக்காரப்பா தர்காவுக்கு மகனையும் அழைத்துக்கொண்டு போயி ஒரு வாரம் தர்காவில் தங்கியிருந்து மன்றாடவும் இரண்டு பழக்குலைகள்

---

1. சுறுமா – கண்மை

வாங்கி 'யாசீன்' ஓதவும், வெள்ளியில் ஒரு நாக்கு அடிச்சுக் கொடுக்கவும் நேமிசம் செய்திருந்தாள்.

தர்காவிலிருந்து அப்பாவின் உத்தரவு வாங்கி வந்த பக்கீர்ஷாவுடைய குரல் வாசலில் கேட்டதும் வளைவு வீட்டிலிருந்து வாசப்படியில் தலைத் தட்டாமல் குனிந்தவாறு வெளியே வந்தாள். பத்து வீடுகள் சேர்ந்த வளைவு வீடு. மழைக் காலங்களில் வீட்டுக்குள்ளே தண்ணீர் ஒழுகி இறங்கிப் பெருக்கெடுக்கும். கொள்ளை வட்டிக்காரன் அபுசாலி ஒண்ணுக்குப் பாதி விலைக்கு வாங்கி வாடகைக்கு விட்டது. அதில் ஒரு வீட்டில்தான் மைமூனு தங்கியிருப்பது. இரண்டு பெண் குழந்தைகளையும் வாய்பேசாத மகனையும் பெண்டாட்டியையும் சண்டை போட்டு தள்ளிவிட்டுக் கொண்டு ஒழிஞ்சு போனவன்தான் காளைப் பக்கீர். படுபாவி.

மைமூனு எவர்சில்லர் பட்டறையில் தினக்கூலிக்குப் போய் வருகிறாள். பெண்கள் இருவரும் மீன் வலைக்கு மால் பின்னி 'அனாயத்தை'[1] கழிக்கின்றனர்.

தலையில் துணி போட்டுக்கொண்டு 'பிஸ்மீன்' சொல்லி பக்கீர்ஷாவுடைய பித்தளைத் தட்டில் பத்து ரூபாய் நோட்டைப் போட்டுவிட்டு, கொம்புத் தேங்காயைத் தொட்டுக் கண்ணில் வைத்தாள்.

"எம்புள்ளெ வாய்பேச 'துஆ' கேளுங்கொ பாவா"

வினயத்துடன் கேட்டுக்கொண்டாள்.

"அப்பாட்டெ சொல்லுதேனம்மா. அப்பா துஆ கேப்பாங்கோ."

தீச் சட்டியிலிருந்து குமிஞ்சான் தூள் அள்ளிப்போட்டு புகை வளர்த்து மைமூனுக்கும் வாய்பேசாத மகனுக்கும் மால் பின்னிக்கொண்டிருந்த பெண் மக்களுக்கும் முகத்தில் காண்பித்து மயில் இறக்கையால் அவர்கள் தலையைத் தடவிவிட்டார்.

பக்கத்து வீட்டுக்குப் போனார். அங்கேயும் இதே வாய்மொழியைத்தான் சொன்னார்.

"பெரிய தம்பி மரைக்காரப்பா தர்காவிலிருந்து அப்பாவின் உத்தரவு வாங்கி வந்த பக்கீர்ஷா. ஏதாவது காணிக்கை இருந்தா தர்காவுக்குப் போடுங்க சீதேவி."

வீடுவீடாக ஏறிப் பெரிய தம்பி மரைக்காரப்பா பெயரைச் சொல்லிக் காணிக்கை வாங்கினார். சில ஆண்டுகளுக்குப் பெண்களுக்கும் கண்ணில் சுறுமா (மை) போட்டுக்கொடுத்து

1. அனாயத் – நித்திய வாழ்க்கைச் செலவு

முகத்தில் புகை காட்டி கைமடக்கு (அன்பளிப்பு) வாங்கினார். வருடத்திற்கு ஒருமுறை மரைக்காரப்பா தர்காவில் கொடியேறு வதற்கு முன் ஓடைக்கரைத் தெருவில் காணிக்கை வாங்கி வந்த பக்கீர்ஷா தெருவில் எங்கேயோ திடீரென மாயமானார்.

காளைப் பக்கீர் முழுக் குடியன். கல்யாணம், அச்சாரம் வைப்பு, கத்தம் பாத்திஹா வீடுகளுக்குச் சமையலுக்குப் போய் கிடைக்கும் காசெல்லாம் குடித்து முடிப்பான். மிச்சம் மீதியைப் பக்கத்துத் தெருவில் அவன் வைத்திருக்கும் ஒரு கூத்தியாளுக்குக் கொடுப்பதாக கேள்வி. கூத்தியாள் வைத்திருப்பதை மைமூன் தெரிந்து அவளுடன் தினமும் சண்டை. ஒரு சல்லிக் காசு அவளுக்கோ பிள்ளைகளுக்கோ கொடுப்பதில்லை. வாய் பேசாத மகனுக்கு ஒரு மிட்டாய் கூட வாங்கிக் கொடுத்து தெரியாது.

ஊட்டுக்குள்ளே விறகு அடுப்பில் சமைக்கக் கூடாது என்பது அபுசாலியின் கண்டிப்பு. வீட்டில் கரி பிடிக்குமாம். அந்த நிபந்தனையின் பெயரில்தான் வீடு வாடகைக்குக் கிடைத்தது. ஞாயிற்றுகிழமை வேலை கிடையாது. சில விடுமுறை நாட்களிலும் வேலையில்லை. வேலை நாட்களில் கிடைக்கின்ற தினக்கூலியைக் கொண்டுதான் நாட்களை நகர்த்த வேண்டிய நிலை. இந்த வறுமை நிலையில் கிடைத்த குறைந்த வாடகை வீட்டை விட்டால் வேறு வீடு ஓடைக்கரை தெருவில் கிடைக்காது. அபுசாலியின் நிபந்தனைப்படி அவள் வீட்டுக்குள் சமைப்பதில்லை. வீட்டுக்கு முன் தெருவில் வைத்துதான் சமைப்பது. வாய் பேசாத மகன் சலாவுதீன்தான் காட்டுக்குப் போய் விறகு வெட்டிக் கொண்டு முற்றத்தில் போடுவது. விடுமுறை நாட்களில் அவளே போய் விறகு வெட்டிப் போடுவாள். முற்றத்தில் அடிக்கும் வெயிலில் காயப்போட்டிருந்த கொஞ்சம் சுள்ளிகள் காணாமல் போனதால் மைமூன் வளைவுக்காரிகளைக் கிழிகிழின்னு கிழிச்சு வளைவை ரணகளமாக்கும் நேரம் பாத்து மய்யவாடிக்கு வடக்கில் உள்ள தெருவிலிருந்து ஒருத்தி ஆவேசமாகக் கைவீசி வந்து மைமூனைக் கோபமாக ஒரு ஏறு ஏறினாள்.

“என்னடி புள்ளப்பெத்து வச்சிருக்கா? காட்டுல வெறவு வெட்ட அனுப்புனியா, பெம்புள்ளியோ குத்தீட்டு இருக்கதெ பாக்க அனுப்புனியா?”

“என்னடி பேசுதா? வாய்பேசாத எம்புள்ள நீ கிழிச்சி காட்டிட்டு குத்தீட்டு இருக்கூத பாக்கவா வந்தாண்டி? விவரம் தெரியாத எம்புள்ளயக் கொண்டு இல்லாத பொல்லாதது சொல்லுத. ஒன் வாய் புழுத்து போவும்டி.”

"என் வாய் ஏன் புழுக்குது? நீ தான் புழுத்து சாவா. கட்டினவன விரட்டிவிட்டுட்டு கண்ட இடமெல்லாம் ஏறி இறங்குதா. புதிய இஸ்லாம் சம்சை வச்சிகிட்டு இருக்கியே."

"நீ பெரிய யோக்கியத்தியோ? ஒன்ன எனக்கு தெரியாதாடி. தொப்பியிட்ட பறயனுக்குதானே வாக்கபட்டிருக்கா."

மைமூன் போட்ட போடுல்ல அவள் பேசாம வந்த வழியே நடந்தாள். கொஞ்ச தூரம் சென்றதும் திரும்பி நின்று கத்திச் சொன்னாள்,

"புள்ளைய ஒழுக்கமா வளத்து. இல்லாட்டி சீரழிந்து போவான். நான் தொப்பியிட்ட பறயனுக்கு வாக்கப்பட்டு ஒழுங்காதான் இருக்கேன்டி, உன்னபோலவா? உம் புருஷ மக்கத்து சுல்தானா? நீயும் பள்ளனுக்குத்தானே வாக்கபட்டிருக்கா. சம்சுக்கு கூத்தியாவா இருக்கத்தானே ஒன் புருஷன விரட்டி விட்டே. பெரிய யோக்கியமயிரு பேசுதா."

அக்கம்பக்கம் கூடி நின்று வேடிக்கை பார்த்தது.

"நீங்க வளவுக்காரங்க சொல்லுங்கோ. எம்புள்ள சலாம் அப்படிப்பட்டவனா? அவனுக்கு வயசு என்ன? அந்த சொல்லுத பாத்தியளா?"

"அவன் சின்ன புள்ளையில்லியா. ஆம்புள புள்ளைக்க தலையைக்கண்டு இவளுவளுக்கு எழும்பி நிக்கவேண்டியதுதானே" – வளைவுக்காரிகள் நியாயம் பேசினார்கள்.

ஒரு பெரும் மழை கொட்டித் தீர்ந்த பிறகுள்ள அமைதி நிலவியது.

மீராஸாதான் திருமணத் தரகன். அஞ்சு நேரத் தொழுகை, ஒரு நோன்பு விடுவதில்லை. தலையில் தொப்பி எப்போதும். ஒரு குறுந்தாடி. தெருத்தெருவாகச் சுற்றி வருவான். ஓடைக்கரைத் தெருவிலுள்ள அத்தனை வீடுகளும் அங்கு தங்கி வருவோர்களை யும் அத்துப்புடி. வாப்பா, வாப்பாவுடைய வாப்பா, அவருடைய வாப்பா என்று மூணும் நாலும் தலைமுறை அறிவு. வீடுகளுக்கு வெள்ளையடிப்பது பக்கத் தொழிலாக இருந்தாலும் மீதி நேரங்களில் திருமணம் ஆகாத பெண்கள், ஆண்களுக்கு ஜோடி சேர்த்து விடுவதுதான் முக்கிய தொழில். அல்லாஹ்வுக்கு உகப்பான தொழில். திருமணம் ஆகாத பெண்கள் எங்கெல்லாம் இருக்கிறார்கள் என்று தரகன் மீராஸாவுக்குத் தெரியும். அதேபோல் வாலிபப் பையன்களையும். தெருவில் இவன் கடந்துவரும் போது –

“எம்புள்ள நூர்ஜஹானுக்கு மாப்பிள்ளை தரம் பாத்து சொல்லுங்க வாப்பா.” அவசரமாக நடந்து கொண்டிருந்தவன் பீமாவுடைய குரல் கேட்ட கணம் நின்று விசாரித்தார். “என்ன? செய்தா?”

“கயிறு கம்பெனிக்குத் தினமும் போவுது.”

“என்ன சம்பளம்”

“நூத்தி பத்து”

“ஏதாவது தோதிருந்தா பாப்போம். என்ன கொடுப்பியோ பீமாக்கா?”

“கொடுக்க என்ன இருக்கிது. எனகிட்ட வாப்பா.”

“கொடுக்காம முடியாதே. ஏதாவது?”

“நான் நாலிடத்திலிருந்து மறிச்சு ஒரு பத்தாயிரம் கொடுக்க பாக்கேன்.”

“அப்படியா. சரி மனசுல வச்சிருக்கேன். ஏதாவது தோதா வந்தா தட்டிவிடுவோம். சரியா?”

“சரி, கொஞ்சம் நல்லதாப் பாத்து நடத்தி வைங்கோ ஒங்க புண்ணியத்தில. அல்லா எட்டு சொர்க்கமும் எண்ணி தருவான்.”

“பாப்போம்,” விறுவிறுன்னு நடந்தார்.

மீராஸாவுடைய சூண்டையில் ஒரு மீன் கொத்திய மகிழ்ச்சி. மீன் அவ்வளவு பெருசாக இல்லாவிட்டாலும் கிடைச்சது போதும் என்ற நிறைவு.

மீராஸா நேராகப் போனது அத்துல்லாவின் விறகுக்குடை. அங்கேதான் கருப்பன் விறகு வெட்டுவது. கோங்கண்ணன் ஆனாலும் ஆரோக்கியமானவன். அவன் ஏற்கெனவே மீராஸாவிடம் ஏற்பாடு செய்திருந்தான்.

“நமக்கொன்னு ஏற்பாடு பண்ணிதரனும் காக்கா.” இருவரும் சாயா குடிக்கையில் மீராஸாவுடைய காதில் போட்டுவைத்தான். எப்போதும் போல் ஒரு பத்து ரூபாய் எடுத்து மீராஸாவின் ஜேப்பில் திணித்தான்.

“நா ஒன்னு பாத்து உனக்கு கட்டிவைக்கேன்டேய்.”

“கொஞ்சம் சீக்கிரம்.”

“சரி எங்க ஜாதில ஒரு பொண்ணு இருக்கா கட்டிக்கிடுதியா.”

"ஜாதி ஏதேன்னா என்ன? நல்ல பெண்ணா இருக்கணும். காச்சி அனத்தித் தருவோளா இருக்கணும்."

"சரி, ஒரு கண்டிஷன் நீ எங்க மதத்துக்கு வரணும். சுன்னத்து செய்யணும். ஒப்புக்கொள்வியா டேய்"?

"நீங்க சொன்னா சரி."

"பத்தாயிரம் தருவா. அஞ்சு உனக்கு, அஞ்சு எனக்கு சரிதானா."

"சரிதான்."

"நீ பணத்தைப் புரட்டி வைடேய். நான் பெண்ணுக்க அம்மாகாரிட்ட சொல்லி பாக்கட்டும். பெண்ணுக்கு வாப்பா கிடையாது. அவன் அதுவளை தள்ளிட்டு ஒளிஞ்சு போனான்."

மீராஸா திரும்பி நடந்தார். "எந்த சாதியானா நமக்கென்ன. நமக்கு ரூவா அஞ்சு கிடச்சா மதி. நிக்காஹ் நடத்தி வைக்கணும். அதோட சரி. அவன் அவளோட வாழ்ந்தாலும் சரி, தள்ளிட்டுப் போனாலும் சரி. அவன் பாடு, அவள் பாடு," என்று நினைத்தவாறு பீமாவின் வீட்டுக்கே மாலை நேரம் போனார்.

"நல்ல பையன். உழைப்பாளி. ஆனால் ஒன்னு அவன் நம்ம ஜாதியில்ல," என்று சொன்னதும் பீமா தலையில் இடி விழுந்தது.

கொஞ்சநேர மௌனத்திற்குப் பின், "நம்ம புள்ளிய இல்லியா?" சுய உணர்வு வந்ததும் கேட்டாள்.

"நம்ம புள்ளைய இந்த ரூவாக்கு கிடப்பானா?"

சிறு யோசனைக்குப் பிறகு அவள் சொன்னாள். "நான் பிறகு கேட்டு சொல்லுதேன்." அவள் சொன்னதைக் கேட்டதும் சற்று சோர்ந்து காணப்பட்டார் மீராஸா.

"நல்ல பையன் கெட்டிக்கார பையன். உழைப்பாளி. யோசித்து நல்ல முடிவா சொல்லம்மா," என்று சொல்லி, கைக்கெட்டியது வாய்க்கு எட்டவில்லையே என்று ஏமாற்றத்துடன் ஒரு பீடி பற்றவைத்துக்கொண்டு அப்படியே யோசனையில் ஆழ்ந்தார்.

○ ○ ○

சமூஸா நாகூர் பள்ளிவாசலில் இஷா தொழுகைக்குப் பின் கோரம்பாயில் சற்று கட்டையைச் சாய்த்தார். அப்படியே தூங்கி விட்டார். வழக்கமாக அஞ்சு நிமிடம் கட்டையைச் சாய்த்து சமூஸா விற்று வந்த அலுப்பைப் போக்குவதுண்டு. வழக்கத்திற்கு மாறாக இன்று நெடுநேரம் தூங்கிவிட்டார். தலையில் தலைப்பாவும்

வெள்ளை நிற அங்கியும் போட்டு கறுப்புத் தாடியுடன் கையில் தஸ்பீஹ் மணி உருட்டி ஆஜானுபாகுவா ஒருவர் அவன்முன் தோற்றமளித்தார். அவருடைய நெற்றியிலுள்ள தொழுகைத் தழும்பு ஜொலித்தது. அவருடைய கையில் இருந்த நெடிய வாளின் பளபளப்பில் நாகூரின் கண் கூசியது. தஸ்பீஹ் மணியிலிருந்து சிதறிய ஒளி பள்ளிவாசல் சுவரில் பிரதிபலித்தது. வந்தவரைப் பார்த்து நாகூர் எழும்பி நின்றார். நாகூரின் கை கால்கள் நடுங்கியது.

"என்ன தெரியுதா?" கம்பீரக் குரல் அவருடையது.

"தெரியாது," நாகூரிடமிருந்து பதில் வந்தது.

வந்தவர் தன் உடலிலிருந்து கழுத்தைத் தனியாக எடுத்துப் பாயில் வைத்தபின் அவர் தலையில்லாத ஒரு மனிதனாகக் காட்சியளித்தார். தலை பேசுகிறதா இல்லை தலையற்ற உடல்தான் பேசுகிறதா என்று குழப்பமாக இருந்தது நாகூருக்கு. தலையில்லாத அவர் கையிலிருந்த தஸ்பீஹ் மணிகள் விரல்களின் ஊடாக நகருவதைக் கவனித்த நாகூருக்குப் பெரும் ஆச்சரியம்.

"நான்தான் பெரியதம்பி மரைக்கார்," தலை உடலோடு போய் ஒட்டிச் சேர்ந்தது.

அந்நிய ஆதிக்கச் சக்தியோடு படை பொருதி, நின்றவர். அந்த சக்திக்குக் காட்டிக்கொடுக்க சூழ்ச்சியில் இறங்கிய நம்மவர்கள். துஷ்டப் பறங்கிகளின் கையால் மரணமடையாமல் தன் மகன் சின்னதம்பி மரைக்காரிடம் தம் தலையை வெட்டித் தன்னை ஷஹீதாக்கிக் கொண்ட வீர தியாகி. ஓடைக்கரை தெருவின் வரலாற்றுத் துவக்கம் தெரிந்த நாகூருக்கு அப்பாவைக் காணக் கிடைத்த பெரும் ஆச்சரியம்.

"அப்பா!" என்று கூப்பிட்டார்.

அப்பா நித்திய சயனம் கொள்வது கள்ளிக்காட்டில், நூறாண்டுகளுக்கு முன் அடக்கம் செய்யப்பட்ட அப்பா அவர்கள் இன்று எழுந்தருளி வந்திருப்பதால் வியந்து நின்றார் நாகூர். "நான் மவுத்தாகவில்லை. உங்களுக்கு பாதுகாப்புத் தந்துகொண்டு கள்ளிக்காட்டுக்குள் ஒளிந்துகொண்டு இருக்கேன்," என்று சொன்னவர் திடீரென்று பார்வையிலிருந்து மறைந்துவிட்டார்.

அப்பா என்று கூப்பிட்டதும் முழிப்பு வந்துவிட்டது.

பள்ளிவாசலில் இரவு ரண்டு மணி அடிக்கும் ஓசை கேட்டது. பள்ளிவாசலுக்குள் ஒரே வாசம். சந்தன திரி வாசமா? குமிஞ்சான் வாசமா? பூ வாசமா? ஏதென்று தெரியவில்லை.

முகர்ந்துமுகர்ந்து இனம் தெரிந்துகொள்ள முயன்றார். என்ன வாசமென்று தெரியவில்லை. ஆனால் சுவாரசியமான, முன்பு முகர்ந்திராத வாசனை.

நாகூரால் பிறகு தூங்க முடியவில்லை. ஒரே சிந்தனை அப்பா எதுக்காக என் கனவில் வந்தார்கள். என்ன செய்தி எனக்குச் சொல்ல வந்தார்கள்? ஊருக்கு ஏதாவது சொல்ல வந்தார்களா?

அதிகாலையில் சுபுஹு தொழுகைக்கு, பாங்குசொல்ல மோதின் வந்தார். செருப்பு உருவி போட்டதும் நாகூர் இருப்பிடத்தை விட்டு எழும்பிச் சோம்பல் முறித்துக் கொண்டார். மோதீன் ஹவுளில் போய் 'ஒலு'[1] செய்யும் தண்ணீர் அலம்பும் சத்தம் கேட்டது. உடன் நாகூர் ஹவுளின்[2] கரைக்குச் சென்றார். அங்கு மோதினைக் காணவில்லை. யாருதான் ஒலு செய்ய வந்தவர்? யாருதான் செருப்பைக் கழட்டிப் போட்டது? இப்படி சந்தேகத்தோடு நிற்கும்போது பள்ளிவாசலின் மேல் கட்டப்பட்ட மினாராவின் முகட்டிலிருந்து ஒரு ஒளி வானத்தை நோக்கிப் பாய்ந்துபோவதைப் பார்த்து அசந்துபோய் நின்றார். யாரும் ஒளி காட்டவில்லை; மின்னலாகவும் இல்லை.

என்ன ஒளி!!

ஹவுளின் கரையில் எவ்வளவு நேரம் நின்றார் என்று அவருக்குத் தெரியவில்லை. நாக்காட்டிக் கொண்டிருந்த சுவர்மணியின் நாக்கை யாரோ பிடித்து நிப்பாட்டியதாக காணப்பட்டதால் நேரம் தெரியமுடியவில்லை.

ரொம்ப நேரம் சென்றபின் தெருவில் ரப்பர் செருப்பின் சத்தம் கேட்டது. மோதின் அந்நேரம்தான் பாங்கு சொல்ல வந்தேறினார். அவர் வந்து ஏறியதும் பார்த்தது நாகூரை. ஒரு போதும் சுபுஹ் தொழுகைக்கு வராத நாகூர் இன்று வந்திருக்கிறானே, என்ன விஷயமென்று அவருக்குள்ளேயே கேட்டுக்கொண்டார்.

---

1. ஒலு – கை கால் சுத்தம்
2. ஹவுள் – தண்ணீர் தொட்டி

குடியேற்றம்

8

கணக்கப்பிள்ளை மஸ்தான், மைதீனைத் தேடுவதை விட்டுவிடவில்லை. விறகுக் கடையிலிருந்து வெளியேறிப் பள்ளிக்கு நேராக நடந்தார். சிலவேளை அங்கே காணலாம். அவனை எப்படியும் கண்டு பிடித்தாக வேண்டும். அவனுக்குத்தான் இந்த மெத்தை லோடைக் கொடுக்க வேண்டும். அவன் ஒரு மகா பரம்பரையின் கடைசிக் கண்ணியாக இருந்து வருபவன். அவனுடைய மூதாதையர்கள் தாய்நாட்டிற்காக உயிர்த்தியாகம் செய்த ஷஹீதுகள் (தியாகி). பெரியதம்பி மரைக்காரப்பாவின் மகன் சின்னதம்பி மரைக்கார் குளச்சல் கடற்கரையில் பறங்கிகளுடன் வீர யுத்தம் புரிந்தவர். ஒரு பெண்ணின் மானத்தைக் காப்பாற்றியது புலி மரைக்கார். தோணியில் தொலைவிடத்திற்கு அனுப்புவதற்காக மரைக்காயர்கள் குலசேகரப்பட்டினம், காயல்பட்டினம் கடற்கரையிலுள்ள பண்டகசாலை களில் சேமித்துவைத்திருந்த சுக்கு, மிளகு, தந்தம் போன்ற அரிய பொருட்களைக் கொள்ளையிடுவதற் காகப் பறங்கிகள் திட்டம்தீட்டிக் கடற்கரைக் கிராமங்களைச் சூழ்ந்துவிட்டனர். பறங்கிகளுக்குப் பக்கபலமாக பரவர்கள். பறங்கிகள் ஊரைச் சூறையாடியது மட்டுமல்லாமல் பள்ளிகளை இடித்துத் தரைமட்டமாக்கினார்கள். பெண்களைத் தூக்கிக்கொண்டுப் போய் கற்பழித்தனர். மதம் மாற்றம் செய்தனர். ஒரு கன்னிப் பெண்ணைப் பறங்கிகள் தூக்கிக்கொண்டுபோனதைக் கண்டு மனம் பொறுக்காமல் புலிமரைக்கார் வாளுடன் பறங்கிகளின் மத்தியில் குதித்துப் பாய்ந்து போர் செய்து பலரை வெட்டி வீழ்த்திவிட்டு அந்தப் பெண்ணின் மானம் காப்பாற்றிக்கொண்டு வந்த

கதை ஊரெல்லாம் இப்பவும் பக்திப் பாட்டாகப் பாடி வருகிறார்கள். சில ஊர்களில் அந்தப் பெண்ணின் பெயரில் மௌலுது ஓதி நேர்ச்சை கொடுக்கிறார்கள். கன்னிகளுக்காக நேர்ந்து கொடுக்கும் நேர்ச்சை. பல கடற்கரைக் கிராமங்களில் பிறந்த குழந்தைகளுக்கு சின்னதம்பி மரைக்காரப்பா பெயரைச் சூட்டினார்கள். அவர்களுடைய குழந்தைகள் சின்னதம்பி மரைக்காரப்பாவைப் போல் வீரனாக வளர்ந்துவருவதற்கு நினைவை நிலைநாட்டி வந்தனர். அந்த வம்சப் பரம்பரையில் வந்த மைதீனைத்தான் அவர் தேடி நடந்தார்.

பள்ளிவாசலுக்கு நேராகப் போனார். நுழையும் நேரம் பள்ளிவாசலுக்குள்ளிருந்து வந்தவரிடம் விசாரித்தார்.

"மைதீனை எங்கயாவது பாத்தீயளா?"

"சேவுக்கடை முன்னால் நிக்கூத பாத்தேன்" சொல்லிவிட்டு அவர் தெருவுக்குள் மறைந்தார். பள்ளிக்குள் காலெடுத்து வைத்த கணக்கப்பிள்ளை மஸ்தான் பள்ளிக்குள் ஏறாமல் டாஸ்மாக் கடையைப் பார்த்துப் போனார். நடந்துபோகையில்தான் மைதீனுக்குக் குடிப்பழக்கம் உள்ளது அவர் நினைவுக்கு வந்தது. அவன் உடலைத் தொட்டு வரும் காற்றில் போதைப் பொருளின் வீச்சம் அடித்ததை முகர்ந்த நினைவு. பெரிய வம்ச பரம்பரையில் வந்த கடைசி கண்ணி இப்படிக் குடிச்சு தன்னைத்தானே கெடுத்துக்கொள்வதை அவரால் நினைத்துப்பார்க்கக் கூட முடியவில்லை. அந்த வீர வம்சம் கால ஓட்டத்தில் தேய்ந்துதேய்ந்து இவனில் வந்து நிற்கிறது. காலச்சக்கரத்தில் அரைபட்டு அரைபட்டு இவனில் வந்து முடிகிறது.

மேடைவீட்டு பக்கீர் ராவுத்தார் முதலாளியின் தெருவில் பெரும் பரபரப்பு. அவருடைய இளம் மகளைக் காணாத பரப்பு. ஹாஜராவைக் காட்டுக்குள், தெருவுக்குள், உறவினர் வீடுகளில் எங்கும் தேடிப் பார்த்தனர்; காணவில்லை. பள்ளித்தெருவில் காணப்பட்ட ஒரே மேடை (மாடி) வீட்டிலுள்ள பெண். அவளுக்கு வரன் பார்த்துக்கொண்டிருக்கிறார்கள் பெற்றோர்கள். கொட்டினால் ரத்தம் பொட்டி ஓடும் பருவம். தெருவில் பல வாலிபப் பையன்களுக்கு அவள்மீது ஒரு கண்ணு. சீதனம் இல்லாமல் கட்டிக்கொள்ள சிலர் தயார். அனைத்துத் திருமணச் செலவையும் அவர்களே ஏற்றுக்கொண்டு சிலர் முன்வந்தனர். தரகன் மீராஸா பலவரனுக்காக பக்கீர்ராவுத்தர் முதலாளியை அணுகினார்.

"எந்த காரணத்தாலும் இந்தத் தெரு பயக்களுக்கு கட்டிக் கொடுக்க மாட்டேன்."

பிடிவாதமாகவே மறுத்துவிட்டார். தரகன் மீராஸா ஊர்ஊராகச் சென்று அந்தப் பெண்ணுக்கு வரன் தேடிக் கொண்டிருந்தார். சிலர் ஊரைக் கேட்டதும் உடனே மறுத்துவிட்டார்கள். "ஓடைக்கரைத் தெரு அங்கேதானே இருக்கு. அந்த ஊருக்குப் பெண்ணு கொடுக்க மாட்டோம்," என்று மறுத்துவிட்டார்கள்.

அந்தப் பெண்ணுக்கு நிலவு என்றால் அலாதியான பிரியம். நிலா பட்டுவிரிக்கும் இரவுகளில் வீட்டின் மேல்மாடியில் ஏறி நின்று நிலாவை ரசித்தவாறு மணிக்கணக்கில் தன்னைமறந்த நிலையில் நிற்பாள். தான் ஒரு நிலவாக பரிணமித்தாலோ? மொட்டை மாடியை நோக்கி வரும் மேற்குத் தொடர்ச்சி மலை உச்சி ஊதிவிடும் குளிரிளம் காற்று. அந்தக் குளிர்காற்றும் நிலவும் கட்டிப் பிணைந்துகிடக்கும் இரவுகள். உஷ்ண இராக்காலங்களில் விடியும்வரை மொட்டை மாடியில் நின்றுகொண்டிருக்கத் தீராத ஆசை. கிழக்கிலிருந்து உதித்து வரும் முழுநிலவு மேற்கில் அடையும்வரை அப்படியே நின்று அதில் கரைந்துவிடத் தோன்றும் அவளுக்கு. அவள் தன்னை ஒரு நிலவாகக் கற்பனை செய்து அந்தக் கற்பனையுலகத்தில் தன்னை மறந்து நிற்கையில் நிலவிலிருந்து ஒரு துண்டு அடர்ந்து அவளுக்கு நேராக வருவதைப் பார்த்துச் சிலிர்த்துப் போனாள். அவள் அருகில் அணைந்த நிலாத் துண்டு ஒரு மனித ரூபமானது. அழகழகான ஒரு இளைஞனின் ரூபம். ஒரு இளைஞன்! நிலவிலிருந்து அடர்ந்துவந்தாலும் அந்த இளைஞனின் முகத்துக்கு நிலவை விட அழகு. ஒரு சந்திரப் பிம்பமாக தோற்றமளித்தான்.

அவள் பிரமிப்போடு நிற்கையில் அவளருகில் அந்தச் சந்திர பிம்ப இளைஞன் வந்து அவள் தோளைத் தொட்டுக் கேட்டான்.

"நான் வானில் நடந்துவரும்போதெல்லாம் நீ என்னையே பார்த்துக்கொண்டிருக்கிறாய். ஏன்?"

சற்று நாணித்து நின்று பெண் மெல்ல மொழிந்தாள், அழகில் மயங்கி.

"சந்திரலோகத்தை உனக்குப் பாக்க ஆசையா?"

"ஆசையாகத்தான் இருக்கு."

"உன்னை நான் கூட்டிச் செல்லட்டுமா."

"கூட்டிச் செல்லுங்கள்."

சொல்ல வெட்கமாக இருந்தாலும் சொன்னாள்.

"சரி, கூட்டிச் செல்லுதேன்," என்று சொன்னதும் அவனுக்கு இரண்டு சிறகுகள் முளைத்தன; சொர்ண சிறகுகள்.

"நான் எப்படி சந்திரலோகத்துக்கு வருவது?" அவள் கேட்டாள்.

"என் சிறகில் ஏறி உட்கார்ந்துகொள்." சிறகைத் தாழ்த்திக் கொடுத்தான். அவள் லாவகமாக ஏறிக்கொண்டாள். அவள் கேட்டாள். "நான் எப்படி திரும்பி வருவது?"

"பயப்படாதே நானே கொண்டு விடுகிறேன். முதலில் மகேந்திர கிரி உச்சிக்குப் போவோம். அங்கிருந்து சந்திரலோகத்துக்குப் பறக்கலாம்."

மகேந்திர கிரி உச்சிக்குப் போனபின் கீழே எட்டிப் பார்த்தாள். ஏராளம் மின்விளக்குகள் பொட்டு பொட்டாக அவள் கண்களுக்குத் தெரிந்தன.

"கீழே தெரியுது என்ன?"

"ராக்கட்டுகளுக்கான திரவ பொருள் தயார் செய்யும் இடம்."

உடனே எவ்வு எவ்வி மேலே பறந்தனர். கொஞ்ச தொலைவு போனபின் கீழே எட்டிப் பார்த்தாள். அக்னிச் சுடர் தெரிந்தது.

"இது என்ன?"

"இதுதான் எதிரிகள் தங்கள் நாட்டுக்குள் நுழையக் கூடாது என்று இந்த நாட்டு அரசர் வெட்டிய நெருப்பு நதி. அதில் நெருப்பு கபகபவென்று எழுவதைக் கண்டாள். அவளுக்குப் பயம்கொடுத்தது. சிறகு இந்த அடிநெருப்பில் கருகிவிட்டாலோ? நினைத்தபோது அவளுக்குப் பயம் அதிகரித்தது. இன்னும் சற்று தொலைவுக்குப் போனபிறகு திராவகம் கொதித்து மறியும் ஒரு நதியைக் கண்டாள்.

"இது என்ன?"

"திராவகம். எதிரிகள் தங்கள் நாட்டுக்குப் படையெடுத்து வராமலிருக்க அந்த நாட்டு அரசர் உருவாக்கிய திராவக நதி. இதைக் கடக்க முயன்றால் அப்படியே கருகிவிடுவார்கள்."

அவன் சொன்னதைக் கேட்டு அவளுக்கு மேலும் பயம் அதிகரித்தது.

"இதெல்லாம் கடந்து வேணுமா சந்திரலோகத்துக்கு செல்ல?"

"ஆமா. சந்திரலோகம் பாத்ததும் திரும்பிவிடலாம்." அவன் அவளுக்கு ஆறுதல் சொன்னான்.

குடியேற்றம்

அந்த இளைஞனின் சிறகில் ஏறிப் பறந்துபறந்து முன்னேறினாள். போனவழியில் அடர்த்தியான காட்டுக்கு மேல் பறந்துகொண்டிருந்தபோது அவள் அவன் அழகில் மயங்கினாள். அவன் அவளை மலைமுகட்டில் இறக்கினான். சாய்ந்துகொண்டிருந்த நிலவு ஒளி பரப்பிக்கொண்டிருந்தது.

மலைமுகட்டிலிருந்து மலை அடிவாரத்துக்குக் கைகோத்துப் பிடித்துக்கொண்டு இறங்கி வந்தனர். தட்டையான ஒரு பாறையின் மீது உட்கார்ந்து நிலவை ருசித்துக்கொண்டிருக்கையில் அவள் அவன் நெஞ்சில் சாய்ந்தாள். தன்னை அறியாமலே அந்த மதாலஸ ராத்திரியில் புடைத்த நரம்புகளில் புணர்ச்சி ஆசை கிளறியதை அவளால் அடக்க முடியவில்லை. இருவரும் தட்டையான பாறைமீது புணர்ச்சி இன்பத்தில் மயங்கி விட்டனர். அவள் உணர்ந்து பார்த்தாள்.

“அவன் இல்லை,”

நிர்வாணமான அவள் அவனுக்காகவோ அல்லது தன்னைத் தனிமையில் விட்டுச் சென்றதை நினைத்தோ அழுதாள்.

தேடிச் சென்றவர்கள் அவளை நிர்வாணக் கோலத்தில் உடங்காட்டில் தட்டையான பாறையில் பார்த்தார்கள். பக்கத்தில் அவிழ்த்து போடப்பட்ட துணிமணிகள். அக்கம்பக்கத்துக்காரர் களைப் பார்த்து வெட்கப்பட்டு ஓடிச்சென்று துணியை எடுத்து உடுத்திக்கொண்டு முகம் பொத்தி ஏங்கிஏங்கி அழுதாள்.

வீட்டின் மொட்டைமாடியில் நின்று நிலவு ரசித்த அவளை ஏதோ ஜின்னு தூக்கிக்கொண்டுபோய்க் கற்பழித்துவிட்ட விபரம் பிறகுதான் அவள் உடம்பில் கண்ட நகக்கீறல்களிலிருந்து தெரிந்துகொண்டனர்.

“எங்க போனாவுட்டி? ஆருக்கே கூட போனாவுட்டி?” அவள் பதில் சொல்லவில்லை.

எப்படியெல்லாமோ கேட்டுப் பார்த்தார்கள். பதில் இல்லை.

நீண்ட மௌனத்திற்குப் பின் சொன்னாள். “என்னை ஒரு அழகானவன் கூட்டிச்சென்றான்.”

“யாரடி அவன்?”

“நிலவைப்போல ஒருவன்,” என்று சொல்லி நிறுத்தினாள். பிறகு எதுவும் வாயைத் திறந்து பேசவில்லை. பேய்முழி முழித்தாள்.

அது வழியாக நடந்துபோன மம்மாசின் லெப்பையைக் கூப்பிட்டுக் கொஞ்சம் ஓதிப்பார்க்கச் சொன்னார்கள். ஓதிப்பார்த்த

அவருக்கு ஒன்றும் அடைபடவில்லை. இருந்தாலும் ஊகத்தின் அடிப்படையில் சொன்னார்.

"ஜின்னைக் கனவு கண்டிருப்பாள்."

"உன் கனவில் ஜின்னு வந்ததா புள்ள?" மம்மாசின் லெப்பை கேட்டதுக்கு வாய் திறந்து எதுவும் பேசாமல் ஆமாவென்று தலையசைத்தாள்.

"நான் நெருப்பு நதி கண்டேன், திராவக நதி பாத்தேன். பெரும் காடுமலைகளைப் பாத்தேன். போற வழியில் நட்சத்திரங்கள் போல் விளக்குகளைக் கண்டேன். அவர் என்னை அங்கெல்லாம் கூட்டிச் சென்றார்."

யாரும் கேட்காமலயே தானாகப் புலம்பினாள்.

"அப்ப ஜின்னுதான் கூட்டிச் சென்றிருக்கிறது."

அப்போதுதான் தன்னை அழைத்துச் சென்றது ஜின் என்று தெரிந்துகொண்டாள்.

"எனக்கு அவருதான் வேணும். நா அவருக்குத்தான் வாக்கபடுவேன்," புலம்பிக்கொண்டே இருந்தாள்.

தன்னை அழகுபடுத்திக்கொண்டு இப்பவும் நிலவில்லாத இரவிலும் கூட அவள் நிலவைப் பார்க்க மொட்டைமாடிக்கு ஏறிச் சென்று நிலவு உதிக்கும் திசையை நோக்கி நிற்பாள்.

அந்தச் சந்திரப் பிம்பத்தை எதிர்நோக்கி, சந்திரலோகத்துக்குத் தன்னை அழைத்துச்சென்று அங்கே வைத்துத் தன்னுடைய கழுத்தில் தாலி கட்டும் வரனை எதிர்நோக்கி, வருடங்களாக எதிர்நோக்கி எதிர்நோக்கி நின்ற அவளுடைய கதுப்புக் கன்னங்கள் சொட்டிவிட்டன. அடர்த்தியாயிருந்த அவளுடைய கருங்கூந்தலில் வெள்ளைமுடி கண்டு அக்கம் பக்கத்துக்காரர்கள் அவள் விதியைச் சொல்லி நொந்து கொண்டார்கள்.

9

மின்னல் கொடுத்த காசைக் கொண்டு போய் சேட்டின் ஜெயம் டிரேடர்ஸில் மெத்தை வாங்கி வைத்துவிட்டு மைதீனைத் தேடி ஓடைக்கரைத் தெருவுக்கு வரும்போது தெருவில் பெரும் ரகளை. வலிய மரைக்காரப்பா தர்காவுக்குக் கொம்பு தேங்காய் கொண்டு காணிக்கை வாங்க வந்த பக்கீர்ஷாவை கூப்பிட்டு முஸ்லிம் எழுச்சிக் கழகத் தொண்டன் அலியின் மனைவி கரிசா காணிக்கை கொடுத்துவிட்டுத் தேங்காயைத் தொட்டுக் கண்ணில் வைத்தாள். பக்கீர்ஷா குமிஞ்சான் சட்டியில் குமிஞ் சான் தூள் போட்டுப் புகை வளர்த்து மயில் இறகைக் கொண்டு அவள் தலையைத் தடவிவிடுவதைப் பார்த்துக்கொண்டு வந்த அலியின் முகம் சிவந்து சீறியது. வந்ததும் ஓங்கி அவள் முகமடக்கி ஒரு அறைவிட்டான்.

"எதுக்கடி காணிக்கை போட்டாய்?"

"என்ன வாப்பா?"

கரிசா மீது அனுதாபப்பட்டுக் கேட்ட பக்கிர்ஷாவை ஒரு முறை முறைத்தான். அடி தனக்கும் விழுமோ என்று பயந்துபோய் அங்கிருந்து மெல்ல நகர்ந்தார் பக்கிர்ஷா. பிறகு தெருவில் அவர் நடமாட்டம் காணப்படவில்லை.

"பேதீல போவான், என்னத்துக்கு என்ன அடிச்சா?" வேதனை தாங்காமல் கோபத்தோடு கரிசா உரக்க கத்தினாள்.

"எதுக்குட்டி அந்த பக்கிருஷா பயலுக்கு காணிக்கைகன்னு சொல்லி காய் போட்டா?" "மயில்பீலி கொண்டு தலையைத் தடவ காட்டிக் கொடுத்தா?"

“பெரியதம்பி மரைக்காரப்பா இடத்திலிருந்து வந்த பக்கீர்ஷா. காணிக்கை போடுது என் நம்பிக்கை.”

“நான் நம்புரததான் நீயும் நம்பணும்,” அவன் ஆணித்தரமாகச் சொன்னான்.

“நீங்க நம்புறத நானும் நம்பணும்னு இருக்கா?”

“ஆமாடி, நான் அவுலியாக்களை நம்பல்ல. தர்கா வழிபாடு செய்யுறத நம்பல. எல்லாம் இஸ்லாமிய சட்டத்தின்படி குற்றம்.”

“எனக்குக் குற்றமா தெரியல்ல.”

“நீ நம்புவியா? உனக்குக் குற்றமா தெரியல்ல?”

“எனக்கு குற்றமா தெரியல்ல.” என்று அவள் சொன்னதும் அவளுடைய முடிக் கொண்டையைப் பிடித்து இழுத்துக்கொண்டு நடுத்தெருவில் போட்டு உதைத்தான். உம்மாவை வாப்பா உதைப்பதைப் பார்த்துக் குழந்தைகள் வாய்விட்டு உரக்க அழுது கூப்பாடு போட்டன. குழந்தைகளின் ஒப்பாரிச் சத்தம் கேட்டு தெருஜனங்கள் அலியின் முற்றத்தில் கூடிவிட்டனர்.

கரிசா தெரு மண்ணை அள்ளிப் போட்டு மாப்பிள்ளையைத் திட்டினாள். அலி கோபம் மேலிட்டு நடுநடுங்கினான்.

“ஒரே மிதிமிதிச்சு கொண்ணு போடுவேன்.” காலைத் தூக்கிக்காட்டி எச்சரித்தான்.

“கொல்லு. பேதில போவா கொல்லு. சவுட்டிக்கொல்லு.”

அவள் சாடி எழும்பினாள். அழுதுகொண்டு நின்றிருந்த குழந்தைகளைக் கையால் எட்டிப் பிடித்தாள்.

“வாருங்கோ இவன் அடியும் இடியும்பட்டுச் சாவதைவிட ஒரேயடியா உசிரை விட்டுருவோம். வாருங்கோ.” பிள்ளைகளைத் இழுத்துக்கொண்டு முன்னோக்கிப் போனவளை தெருப் பெண்கள் போகவிடாமல் தடுத்து நிப்பாட்டினார்கள். அவள் திமிறினாள். வேறொருத்தி பிள்ளைகளை அவள் பிடிப்பிலிருந்து விடுவித்து தனியாக நிப்பாட்டியிருந்தாள்.

“இஸ்லாத்துக்கு மாறுபட்டு நடப்பவள் உசுரோடு இருப்பதை விட சாவட்டும். விடுங்க அவளை,” என்றான்.

ஒரு தெரு ஒன்பது தெருவாக கூடியது. ஒரே கூச்சல் குழப்பம். தர்கா வழிபாடு செய்பவர்கள் ஒரு புறம், தர்கா வழிபாடு செய்யாதவர்கள் மறுபுறம் நின்று வாதம் செய்தனர். இடையே கைகலப்பும் நடந்தது. பெண்கள் கச்சைக் கட்டி களம் இறங்கினர். தெரு அல்லோல கல்லோலமானது.

தெருவின் நிலைமையைப் பார்த்ததும் கணக்கப்பிள்ளை மஸ்தான் சாகிப், மைதீனைத் தேடுவதை விட்டுவிட்டுத் திரும்பி விட்டார்.

அன்று இரவு இஷா (இரவு) தொழுகை முடித்துவிட்டு ஜமாஅத் தலைவர் பள்ளிவாசலிலிருந்து வெளியே வந்ததும் கரிசாவும் பிள்ளைகளும் பள்ளிவாசல் முற்றத்தில் நிற்பதைக் கண்டு என்னவென்று கொஞ்சம் கடுப்புடன் கேட்டார். பெண்கள் பள்ளிவாசல் முற்றம் வழியாக வழிநடக்கக் கூடாது என்று விளம்பரப் பலகை தொங்கவிட்டிருக்கிறது. அதை மீறி அவள் பிள்ளைக் குட்டிகளோடு வந்து நிற்பது, அவருக்குப் பிடிக்கவில்லை.

“பெண்கள் பள்ளி முற்றத்துக்கு வரக்கூடாதுன்னு தெரியாதா?”

“தெரியாது வாப்பா.”

“போட பாக்கலியா.”

“வாசிக்கத் தெரியாது வாப்பா.”

“எதுக்கு வந்தா.”

கையில் சுருட்டிவைத்திருந்த காகிதத்தை காட்டினாள்.

“என்னது.”

“எம்புருஷன் என்னையும் புள்ளைகளையும் அடிச்சுக் கொல்லுதாரு.”

“கணக்கப்பிள்ளையைப் பாத்துக் கொடு, போ. பள்ளிவாசல் காம்பௌன்ட் உள்ளே பெண்கள் வரக்கூடாது. நிக்காத போ.”

ஜமாஅத் தலைவர் அவள் சங்கடத்தைக் கேட்காமல் நேராக நடந்துபோனார் அவர் வீட்டுக்கு.

யாரிடம் போய்ச் சங்கடம் சொல்வது என்று தெரியாமல் தயங்கி நிற்கையில் மோதினார் இறங்கி வந்தார். ஒரு பெண், பிள்ளைகளோடு பள்ளிவாசல் காம்பௌண்ட்க்குள் நிற்பதைக் கண்டதும் அவளைத் துரத்திவிட்டார்.

“போ, பெண்கள் இங்கே வரக்கூடாது.”

மோதினாரும் துரத்தி அடிச்சது அவளுக்குச் சுளீரென்று இருந்தது. தன்னையறியாமல் கைவந்த துணிச்சலில் சற்றும் தயக்கம் இல்லாமல் மோதினாரின் முகத்துக்கு நேராகக் கேட்டாள்.

"நாங்கள் பெண்களுக்கு இந்த பள்ளியில் உரிமையில்லையா? நிக்கக் கூட உரிமையில்லையா?" அவள் உதடு அசைவதைத்தான் மோதினார் பார்த்தார். செவிடானதால் அவள் கேள்வி அவர் காதுக்கு எட்டவில்லை.

பெண்களைப் பார்க்காத ஆண்களா இவர்கள்? பள்ளியும் பள்ளி முற்றமும் ஆண்களுக்கு மட்டும்தானா சொந்தம். ஆதரவற்ற பெண்ணின் கதறல் குரல் கேட்க இவங்களுக்கு நேரமில்லையா என்று முணுமுணுத்துக் கொண்டு பள்ளி காம்பௌன்டை விட்டு வெளியேறினாள். வெளியேறும்போது காம்பௌன்ட் சுவரில் தொங்கவிடப்பட்டிருந்த விளம்பரப்பலகை கண்ணில்பட்டது. கோபம் மேலிட்டது. "இவனுக்கோ உம்மாக்க தாலி!" விளம்பரப் பலகையை இழுத்து அறுத்துக் கீழே போட்டு நாலு மிதி மிதிச்சாள்.

"ஒங்க போர்டும் ஒங்க சட்டமும்."

விறுவிறு என்று வீட்டுக்கு நடந்தாள். வீடு இருளின் கசத்தில் முங்கிக்கிடந்தது. தெரு விளக்கின் சிறு வெளிச்சம். வீட்டு வாசலில் விழுந்துகிடந்த அந்தச் சிறு வெளிச்சத்தில் அலி குத்தி உட்கார்ந்துகொண்டிருப்பதைப் பார்த்தாள். இவளைக் கண்டதும் அலி சாடி எழும்பினான். கையில் எரியும் பீடி.

"பள்ளிவாசலுக்கு எதுக்கடி போனா."

"நீ யென்ன கொடுமை படுத்துறான்னு எழுதிக் கொடுக்க போனேன்."

அவள் கையிலிருந்த காகிதத்தை வாங்கித் துண்டு துண்டாகக் கிழித்து எறிந்தான்.

"என் மசிரப் புடுங்கி போடுவானுவளோ?"

பதில் சொல்ல தெரியாமல் ஆதரவற்றவளாக அப்படியே நின்றுகொண்டிருந்தாள். தெருவில் கூடிய மக்கள் கலைந்து போயிருந்தனர்.

10

ஓடைக்கரை தெரு பீமா யோசித்து யோசித்து அவளுக்கு ஒரு வழியும் காணவில்லை. நம்மாள் பையனானால் ரொக்கம், நகைனு நிறைய கேப்பாங்கோ. பெண்ணுக்கு வயசு 27 ஆச்சு. இன்னும் ஊட்டுல வச்சிட்டு இருக்க முடியாது. குமரு மூச்செறிந்தால் குடும்பத்தில வெளக்கம் இருக்காது. ஒவ்வொருத்தியும் காட்டுக்குப் போய் புள்ள உண்டாயி பெத்தும் புள்ளையை அழிச்சிட்டும் இருக்காளுவோ. புள்ள அழிக்கிறதுக்குனே காட்டோரத்தில் ஒரு சின்ன குடிசையில் சைரா பெத்தான்னு ஒருத்தி இருக்கா. பாதுகாப்பாகக் கருவை கலைச்சுப் போடுவதில் கெட்டிக்காரி.

நூர்ஜஹானுக்குப் பள்ளித் தெரு சாலியோடு பழக்கம் ஏற்பட்டது, கயிறு கம்பெனியில் வைத்து. அன்பாகப் பழகி வந்தான் சாலி. அவன் திருமணம் செய்துகொள்வதாக வாக்கு கொடுத்திருந்தான். பெண்ணுக்கு நிறம் கொஞ்சம் மங்கலானாலும் முகலெட்சணமானவள். சாலிக்கும் கயிற்றுக் கம்பெனியில்தான் ஜோலி. நெருக்கமாகப் பழகி வந்தனர். மலம் கழிக்க காட்டுக்குச் செல்லும் பாவனையில் அடிக்கடி காட்டுக்குள் சந்தித்தனர். ராக்காலங்களில் அவள் கனவில் சாலி மணக்கோலத்தில் வந்து அவளைக் கிளுகிளுப்பூட்டினான்.

ஊருக்கும் உலகத்துக்கும் தெரியாமல் நூர்ஜஹானுக்கு சைரா பெத்தாதான் மூன்று முறை கைகொடுத்தாள். அம்மாகாரிக்கும் தெரியும், சாலியுடனான நெருக்கம். சாலிதான் கெடுத்தான் என்பதும் தெரியும். அவன்தான் திருமணம் செய்யப்போறானே என்ற மனநிறைவில் ஏதும் கண்டுகொள்ளவில்லை.

சாலி துபாய்க்கு விமானம் ஏறியது, கயிற்றுக் கம்பெனிக்கு வராதபோது பல நாட்களுக்குப் பின்தான் அவளுக்குத் தெரியவந்தது. துபாயிலிருந்து செண்டும் சோப்பும் உடுப்பும் கொண்டுவந்து தன்னைத் திருமணம் செய்வான் என்ற எதிர்பார்ப்புடன் வருடங்கள் தாண்டி அவளுக்கு 27 வயதை எட்டியது.

துபை செண்டின் மணம் பரப்பிக்கொண்டு ஓடைக்கரை தெரு வழியாக அவன் வாறதையும் போவதையும் அவள் கண்டாள். அவன் பார்வையில் படும்படி தான் நின்றபோதும் அவன் ஏறிட்டுக் கூட பார்க்காமல் போனபோது அவள் நெஞ்சில் கனல் கனன்றது. தெருவில் ஒரேயொரு முறைதான் அவனை நேரில் பார்க்க முடிந்தது. இரண்டு மாத விடுமுறையில் ஊருக்கு வந்தவன் ஓடைக்கரை தெரு பக்கம் அதிகம் நடமாடக் காணவில்லை.

பீமா ரோட்டோரத்திலுள்ள ஒரு மருந்துக்கடையில் நிற்கும்போது பைக்கில் அதுவழி அவன் போவதைப் பார்த்து விட்டாள். சற்று விலகி பைக்கை நிப்பாட்டிவிட்டு ஒரு கடைக்குள் ஏறினான். பீமா துரிசமாக நடந்து பைக் நிப்பாட்டியிருந்த இடத்துக்கு வந்தாள்.

கடையிலிருந்து பிஸ்கட் வாங்கிவிட்டு இறங்கியவன் பைக்கின் அருகாமையில் நிற்கும் பீமாவைப் பார்த்துவிட்டான்.

"என்ன அக்கா நல்லா இருக்கீளா"? அவன் கேட்டான்.

அவளை அக்காவென்று கூப்பிடுவானென்று அவள் எதிர்பார்த்திருக்கவே இல்லை. அவன் அவளை அக்கா வென்றதும், அவளுக்குப் பகீரென்று ஆகிவிட்டது.

"மகளுக்குக் கல்யாணம் ஆச்சா," என்று கேட்டுக் கொண்டு பைக்கை ஓட்டி மறைந்தான்.

"அட படுபாவி!"

அவள் கட்டையாக நின்றாள்.

அவனை நம்பி மோசம்போன நூர்ஜஹானும், பீமாவும் குடிசைக்குள் முடங்கிக்கிடந்து அழுதனர். அழுதுஅழுது மனபாரத்தை இறக்கிய நிலையில்தான் தரகன் மீராஸாவிடம் பெண்ணுக்கு மாப்பிள்ளை தரம்பாக்க சொன்னது. இப்போது யாரானாலும் பரவாயில்லை என்ற மனநிலை பீமாவுக்கு.

தரகன் மீராஸா முகமலர்ச்சியோடு குடிசைக்கு வெளியே நின்று குரல்கொடுத்தார். "பீமாக்கா."

பீமா குடிசைக்குள்ளிருந்து வெளியே இறங்கி வந்தாள். நூர்ஜஹான் கயிற்றுக் கம்பெனிக்குப் போயிருந்த நேரம்.

"என்ன வாப்பா?"

"ஆள் ரெடி."

"நம்ம ஆளா?"

"இல்ல, வேற்று ஆள். இப்ப நம்ம பயக்களுக்கு சீதனம் கொடுக்க உன்னிடம் என்ன இருக்கு பீமாக்கா."

"இல்லை," என்று தலையசைத்தாள். "நீங்க சொன்னபடி பத்தாயிரம் இரந்து பெறக்கி வச்சுருக்கேன்."

"சரி, அப்படியானா ஒரு மாசத்துக்குள்ள நிக்காஹ் பண்ணி வச்சிருவோம்."

"ஒரு மாசம் எதுக்கு?"

"உனக்கு புத்தி பேதலிச்சு போச்சா. அவனுக்கு சுன்னத் செய்யணும், புண் ஆற பத்து நாள் ஆவும். முஸ்லீமாகக் கலிமா[1] சொல்லிக் கொடுக்கணும். இன்னும் ஒருபாடு வேலைகள் உண்டக்கா. அவசரப் படாதக்கா."

"சரி," ஆயிரம் உணர்ச்சிகளை உள்ளடக்கிக்கொண்டு மெல்லிய குரலில், "எப்படியும் கொமர் பாரம் எறங்கட்டு!"

கயிறு கம்பெனியிலிருந்து திரும்பிவந்த நூர்ஜஹான் மண் பானையில் உம்மா பிடிச்சு வச்சிருந்த குளிர்ந்த நீரில் மேல் கழுவிவிட்டு கருப்பட்டி தண்ணீ ஊதி குடிச்சிட்டு இருந்தவளுடைய கண்களில் முன்பு கண்ட களிப்பு எங்கேப் போய் மறைந்துவிட்டிருந்ததை தள்ளகாரி கொஞ்சநாட்களாகக் கவனித்துவருகிறாள்.

நூர்ஜஹான் குடிசைக்கு வெளியே காற்றாட வந்து நின்றாள்.

"நீ உள்ளே வா. ஒனக்கட்ட ஒரு விஷயம் செல்லட்டு."

"சொல்லு நா கேக்கியேன்"

"அக்கம்பக்கத்துக்காரியோ கேப்பாளுவோ. நீ உள்ளே வா."

"நா காட்டுக்குப் போயிட்டு வரியேன்," அவள் காட்டுப்பக்கமாக போற வழியில் செண்டும்மா இவளைக் கண்டாள். இருவரும் வேளம் பேசி காட்டுக்குச் சென்றார்கள். நேருக்கு நேர் குத்தி உட்கார்ந்து தூறத் தூற இருவரும் வேளம்

---

1. கலிமா – மூல மந்திரம்

பேசினார்கள். செண்டும்மா பல ஊரு காரியங்கள் பேசிய கூட்டத்தில் ஓடைக்கரை தெரு செய்யதுக்க மொவொ ஒரு மறுஜாதிக்காரன்கூட ஓடிப்போன கதையைச் சொன்னாள். "28 வயசு ஆன பிறகும் பெண்ணைக் கட்டிக்கொடுக்காம வச்சிருந்தா தள்ளக்காரி."

"சைத்துனா."

"ஆமா" இதைக் கேட்டதும் இவளுக்கு அய்யடா இப்படி செய்து போட்டாளே என்றாகிவிட்டது. ஓடிப்போனதுதான் போனா இவளுக்கு ஒரு துலுக்க பய்யலுக்க கூட ஓடி போகப்படாதா என்ற கேள்வி மனசுக்குள் இருந்தது.

"ஊரு குட்டிச்சுவரா போச்சு செண்டக்கா," என்று சொல்லி இருவரும் எழும்பி அவொஅவொ வீடுகளுக்குப் போனாளுவோ.

நூர்ஜஹான் வீட்டு நடைக்கு வெளியே நின்று "உம்மா," என குரல் கொடுத்தாள். தண்ணீ கேட்டுத்தான் அவள் கூப்பிடுதாள் என்று எண்ணியவாறு இருந்த தண்ணியைப் பார்த்தாள். அவ்வளவையும் எடுத்து மேல் கழுவியிருக்கா.

"இரு நா உப்புத் தண்ணி அடிச்சுக் கொண்டு வரியேன்," என்று சொல்லி பிளாஸ்டிக் குடம் எடுத்து ரோட்டுக்குப் போனாள்.

வீட்டுக்கு முன் கால்நீட்டி உட்கார்ந்து பீடி சுற்றிக் கொண்டிருந்த ஆறாம் நம்பர் வீட்டுக்காரி மைதீன் பாத்து கேட்டாள்.

"காட்டுக்கா போன நூர்ஜான்,"

"ஆமாம்."

"அந்தி சாமத்துல வயிறுகடிச்சா எங்க போவ? தெரு ஓரத்துலதான் உட்காரணும், ஒன்பது வீட்டுக்கு ஒரு கக்கூஸ கூட பாவிப் பய கட்டித் தரல்லபாரு. அந்தச் சின்ன மூலையில் வளைச்சுக் கட்டிய மறைவில்தான் சந்து கழுவவோ முட்டினா மூத்துரம் பெய்யவோ வேணும். விளங்காம போவான். தூமத்துணிக்கூட கழுவிக் காய போட இடமில்லை. ஒன்னாந்தேதி பிறந்தா வந்திருவான் வாடகை வாண்ட".

ஒன்பது வீட்டுக்கு முன்னாலுள்ள இத்திக்கானும் வானவெளியில் போட்டுக் கூலிக்கு சாரோலபாய் மொடஞ்சுகொண்டிருந்த பீமா, மகள் வந்ததும் வழி நடக்க இடம் கொடுத்து ஒரு ஓரமாக, பாயைச் சுருட்டி வைத்துவிட்டு வீட்டுக்குள் சென்று கூப்பிட்டாள் பீமா.

“நூரே”

“வரியேனும்மா.”

வீட்டுக்குள் சென்றதும் ஒரு ஓரமாக ஒதுங்கி உட்கார்ந்தாள். நூர்ஜஹானிடம் பேச்சுக் கொடுத்தாள் பீமா.

“துபாய்க்காரன் ஒன்னை ஏமாத்திப் போட்டானே மோளே. நீ அவனே அவனுன்னு இருந்தா. சதிச்சு போட்டான் பாவி பய. விளங்காமப் போவான்.” திட்டி வாரினாள்.

“திட்டாதே உம்மா”. நூர்ஜஹான் விலக்கினாள்.

“திட்டாம, வாறான் ஒன்ன கெட்ட.”

சற்று மௌனத்திற்குப் பின் பீமா சொன்னாள்

“நா ஒனக்கு ஒரு மாப்பிள்ளை தரம் பாத்து வச்சிருக்கேன் மோளே. தரகன் மீராஸா கொண்டு வந்தது. நல்ல உழைப்பாளி. பத்து முந்நூறு சம்பாரிப்பானாம். ஒரு மாசத்தில கலியாணம் எடுக்கலாம்னு சொல்லியிருக்கானாம். சீதனம் கொடுக்க நம்மிட்ட என்ன இருக்கு. பத்தாயிரம் கொடுத்தாலே போதுமாம்.” கொஞ்ச நேரம் மகளுடைய முகத்தை உற்றுப் பார்த்திருந்தாள். மெல்லிய குரலில் மகளிடம் மீண்டும் கேட்டாள்.

“உனக்கு சம்மதம் தானே?”

“எங்கே? யாரு?” நூர்ஜஹான் விசாரித்தாள்.

“சென்னா நீ என்ன சொல்ல போறியோ” என்று சொல்லி நிறுத்தினாள்.

“செல்லு.”

“உனக்குச் சம்மதமானா சரிதான்,” உம்மாவுடைய பேச்சில் தெரிந்த தயக்கம் அவளுக்குச் சந்தேகத்தைக் கொடுத்தது. கெழவனா, நாலஞ்சு மக்களுடைய வாப்பாவா, ரண்டாம் தரமாட்டா, மக்களும் மனைவியும் இருக்ககூடியவனுக்கா? இப்படியான சந்தேகம் அவளுக்கு. அவள் உடல் நடுங்கியது.

“செல்லு,” அவசரம் காட்டினாள்.

“நல்ல வாலுவக்காரன். கல்யாணம் செய்யல்ல. கன்னியார மாப்பிள்ளை.”

கன்னியார மாப்பிள்ளை என்று கேட்டபோது நூர்ஜஹானுடைய கலங்கிய மனசுக்குள் சிறிய ஆறுதல்.

“செல்லு,” கல்யாணமாகாத நல்ல இளைஞன் என்று கேட்டதும் மனசில் ஒரு சிறு குளிர் அருவி ஓடியதுபோல் இருந்தது.

“நீ ஒன்னும் நினைக்காத மோளே. நமக்கு வேறு கதியில்ல. நம்ம ஆளுவோ லட்சம் கேக்கானுவோ.”

“அதுக்கு?” நடுக்கத்தோடு கேட்டாள்.

“ஒரு புதிய இஸ்லாத்துக்கு!”

பீமா சொன்னதும் அவளுக்கு ஏழு உலகும் தலைக்கு முன் சுற்றியது. எவனோ ஒருத்தன். மதம் மாறி வந்தவனுக்கு நான் கழுத்தை நீட்டணுமா? பெண்ணு கெட்டுதுக்குனே மதம்மாறி வரக்கூடிய பயக்களுக்கா நான் கழுத்தை நீட்டணும்.”

யார் கையிலாவது பிடிச்சு கயிறு மாற்றிக் கொடுக்க நான் ஆடா, மாடா என்று எண்ணி வெடுக்கென அழுதாள்.

பீமா பேச்சை அத்தோடு நிப்பாட்டினாள். அழுது முடிக்கட்டும். பொறுமையாகச் சொல்லி சம்மதிக்க வைக்கலாம்.

வேலை செய்த களைப்பு. அழுது கொண்டிருப்பவள் அப்படியே உறங்கிவிட்டாள். பல திடுக்கிட வைக்கும் கெட்ட கனவுகளின் தொல்லை ரா முழுதும்.

பீமா சுவரில் சாய்ந்து தன்னுடைய நிலைமை எண்ணி விடியவைத்தாள். வறுமைக் கொடுமையால் தரகன் மீராஸாவுக்கு வாக்கு கொடுத்து விட்டோம். அவன் கேட்டபடிக் கொஞ்சம் முன்பணமும் கொடுக்கவேண்டியதாயிற்று. அவனும் பொய் சொல்லவில்லை. உண்மையைத்தான் சொன்னான். யோசித்து சொல்லச் சொன்னான். தீர யோசித்த போதிலும் வேறு வழி காணாமலேயே இரு மனசுடன் சம்மதம் சொல்ல வேண்டியதாயிற்று.

நூர்ஜஹான் ஒத்து வருவாளா? இல்லையென்றால் கொடுத்த முன்பணம் திருப்பிக் கிடைக்குமா?

11

கணக்கப்பிள்ளை மஸ்தான் சந்தூக் மைதீனைத் தேடுவதை விட்டுவிடவில்லை. அவர் கண்ணுக்கு அவன் அம்பிடவில்லை. வழியில் விசாரித்தபோது ஒருவர் துப்பு சொன்னார், “டாஸ்மாக் கடை முன்னால் நிக்கியான்.” டாஸ்மாக் கடைக்கு நேராக நடந்தும் அங்கேயும் அவனைப் பார்க்க முடியவில்லை. ஒரு குவாட்டர் வாங்கி இடுப்பில் சொருவிக்கொண்டு எதிரே வந்த ஒருவனிடம் விசாரித்தார்.

“மைதீனை பாத்தீளா?”

அவன் வேறு ஒருவரிடம் கேட்டான், “நம்ம மைதீன் பய இங்கே நின்னானே?”

“நின்னான், அடிச்சுட்டுப் போயிருப்பான்.”

டாஸ்மாக் கடையின் முன்னால் நின்றுகொண் டிருந்தால் பார்ப்பவர்கள் தன்னைத் தவறாக எண்ணக்கூடும் என்ற அச்சம் அவருக்கு ஏற்பட்ட தால் அங்கிருந்து பள்ளியை நோக்கி நடந்தார். தொழுகைக்கான ‘வகுத்து’[1] நெருங்க கொஞ்சம் ஆட்கள் பள்ளி முற்றத்தில் கூடிநின்று பாங்கு சொல்வதை எதிர்நோக்கி நின்றனர். மூத்திரம் முட்டியதால் மூத்திரகானுக்குப் போகும் போது மூத்திரகான் சுவரில் ஒட்டியிருந்த ஒரு சுவர் விளம்பரம் அவர் பார்வையில் பட்டது.

ஷஹீது சின்னதம்பி மரைக்காரப்பா தர்கா சந்தனக் கூண்டு விளம்பரம். ரஜப் பிறை 14 முதல்

1 வகுத்து – நேரம்

21 வரை ஏழுநாள் கொண்டாட்டம். பிறை 21க்கு ‘தக்கலையப்பா பாடல்’, அன்று பகல் நேர்ச்சை. அந்த விளம்பரத்தைப் பார்த்ததும் ஷஹீது சின்னதம்பி மரைக்காரப்பாவைப் பற்றி மைதீன் ஒரு தடவை சொன்னதை நினைவு கூர்ந்தார், அவன் கைவண்டியில் உட்கார்ந்திருந்து சொன்ன கதையை.

சின்னதம்பி மரைக்காரப்பா, நாட்டுக்குள் அத்துமீறி நுழைந்து முஸ்லிம்களின் கடல் வாணிபத்தை நாசம் செய்த பறங்கிகளோடு போரிட்டுக்கொண்டிருந்தார். வலிய தம்பி மரைக்காரப்பாவை அடக்கம் செய்துவிட்டு வந்து நேராகப் போனது வலிய தம்பி மரைக்காரைக் காட்டிக் கொடுத்த முஸ்லிம்களைத் தேடி. வீட்டுக்கு முன் வெற்றிலை போட்டு குசியாகப் பேசிக்கொண்டிருந்தனர் இருவர்.

“நீங்கதானடா என் வாப்பாவைப் பறங்கிகளுக்குக் காட்டிக்கொடுப்பதாகச் சொன்னது,” என்று கர்ஜித்துக் கொண்டு அவர்களை நெருங்கி வாளை உருவினார்.

அவர்கள் இருவரும் வீட்டுக்குள்ளே சென்று வாட்களை எடுத்துவர எழும்பிய உடன் இருவர் தலைகளும் தரையில் உருண்டன. முண்டங்கள் தரையில் சாய்ந்து துடித்தடங்கின.

கீழே விழுந்த இரு தலைகளையும் இரு கைகளில் தூக்கிக் கொண்டு நேராகச் சென்றது பறங்கிகளின் தலைவனிடத்தில். ரத்தக் கண்களோடு நிற்கும் சின்னதம்பி மரைக்காரைக் கண்டதும் பறங்கித் தலைவன் பதறிப்போய் நின்றான்.

“பயப்பட வேண்டாம், உங்களுக்கு இதோ பரிசு,” என்று கூறி இரு தலைகளையும் பறங்கிகளின் தலைவன் முன்னால் போட்டுவிட்டுத் திரும்பி நடந்தார்.

பறங்கிகளின் தலைவன் இரு தலைகளையும் உன்னிப்பாகப் பார்த்தான். வலியதம்பி மரைக்காரைக் காட்டித் தருவதாக வாக்களித்த அகமது மரைக்காரும் வாப்பு மரைக்காரும்! அதிர்ச்சியடைந்தான், தங்களுக்காக முஸ்லிம்களின் நடவடிக்கை களை வேவு பார்த்துச் சொல்லித் தந்துகொண்டிருந்தவர்களின் தலைகள்.

பறங்கிகளுடைய அடுத்த உன்னம் சின்னதம்பி மரைக்காராகத் தான் இருந்தது. அவனைப் பிடித்துத் தலையை வெட்டியெடுத்து லிஸ்பனுக்கு அனுப்புவது? இவனை நேரடியாக மோதி வீழ்த்த முடியாது. இவன் ஒருவன் நூறுபேருக்குச் சமம். வாள் வைத்து சுழண்டானானால் இவன் கண்களுக்குத் தென்படமாட்டான்.

இவன் கையிலிருந்து சுழலும் வாளின் பளபளப்பு கண்களைக் கூசவைக்கும்; நெருங்க முடியாத பசிபிடித்த சிங்கம்.

மரைக்காயர்களிடமிருந்து வேவு பார்த்து இவன் நடமாட்டம் பற்றிச் சொல்வதற்கு வேறு ஆட்களைத் தம்வசப்படுத்தினால்தான், இவனைப் பிடிக்க முடியும். வேவு பார்த்துச் சொல்லுபவனுக்கு என்ன வேண்டுமானாலும் கொடுப்பதற்கு முடிவு செய்தான் பறங்கித் தலைவன்; பலரை அணுகினான். அனைவரும் சின்னதம்பி மரைக்காரைக் காட்டிக்கொடுப்பதற்கு ஒப்புக்கொள்ளவில்லை. கடின முயற்சிக்குப் பின் சின்னதம்பி மரைக்காருக்கு வேண்டாத இரு வணிகர்கள் கிடைத்தனர். அசன் மரைக்கார். குட்டி மரைக்கார்! இருவரும் கடல் வாணிபம் செய்திருந்தவர்கள். பறங்கிகளோடு சின்னதம்பி மரைக்கார் யுத்தம் செய்ததினால் இவர்களுடைய வியாபாரம் நசித்த நிலையில். அதனால் இவர்கள் பறங்கிகளோடான போரை விரும்பவில்லை.

பறங்கிகளோடு மரைக்காயர்கள் செய்யும் சண்டையை முடிவுக்குக் கொண்டுவர விரும்பினர். ஏதேனும் ஒப்பந்தத்தின் அடிப்படையில் சமாதானம் பேசிக் கடல்வாணிபத்தை மீண்டும் தொடங்கவேண்டுமே என்ற எண்ணம் உடையவர்களாக இருந்தனர். வாழ்வதற்கு வழிகாணாமல் தவிப்போடிருந்த இவர்களைப் பறங்கித் தலைவன் அணுகினான்.

"கடல்கடந்து வந்த எங்களுக்கு வியாபாரம் செய்ய முடிய வில்லை. கடல்வாணிபத்தை நம்பியிருக்கும் உங்களுக்கும் வியாபாரம் செய்ய முடியவில்லை. கடற்கரையில் எந்நேரமும் போரும் கொலையும் கொள்ளையும் நடந்துகொண்டு இருக்கிறது. கடற்கரை மக்கள் பசி பட்டினியால் சாவுது. இப்படி போனால் எப்படி இதுக்கு ஒரு முடிவு?" "வேண்டாமா?"

"முடிவு வேண்டும்."

"எப்படி முடிவு?"

"சமாதானம்."

"சமாதானத்துக்கு சின்னதம்பி மரைக்கார் ஒத்து வரணுமே," என்று பறங்கிப் படைத் தலைவன் லூயி டி. காமா கேட்டதும் அசன் மரைக்கார் மௌனமாக யோசித்தார். குட்டிமரைக்கார் உறுதியாகச் சொன்னார், "ஒத்துவரச் செய்வோம்."

"ஒத்துவர மாட்டான். சின்னதம்பி மரைக்காரை அடையாளம் காட்டித் தந்தா மட்டும் போதும்."

"போர் நடக்கும்போது அவனை அடையாளம் காண முடியாது."

"ஏன் முடியாது."

"அவன் ஒரு சுழலிக் காற்று."

"அப்படியானால் எப்படி ஆளை அடையாளம் காண்பது?"

"அதுதான் யோசிக்க வேண்டிய விஷயம்."

"வேண்டாம். சின்னதம்பி மரைக்கார் நடமாட்டம், அவன் தங்கும் இடம் இதைக் காட்டினால் போதும். உங்களுக்குக் கடல்வாணிபம் செய்ய எல்லா வசதிகளும் செய்து தாறேன். கடலில் சங்கெடுக்கும் உரிமையையும் தாறேன். உங்கள் சரக்குகளுக்குச் சுங்கத் தீர்வை கட்ட தேவையில்லை."

குட்டி மரைக்கார் அசன் மரைக்காரைப் பார்த்தார். அசன் மரைக்கார் சோர்ந்து இருப்பதுபோல் காணப்பட்டார். குட்டி மரைக்கார் சொன்னார், "போர் முனையில் சின்னதம்பி மரைக்காரை உங்களால் அடையாளம் காண முடியாது. எங்களாலயே காண முடியாது. அவர் எங்கே தங்குவார் எப்போ வருவார் என்றும் சொல்லமுடியாது. போர் நடக்கையில் ஒரு புயல் போல் வந்து சுழன்று வாள்வீசுவார். போர்முனையில் அவரை நாங்கள் பார்த்ததேயில்லை. ஆனால் அவர்தான் மரைக்கார் படைக்குத் தலைமையேற்று யுத்தம் செய்வாருன்னு தெரியும்."

"அவருடைய வீடு எங்கே சொல்லுங்கள், கொளுத்தலாம்."

"அவர் வீட்டில் இருக்கமாட்டார்."

பெஞ்சாதி பிள்ளைகள்?

"திருமணம் ஆகாதவர்."

"சரி இருக்கட்டும் நீங்கள் எங்களுடைய ஆளாக இருங்கள். எல்லா உதவியும் செய்கிறேன்."

"நாளையே சங்கு குளித்து எடுத்து வியாபாரத்தைத் தொடங்குங்கள்."

புறப்பட்டுச் சென்றான் பறங்கித் தலைவன் லூயி டி. காமா.

அசன்மரைக்காரையும் குட்டிமரைக்காரையும் சந்தித்து விட்டுப்போன சிலநாட்களுக்குப் பின் குளச்சல் கடற்கரையில் நடந்த உக்கிரமான போரில் சின்னதம்பி மரைக்காருடைய கூரிய

வாள் பறங்கிப் படையைத் துரத்தியடித்தது. மரைக்கார்களுடைய பெரும் வெற்றியாக இருந்தது அந்தப் போர்.

குளச்சல் போருக்குப் பின் படைக்குத் தலைமையேற்று நடத்திச் சென்ற பறங்கிப் படைத் தலைவன், மரைக்காயர்களுடைய பார்வையில் படாமல் அவர்களுடைய தாவளங்களிலே பதுங்கிக் கிடந்தான்; என்றாலும் தோல்வியடைந்த அவனுடைய மனம் குமுறிக்கொண்டேயிருந்தது, பழிவாங்க.

வாஸ்கோடாகாமாவின் தம்பி முப்பது வயதான லூயி டி. காமாவின் தலைமையில் கிழக்குக் கரை நோக்கிப் புறப்பட்டு வருவதாகக் கேள்விப்பட்ட பறங்கிப் படைவீரர்கள் உதவிக்கு வரும் படையை எதிர்நோக்கிப் பம்மிக்கிடந்தனர்; உற்சாகத்தில் திளைத்தனர். பள்ளிகளை உடைத்தெறியணும்; மரைக்காயர்களை வெட்டிக் கடலில் வீசணும். அந்த நாளைக் கனவில் கண்டனர்.

போர் ஓய்ந்து சிறு அமைதி நிலவிய நிலையில் தெற்கு மாளிகை வீட்டில் பெரும் மிளகு வணிகரான முஸ்தபா மரைக்காருடைய மகள் கதிஜா பீவியின் திருமணத் தடபுடல்.

புதுப்பெண்ணைப் பொன்னால் அலங்கரித்தனர். மைலாஞ்சு பாட்டுக் குழுவினர் பெண்ணுக்குக் கிளுகிளுப்பூட்டும்படி மைலாஞ்சு பாட்டுப் பாடி முந்தைய இரவை கொழுப்பித்தனர். கிளிர் வெற்றிலை போடவைத்து சுண்டை சிவக்க வைத்தனர். கண்ணில் சுருமா எழுதி ஈர்ப்பழகூட்டினர். கதிஜா மணவாட்டி அன்றைய இரவு நெருங்கி வருவதை நினைத்து மனம் நிரம்ப மயிர்சிலிர்ப்புடன் இருந்தாள், கட்ட வரும் கணவனின் முகத்தைப் பார்க்க. வெட்க கூச்சத்துடன் நெருங்கும் இரவை ஹுரிமைக்[1] கண்ணால் எதிர் நோக்கினாள். சீனாடி[2] ஆசான்கள் சீனாடி விளையாடி வர!

தொலைவில் கேட்ட அறவணா கொட்டு மட்டும் நெருங்கி வருகிறது. அவள் நெஞ்சம் சிலிர்த்தது. பட்டுச்சட்டையும் பட்டு வேட்டியும் பட்டு தலப்பாவும் அணிந்த ராஜகுமாரன் இரவைப் பகலாக்கும் பெட்ருமாக்ஸ் விளக்கு பெய்யும் ஒளியைத் தலையில் சுமந்து பலர் நடந்தனர். அவர்களுக்கு மத்தியில் வட்டபாட்டு குழுவினரின் இனிமையான மாப்பிள்ளை பாட்டு – 'மாரன் இதா வருன்னே.' 'வாருங்கள் விரைவாக வாருங்கள். என் மலர் முகத்தைப் பாருங்கள்; தங்கள் சுடு முத்தங்களை ஏற்று வாங்க கொதிக்கும் என் கன்னங்கள்.'

---

1. ஹுரி – சொர்க்க கன்னி
2. சீனாடி – அடிமுறை

மணவாளன், வீட்டு வாசலடிக்கு வந்ததும் மாப்பிள்ளை புறப்பாட்டுப் பாட்டுக்காரர்களான வட்ட பாட்டுக்காரர்கள் மணவாளனை உள்ளே நுழையவிடாமல் சுற்றி வளைத்து நின்று பாடினார்கள். வட்டப்பாட்டு ஆசானுக்குப் பெண்வீட்டுக்காரர்கள் ஒரு பட்டுச்சால்வை கொண்டு 'தம்மானம்' போட்ட பிறகுதான் மாப்பிள்ளையை உள்ளே நுழைய அனுமதித்தனர்.

பனைஓலையோடு பொன்னு (ஜரிகை) காகிதம் சேர்த்துப் பின்னிய மெல்லிசான பொன்னோலைப்பாய், மணவாளனை உட்காரவைப்பதற்காக. அலங்கரிக்கப்பட்ட கண்ணாடித் திண்ணையில் பட்டுத்தலையணையும் நாக்கு நீட்டி ஒளி சிதறும் குத்துவிளக்கும் வைக்கப்பட்டிருந்தன. குத்துவிளக்கின் மஞ்சள் நாக்குகள் கண்ணாடித் திண்ணைச் சுவரில் மஞ்சள் பூசின. மணமகனை மச்சினன் கைப்பிடித்து அழைத்து மணப் பாயில் உட்காரவைத்தார். ஊர் கத்திபு[1] குத்துபா ஓதினார். புதுமாப்பிள்ளையின் கையையும் பெண்ணுக்காக தகப்பனார் முஸ்தபா மரைக்காயர் கையையும் சேர்த்துபிடித்து அரபியில் சொல்லிக் கொடுத்தார்.

"என்மகள் கதிஜா பீவியை 97½ ரூபாய் மஹருக்கு[2] தங்களுக்கு இணையாக்கித் தந்திருக்கிறேன்; ஒப்புக் கொண்டீர்களா?" என்று கத்திபு கேட்டதுக்கு புதுமாப்பிள்ளை "ஆமா ஒப்புக்கொண்டேன்," என்றான்.

சம்மதம் சொன்ன கணம் சிலர் கல்யாண வீட்டுக்குள் கொலைவெறியுடன் விரைந்து வந்தேறினார்கள். கையில் கூரிய வாட்கள். திருமண வீட்டில் குழுமியிருந்த மக்களை நோக்கி வீராவேசத்துடன் கத்தினார்கள்.

"வாருங்கோ, ஓடி வாருங்கோ, வாட்களை எடுத்துக் கொண்டு ஓடி வாருங்கோ. நம்ம முஸ்லிம் கொமரிப் புள்ளைய தூக்கிட்டுப் போரானுவோ. ஆற கடக்கூதுக்கு முன்னே ஓடி வாருங்கோ."

கேட்டதும் மணக்கோலத்தில் அமர்ந்திருந்த சின்னதம்பி மரைக்கார் சீற்றப்புலியாய் மணஉடையில் வீட்டு முற்றத்திற்குக் குதித்தார். ஒருவருடைய கையிலிருந்த வாளைப் பிடுங்கிக்கொண்டு நேராக ஓடினான். பெண்ணையும் தூக்கிக்கொண்டுபோன வள்ளம் நடு ஆற்றுத்தாவை எட்டியபோது சின்னதம்பி மரைக்காரும் அவரைப் பின்தொடர்ந்து குஞ்சு மரைக்காரும்

1. கத்திபு – மௌலவி
2. மஹர் – பெண் பணம்

வேறு மரைக்காயர்களும் கரையில் கிடந்த வள்ளங்களை அவிழ்த்து அதில் ஏறி எதிரியைத் துரத்திச் சென்றனர். எதிரிகள் மறுகரையைச் சேர்ந்ததும் சின்னதம்பி மரைக்காருக்கும் எதிரிப்படைகளுக்குமிடையில் போர் நடந்தது; எதிரிகளைத் துரத்தியடித்தார். அந்தக் குமரிப் பெண்ணை எதிரிகளிடமிருந்து காப்பாற்றி ஆற்றைக் கடந்தார். அவளைப் பாதுகாப்பாக அவள் வீட்டில் சேர்ப்பித்துவிட்டுத் திரும்பினார். லூயி டி. காமா தலைமையில் இருபது கப்பல்களில் வந்திறங்கின பறங்கிப் படைகள். குஞ்சு மரைக்காருடனும் சின்னதம்பி மரைக்காருடனும் வந்தவர்கள் மிகக் குறைவு. மலையாள மாப்பிள்ளைப் பாட்டு, கவிஞர்களின் வீர எழுச்சிப் பாடலான 'பதர்படை பாட்டு' பாடி வீர ஆவேசம் பெற்றுப் பறங்கிப் படைகளுக்கு முன் குதித்தனர்.

"எங்க நாட்டைச் சூறையாட வந்த நாய்களே."

அலறி ஓங்கிய வாளுடன் முன்னால் பாய்ந்த சின்னதம்பி மரைக்காயரின் தோள் பட்டையில் ஒரு வெட்டு விழுந்தது. வெடுக்கென திரும்பிப் பார்த்ததும் வேறு ஒரு வெட்டு கழுத்துக்கு; பட்டாடை சிவந்தது; அப்படியே கீழே சாய்ந்தார். அவரோடு நின்றிருந்த அனைத்து மரைக்காயர்களையும் லூயி டி. காமா தலைமையில் வெட்டிக் கொலை செய்தன பறங்கிப் படைகள்.

மணக்கோலத்தில் இருப்பவர்தான் சின்னதம்பி மரைக்கார் என்று அசன்மரைக்காரும் குட்டிமரைக்காரும் அடையாளம் சொல்ல, பறங்கிகள் அவர் உடலைப் பலதுண்டுகளாக வெட்டி நொறுக்கிக் கடலோரக் கிராமங்களில் மக்கள் பார்வைக்காக வீசி எறிந்தனர். தலைப்பகுதி காட்டுக்குள் வீசப்பட்டது. அது ரஜப் பிறை 14–ஆக இருந்தது.

ஊர் மரைக்காயர்கள் அந்த தலையை எடுத்து ரஜப்¹பிறை 14இல் நல்லடக்கம் செய்தனர். சின்னதம்பி மரைக்கார் ஜமாஅத் தலைவருடைய மனா ஃபியத்தில்² தோன்றிச் சொன்னார், "நான் கடற்கரை முஸ்லிம்களுக்குப் பக்கபலமாக இருப்பேன்."

ஜமாஅத்தார் தலைபகுதியை கபர் அடக்கம் செய்த இடத்தில் சந்தனத் திரி பற்றவைத்து பாத்திஹா ஓதினார்கள். அவர் பட்டாடை அணிந்து கூரிய வாளுடன் சிலர் கனவில் அடிக்கடி தோன்றுவதுண்டு. பட்டுவேட்டி, பட்டுச்சட்டை, பட்டு தலப்பா, கூரிய வாளுடன்.

ஜமாஅத்தார் கூடிப்பேசி கபர் கட்டி, காணிக்கைப் பெட்டியும் வைத்தனர்.

---

1. அரபி மாசம்
2 கனவில்

ஷஹீது சின்னதம்பி மரைக்கார் சாகிப் அவுலியா தர்ஹா! சந்தனக் கூண்டு! விளம்பரம் சுவர்களில் ஆங்காங்கே ஒட்டப்பட்டிருந்தது. மைதீன் சொன்னான். "இந்த வருஷம் எங்க அப்பா சந்தனக் கூண்டுக்கு போவனும். எங்க பெத்தாப்பாக்க கபர் இல்லையா."

அந்த மணப்பெண் வேறு கல்யாணம் வேண்டாம் என கன்னியாகவே இருந்துவிட்டார். 63வது வயதில் மரணமடைந்த அவரை உதயமார்த்தாண்டம் கடற்கரையில் நல்லடக்கம் செய்தார்கள். ஷஃபான்[1] பிறை 21-ல் உதயமார்த்தாண்டம் கன்னி பீவி, உம்மா தர்ஹாவுக்குப் பெண்கள் நெய்யப்பம் சுட்டுக்கொண்டு கடற்கரை மணலை மிதித்தனர்.

---

1. ஷஃபான் – அரபி மாசம்

12

பள்ளிக்குச் சொந்தமான இடத்திலிருக்கும் கூனியப்பாவின் கடைமுன்பாக போடப்பட்ட வெட்டிக் கல்லில் உட்கார்ந்து வீண் பேச்சில் ஈடுபட்டுக் கொண்டிருந்தவர்கள், ஷஹீது சின்னதம்பி மரைக்காரப்பா அவுலியா தர்ஹாவில் சந்தனக்குடம் நடப்பதைப் பற்றிப் பேசிக்கொண்டிருந்தார்கள்.

“இந்த வருஷம் போவனும்டேய்,” மயின் பிச்சை சொன்னதும் வெட்டிக் கல்லில் உட்கார்ந்திருந்த நாவூரப்பா சடாரென எழும்பி நின்று வேட்டியைத் தூக்கிக் கக்குமடி கட்டிவிட்டு கேட்டார். “அப்படியால?” கேட்டுவிட்டுச் சொன்னார்

“அவுங்கோ ஆருன்னு தெரியுமாடா ஓங்களுக்கு?”

“ஆருல?”

“அப்படி கேளு மக்கா. மரிச்ச ஊடுகளுக்கு சந்தூக் தூக்கிட்டுப் போறானே அந்த மைதீன் பயலுக்கே முப்பாட்டன் கபர்ல அது,” என்று நாவூருப்பா சொன்னதும் வெட்டிக் கல்லில் உட்கார்ந்திருந்தவர்களுக்கு பெரிய ஆச்சரியமாப் போச்சு.

“கேட்காத பழங்கதை.”

“நீங்க என்ன செல்லியவுப்பா? குளிக்காம அழுக்கும் சிக்குமா நடக்கிய குடிகாரப் பயலுக்க முப்பாட்டனா?”

“ஆமால. அது பெரிய கதை. நம்மெல்லாம் வந்தொட்டியோ. நமக்கு முன்னே மைதீன் பயலுக்கு மூதாதையரெல்லாம் உடங்காடாய் கிடந்த இங்கெ வந்து காட்டை வெட்டித் தந்தரையாக்கி ஓடைக்கரையில் குடிசை கட்டி குடிவந்தவுங்கோ.

நம்மாளுக்க முன்னோரல்லாம் மரைக்காயருவோ. பல ஊர் கடற்கரையிலிருந்து அடிச்சு விரட்டி இஞ்சே வந்து காடேறிக்கிடந்த புறம்போக்கில் குடிசை போட்டுத் தங்கினாங்கோ."

இருமிஇருமி ஆங்காங்கே சளி துப்பிவிட்டு ஒரு பீடி கொளுத்திப் புகைவிட்டுக்கொண்டு பழங்கதையைச் சொல்லி நீட்ட முற்பட்டபோது மயின் பிச்சை உட்கார்ந்திருந்த வெட்டிக் கல்லில் கொஞ்சம் விலகி நாவூருப்பாவுக்கு விசாலமாக உட்கார்ந்து கதை சொல்ல இடம் கொடுத்தான்.

நாவூருப்பா ஒல்லி. கால்மீது கால்போட்டுக் கதை சொல்லத் துவங்கும்போது ஒரு கட்டு பூமார்க் பீடி எதிர்க்கடையிலிருந்து வாங்கிக் கொடுத்ததைச் சட்டை ஜேப்பில் போட்ட பிறகு பழங்கதை நீண்டது.

"பத்து நானூறு வருஷத்துக்கு முன்னால கடற்கரையில மரைக்காயர்களுக்கும் பறங்கிகளுக்கும் இடையே பெரும் சண்டை. பறங்கிகளை நம்ம பயலுவோ வெட்டிக் கொலை செய்ய, நம்ம பயக்களெ பறங்கிகள் வெட்டிக் கொல்ல தொடர்ந்து சண்டை நடந்தது. நம்ம பயக்கோனு சொன்னா மரைக்காமாரு.

"நம்மெல்லாம் மரைக்கார் வம்சாவளி தெரியுமா? வாப்பா கூட்டம்!

"மரைக்காமாருக்குத்தான் கடல்கச்சோடம் இருந்தது. கடல்வழி எல்லா பொருட்களையும் அரபு நாட்டுக்கு ஏத்திட்டுப் போய் விப்பனை செய்யுது நம்ம மரைக்கமாருதான். முஸ்லிம்கிட்ட யிருந்து கடல் ஆதிக்கத்தைப் பறிக்கூதுக்கு வேண்டிதான் காமா கப்பல் ஏறிவந்தான். அவன் வந்ததோட கடற்கரையிலுள்ள நிம்மதியான வாழ்க்கையெல்லாம் கெட்டுப்போச்சு. ஒரே யுத்தம்தான்.

"பறங்கிகளை நம்ம இடத்திலிருந்து அடிச்சு விரட்டுவதுல வீரமாக முன்னே நின்னு போர் செய்து வந்தவர் பெரியதம்பி மரைக்காரப்பாவாக்கும். பறங்கிகள் கையில் அகப்படாமலிருக்க மோனுட்ட கழுத்த வெட்ட சொன்னார். கள்ளிக்காட்டுச் சந்தனக்குடம் என்று சொல்லுதாவுளே அது அவருக்க கபருதான். அன்னு கள்ளிக்காடா கிடந்த இடம் இன்னைக்கு வீடுகளும் குடிகளும் வந்துவிட்டது. அப்பா பிறை வந்தாலே அங்கே ஒரே ஜனக் கூட்டம். ஜகஜோதியாகயிருக்கும் ஊர்!

"வலிய தம்பி மரைக்காருப்பா மகன்தான் ஷஹீது சின்னதம்பி மரைக்காருப்பா சாகிப் அவுலியா. அவங்க வாரிசுதான் நம்ம ஓடைக்கரை தெருவிலுள்ள ஜனங்கோ. இப்பம் பெத்து பெருவி

பல தெருக்களாச்சு. வலியதம்பி மரைக்கார் தெரு சின்னதம்பி மரைக்கார் தெரு என நம்ம ஊருலவுள்ள தெருக்களெல்லாம் அந்த அவுலியாக்களின் பெயரில்தான் இருக்குது.

"வலியதம்பி மரைக்காருப்பாவைப் பறங்கிகளுக்குக் காட்டிக் கொடுக்க அச்சாரம் வாங்கின கச துலுக்க பயக்களுக்க தலையை வெட்டி பறங்கித் தலைவனுக்கு முன்னால் கொண்டு போட்டது யார் தெரியுமா?" பீடிக் கங்கின் சூடு கையில் தட்டியதும் பீடியைத் தூரப் போட்டார்.

"தெரியாதே."

"சின்னதம்பி மரைக்காருப்பா! வீர சூரன்! கடலில் பல யுத்தங்கள் செய்து பறங்கிப் பயக்களுக்க நிறைய கப்பல்களை கடலில் முக்கி பறங்கிகளை வெட்டி கடலில் போட்ட மகாசூரன். அவரையும் காட்டிக் கொடுக்க ரண்டு துலுக்கக் கயவர்கள் சம்மதிச்சானுவொ பாருங்கோ. கரையுத்தம் ஓஞ்சிருந்த நேரம் பாத்து சின்னதம்பி மரைக்காருக்குக் கல்யாணம் நிச்சயமாச்சு. கல்யாணத்துக்கு மாப்பிள்ளை புறப்பட்டு வரும் நாளும் நேரமும் பற்றி துப்புக் கொடுத்தானுவோ அந்த துலுக்க கசவாளி பயக்கோ ரண்டு பேரு.

"அவனுவோ சொல்லிக்கொடுத்துதான் சின்னதம்பி மரைக்காரை அடையாளம் தெரியணுமானால் ஒரு வழி சொல்லுதோம். ஒரு துலுக்கப் பெண்ண ராத்திரி அவனுக்கு நிக்காஹ் நடக்குத நேரம்பாத்து தூக்கிட்டுப் போங்கோ. அவனுக்கு செய்தி கிடைச்சதும் பெண்ணைக் காப்பாத்த நிச்சயம் முன்னே வருவான். புது மாப்பிள்ளை உடை போட்டு வருவான். அவன்தான் சின்னதம்பி மரைக்கார். துலுக்க கசவாளிகள் துப்பு கொடுத்ததை வச்சு அவரை அடையாளம் தெரிந்து கொலைசெய்து போட்டானுவோ மாபாவிகள்! மய்யத்தைக் கண்டந்துண்டமாக வெட்டி ஒவ்வொரு உறுப்புகளையும் ஒவ்வொரு ஊருலேயும் வீசினானுவோ. தலைப்பகுதியை உதயமார்த்தாண்டம் காட்டுப்பள்ளிக் கடற்கரையில் வீசினானுவோ. அந்த தலையை காட்டுப் பள்ளி கடற்கரையில் கபர் அடக்கம் செய்தாங்கோ. பறங்கி பயக்கோ தூக்கீட்டுப் போன பெண்ணை தனி மனிசனா யுத்தம் செஞ்சு பலபேரைக் கொன்னு ஓடும் நதியில் போட்டுட்டு பெண்ணைக் காப்பாத்தி ஊரில் கொண்டு வந்தார். சின்னதம்பி மரைக்கார் நிக்காஹ் செய்ய நினைத்த பெண் ஒரேயடியாக மறுத்துவிட்டாள். 'நான் வேறு ஒருத்தரையும் கட்டமாட்டேன். என் புருஷன் சின்னதம்பி மரைக்காருதான். அவர் இறக்க வில்லை. உயிரோடுதான் இருக்கிறார். நாளை மஹ்சரில்[1] வைத்து

1. மஹ்சர் – பரலோகம்

(பரலோகம்) தாலி கட்டி சேர்ந்து வாழுவோம்,' என்று சொல்லி, நகை நட்டோடு இருந்துவிட்டார். இறக்கும்போது 63 வயசு. தலையில் ஒரு முடி கூட நரைக்கல்லப்பா. உடம்புதோலில் ஒரு சுருக்கம் கூட விழல்ல. கருகருத்த குமரியாய் இருந்த கன்னி பீவி உம்மாவின் கபர் முகிய்யுதீன் பள்ளியின் தெற்கு பக்கம் நிக்குத பழமூடு சிலாந்தி மரத்தின் கீழ் கல்லால் உள்ள இரு மீஸான் கற்கள் நாட்டப்பட்டு இருப்பதுதான் அந்த கன்னி பீவி உம்மாவின் கபர். ஷஃபான் பிறை 21ல் கன்னி பீவி உம்மா தர்காவுக்குப் பெண்கள் சூல் நெய்யப்பம் சுட்டு பாத்தியா ஓதுவார்கள் சுகப் பிரசவத்துக்காக."

கூனியப்பாவின் கடை முன்பக்கமாகப் போடப்பட்ட கல்லிலிருந்து நாவூரப்பா எழும்பினார்.

"கேளுங்கடே நம்ம பூர்வ வரலாறு," சொல்லிவிட்டு நகர்ந்தார்.

13

மோதீன் கூப்பிட்ட பாங்குச் சத்தம் இரவுத் தூக்கம் குறைவான ஓடைக்கரைத் தெரு மம்மதி காதில் மோதியது. பாங்குக்காக எதிர்நோக்கிக் கிடந்தவள். இரவு நேரங்களில் உடங்காட்டோடு சேர்ந்துள்ள மய்யத்தான் குழியிலிருந்து எழும்பி உயிர் பெற்றிருக்கும் ஆவிகளின் நடமாட்டத்தை மோதீனுடைய பாங்கு போய்ச் சங்கிலியில் கட்டுவதை எதிர்பார்த்து மம்மதி குடிசை இருளில் பார்வை ஊன்றி இருந்தாள்; பாங்கொலி கேட்டதும் மய்யத்தான் குழி ஆவிகளை சங்கிலிக் கட்டில் போட்டது உறுதியானது அவளுக்கு. எழும்பி உட்கார்ந்து ரண்டு கொட்டாவி போட்டாள்.

"குட்டி மைமூனே எழும்புங்க உட்டி. வாங்கு செல்லியாச்சு. நீக்கம்புலபோன உறக்கமா ஒறங்கியோ? முத காருக்கு போனாதானே நாலு ஊடு பாக்க முடியும்." எழும்பி முற்றத்தில் வந்து நின்று நாலு பேரு கேக்க நீட்டிக் கூப்பிட்டுக் குரல் கொடுத்தாள் – "சைமீரா, பீரும்மா, செய்யது, அலிபாத்து ... சீக்கிரம் வாருங்க உட்டி பத்தங்களே."

மம்மதீக்க அலறல் கேட்டு எல்லாரும் சடார்பிடாரன்னு எழும்பி முத்தத்துக்கு (மூத்திரம் கழிக்க) இருந்துவிட்டு மம்மதீக்க குடிசை முற்றத்தில் கூடினார்கள்.

"எல்லாரும் வந்தாச்சா?"

"ரண்டு பயபுள்ளையோ வரல்ல"

"இப்ப எத்தன பேரு?"

"நாப்பத்தியாறு பேரு."

"குழுவக் கூட்டம் வாரதுக்குள்ளே 5½ காருக்கு போவோம். 5½ காருக்கு போனாதான் பிலபில விடியல போய் சேரலாம்." சாயா வாங்கிக் குடிக்க தூக்குப் போணியையும் எடுத்திருந்தனர்.

ஏழைகள் துணிப்பையும் எடுத்திருந்தது சில வீடுகளில் கொடுக்கும் பழைய மிச்சங்களை வாங்கிக் கொள்வதற்கு. வெள்ளிக்கிழமை ஒரு இடம். சனிக்கிழமை வேறு ஒரு இடம். இப்படி வாரம் ஏழு நாளும் ஏழு இடங்களில் பிச்சையெடுப்பு. இதற்காகத்தான் மம்மதீ தலைமையில் இந்தப் பட்டாளம் புறப்படுவது. காலை 5½ காருக்குப் போய் மாலையில் நாய் எச்சது போல் எச்சு வீடு அடையும் போது எப்படியும் பத்து முந்நூறு ரூபாய்க்குக் குறையாமல் கிடைக்கும். அப்படி இருக்கும்போது மில்லில் போய் 110 ரூபாவுக்கு வேலை பாப்பாளுவளா.

கார் ஏறுமிடத்தில் இவர்களுக்கிடையே சண்டை மூள்வது வழக்கம். முந்தைய நாள் பிச்சைக்குச் சென்றிருந்த ஒரு வீட்டில் சேர்ந்துபோனது நாலு பேர். அஞ்சு பேருன்னு பொய் சொல்லி அஞ்சு பேருக்கான காசை வாங்கிவிட்டாள் அலிபாத்து. இவோ அஞ்சு பேருக்குக் காசு கேட்டு வாங்கியது புரோட்டாக்காரன் பெண்டாட்டிக்க காதில் விழுந்தது. பெரிய மரைக்காருப்பா பெயரில் ஆணையிட்ட மூன்று பேருக்கு உண்டான காசைக் கொடுத்துவிட்டு மீதியை அலிபாத்து அமுக்கிக் கொண்டதாகச் சண்டை. அடுத்தவீட்டு வாசலில் வச்சுத் துவங்கிய சண்டையின் மிச்சந்தான் மறுநாள் கார் ஏறும் போதும் தொடர்ந்தது. இடம் போய்ச் சேரும்வரை காருக்குள் பெரும் அமளிதுமளி ஒருவரை யொருவர் தானக்கேடு பேசினார்கள். அலிபாத்து எப்பேர்ப் பட்ட உம்மாக்காரிக்கு மொவா? விடுவாளா? உடுஉடுன்னு அவளும் உட்டாள். பொறுக்காத கூத்துக்கு புரோட்டாக்காரன் பெண்டாட்டி சால்னா பீருக்க கூட படுத்த பாலியல் வண்டவாளத்தை அவிழ்த்து விட்டாள்.

"ஊட்டுக்கு வா காட்டித் தாறேன்." புரோட்டாக்காரன் பெண்டாட்டி வம்முறுக்கிக் கொண்டு தனியாக நடந்தாள்.

"ஒங்ககூட வரல."

கார் இறங்கிக் குழுகுழுவாகப் பிரிந்துசென்றனர். சிலர் பள்ளிக் கணக்க பிள்ளைக்கு லஞ்சம் கொடுத்து வாங்கிய போலித் திருமணச் சீட்டை குமர் இறக்கி விடுவதற்கு என்று, மகனுக்கு சுன்னத் என்று, கணவனில்லாத அறுதலி என்று, தகப்பனில்லாத எத்தீம்[1] என்று பள்ளி முத்திரையுடன் வீடுகளில் காட்டி பத்தும் நூறும் என்று பிரிவெடுப்பார்கள். தெருத்தெருவாய் இந்தக்

---

1. எத்தீம் – அனாதை

கூட்டம் நடந்து கிளப்பிவிட்ட புழுதி அடங்க மஃரிபு[1] பாங்கு சொல்ல வேண்டும். சில பிற ஜாதியினர் முஸ்லிம்கள் போல் பர்தா அணிந்து இந்தக் கூட்டத்தோடு சேர்ந்து பிச்சையெடுப்பார்கள். பிச்சையெடுப்பதில் உடன் சேர்த்துக்கொள்ளும் பெண்ணுக்குப் பிரிவில் ஒரு பங்கு கொடுப்பதுண்டு. இந்த பணப்பிரிவை ஒரு தொழிலாக வைத்துக்கொண்டார்கள் ஓடைக்கரை தெருவிலுள்ள சில பெண்கள்.

“இவளுவளுக்கு சோலிவேலை செய்து தின்னா என்னா? இப்படியே நடக்காளுவளே.” பள்ளித் தெருவிலுள்ள சம்சு ராவுத்தர் முதலாளி, காஜா பீரிடம் அங்கலாய்த்தார்.

“கொழுப்புப் புடிச்சு நடக்காளுவோ. ஒரு ஊட்டுல போய் வேலை செஞ்சா சம்பளமும் சாப்பாடும் கிடைக்கும். மில்லில் போய் வேலை பாத்து திங்கலாமே? கூதி கொழுத்துப் போய் ஊர் ஊரா பிச்சை எடுக்காளுவோ. இவளெல்லாம் இல்லாதவளா? மாப்ளமாருவோ வெளியூருல வேலை செய்யானுவோ. நல்ல சம்பளம் கிடைக்குது. இவளெல்லாம் தன்னறத் தண்டமாக அவுத்துவிட்ட கழுதையாய் நடக்காளுவோ. பிச்சை எடுத்து வட்டிக்குக் கொடுத்துக் கொளுத்துப் போச்சு.

“வட்டி வாங்கலாமா? ஹராம்[2] இல்லியா?”

“இவளுவளுக்கு ஈமானும்[3] இஸ்லாமும் இல்லியே? எடுபட்ட மூதேவிகள். எங்காவது ஏதாவது சாதிசனம் இப்படி கூட்டம் கூட்டமாய்ப் போயி பிச்சையெடுப்பத தொழிலா வச்சிருக்கிறதெ பாத்தியளா? நம்ம சாதி சனந்தான் பிச்சையெடுப்பத தொழிலா வச்சிருக்காளுவோ.”

“இது எல்லா ஊருலேயும் உண்டு.” காஜா பீர் முற்றுப்புள்ளி வைத்தார்.

பேசிக்கொண்டிருக்கும்போது பெரிய மரைக்கார் தெருவிலிருந்து பெருஞ்சண்டை கேட்டது. சண்டை, ஓடைக்கரைத் தெரு பெண்களுக்கிடையில். மம்மதி, பக்கீராவுக்கு வட்டிக்குப் பணம் கொடுத்திருந்தாள். ரொம்ப நாளாய் போச்சு. முதலும் வட்டியும் அடைபடவில்லை. பல நாளாக மம்மதி கேட்டுக்கேட்டு பாத்தாள். பக்கீரா அவதி சொல்லியே வந்தாள். மம்மதிக்கு இன்னு ரண்டிலொண்ணு பாத்தே தீரணுமென்னு வாசி. அன்னு தெரு நீள நடந்து பிச்சையெடுத்து களைச்சுப் போய் வந்தவளுக்கு

---

1 மஃரிபு – மாலை

2. ஹராம் – விலக்கப்பட்டது

3. ஈமான் – நம்பிக்கை

வயிற்றில் ஒண்ணுமில்லாத வேகாரி. காலையில் ஒரு டீ குடித்த வெற்று வயிறு. பெரியதம்பி மரைக்காரப்பா தெரு வழியாக வந்தவளுக்கு எதிரே வந்த பக்கீரா பார்வையில் பட்டாள்.

"எடி கண்டாரரோளி எக்க பணம் எங்கடி?"

மம்மதி கேட்டதும் பக்கீராவுக்குக் கோபம் அக்னி குழம்பானது.

"எடி ஓடைக்கரைத் தெரு தேவடியா! யாரடி கண்டாரரோளின்னு கூப்பிட்டா?"

"ஒன்னத்தாண்டி பச்ச தேவடியா," என்று சொல்லி அவளுடைய ஜெம்பரைப் பிடிச்சு, "வையடி எக்க பணத்தே," என்றாள் மம்மதி.

"உடடி ஜெம்பர." அவள் மம்மதியுடைய கையை எட்டிக் கடித்தாள். மம்மதி ஜெம்பரைப் பிடித்து இழுத்ததில் ஜெம்பர் கிழிந்தது. வந்து கூடிய ஜனம் பக்கீராவுக்க நிர்வாண முலையைக் கண்டு வெட்கத்தோடு வாய்பொத்திச் சிரித்தார்கள். சிலர் மூக்கில் விரல்வைத்து அதிர்ந்துபோனார்கள்.

இரு தரப்பிலும் ஆள்சேர்ந்து சண்டை வலுத்தது. குடுத்த பணத்துக்கு வட்டியும் முதலும் கொடுக்காததினால மம்மதி செய்தது சரிதான் என்று சிலருடைய வாதம். இருந்தாலும் பெண்ணாப் பிறந்த ஒருத்தி காசு கொடுக்க சுணங்குனதுக்கு ஒரு பெண்ண மானங்கெடுத்தலாமா என்று வேறு சிலருடைய வாதம். இவ்வாதங்கள் நடக்கையில் 'வாரண்டி' என்று சொல்லி பக்கீரா சேலை முந்தியால் மார்பிடத்தை மறைத்துக் கொண்டு அவள் குடிசைக்கு விர்ரென்று போனாள், ஜெம்பரை மாற்றி இன்னொரு சண்டைக்குத் தயார் எடுக்க. தெருவில் மானங் கெடுத்ததை எண்ணிக் கண்ணீர் வடித்தாள்.

"வாடி பலவட்ற. எனக்கு ரூவாய தராம இருந்தா உனக்க ரெண்டெண்ணத்தையும் அறுத்து நாய்க்கு போட்டுட்டு பணம் போனா போட்டுனு மயிரேன்னு இருப்பேன். ஒன்ன பாத்துகிடுதேண்டி லவிண்டி," கைசுட்டி சொல்லிவிட்டு மம்மதி அங்கிருந்து கிளம்பினாள்.

நடந்துகொண்டிருக்கையில் திரும்பி நின்று சாபம் போட்டாள்.

"என் பணத்த வாண்டிட்டு தராதவொ வெளங்கமாட்டாள். வலிய மரைக்காரப்பா அவளுக்க கையையும் காலையும் வெளங்காம ஆக்கி போடுவாங்கொ," வழி நீள சொல்லிட்டே நடந்தாள்.

கைசா குளந்தோண்டி ஹாஜியார் வீட்டில் வேலை செய்துகொண்டிருந்தவள். கணவன் உட்டுட்டுப் போயிட்டான். பயல கர்ப்பமாய் இருக்கையில் பிரசவ செலவுக்குப் பணம் வேண்டாமன்னு கேட்டு திருப்பூரில் வேலைக்கு போரேன்னு சொல்லிப் போனவன்தான். அந்த போக்கு! அந்த வந்தொட்டி வீணப் பையன் எந்தத் துனியாவிலேன்னு யாருக்கும் தெரியாது. வந்தான் பெண் சுகத்துக்காக. புரோக்கர் மூலம் கட்டிய பெண்தான் கைசா. குளந்தோண்டி ஹாஜியார் கொடுக்கும் மாதம் 1500 ரூபாயில் அவளும் மொவங்காரன் அத்து ரஷீதும், வேறு அல்லத்தொல்லை இல்லாமல் பள்ளி இடத்தில் நாலு கம்பு நாட்டிக் குடிசைக் கட்டிக் கிடந்தாள்.

மம்மதியும் கூட்டமும் வெள்ளிக்கிழமைகளில் குளந்தோண்டி ஹாஜியார் வீட்டுத் தெருவில் பிச்சை யெடுக்கப் போவது வழக்கம். ஹாஜியார் தலைக்கு ரண்டு ரூபாய் பிச்சை போடுவார். அதுக்காக முந்தைய நாளே சில்லறை மாற்றிவைத்திருப்பார். அவருக்கு இந்த வம்பிச்சிகளைத் தெரியும். பொய்யும் புரட்டும் பித்தலாட்டமும் கூடப்பிறந்த குணம் இவளுவளுக்கு. கூட்டமாய் வந்து ஆறுபேரென்றால் ஏழு பேரென்றும் எட்டு பேரென்றும் சொல்லி காசு வாங்கிவிடுவாளுவோ. கள்ள மூதேவிகள்.

கைசா குளந்தோண்டி ஹாஜியாருடைய வீட்டு வெளிமுற்றத்தைத் தூத்துவாரிச் சுத்தம் செய்துகொண்டிருந்த நேரம் பிச்சையெடுக்க வந்த கூட்டம் இவளை அணுகியது. என்னயெல்லாம் வேலை செய்வா, எவ்வளவு சம்பளம் என்றெல்லாம் கிண்டி விசாரித்த கூட்டத்தில் ஒருத்தி சொன்னாள்; "ஏம்மா, இந்த 1500 ரூவாக்கு நாயா கிடந்து ஒழைச்சா என்ன மிச்சம் கிடைக்கும்." உம்மாவுக்குப் பின்னால் உம்மாவின் சேலைத் தும்பைப் பிடித்துக் கொண்டு நின்ன அத்துரஷீது அவள் கண்ணில் பட்டது. "பயலுக்கு சுன்னத் எடுக்க வேண்டாமா? அதுக்கு பணம் வேண்டாமா? யார் தருவாவோ? 1500 வச்சு என்ன செய்ய முடியும்? திம்பியா? செலவு செய்வியா? எங்க கூட வா தினமும் 200ம், 300ம் கிடைக்கும். மாசம் 5000, 6000 பாக்கலாம். ராஜாத்தியா கால்மேல் கால்போட்டு சாப்பிடலாம். மீதி மிச்சம் இருந்தா வட்டிக்கும் குடுக்கலாம். எங்கள பாத்துப் படி.."

"செல்லுதேன்," முன்பின் யோசிக்காமல் சொன்னாள்.

"ரோசனை செய்து செல்லும்மா"

அவர்கள் பக்கத்து வீட்டுக்கு நகர்ந்ததும் கைசா யோசனையில் ஆழ்ந்தாள். சொன்னது சரிதானே? பயலுக்கு வயசாச்சு. சுன்னத்

செய்யணுமானால் செலவுதான். ஹாஜியாரிடம் கேட்டால் தருவாரா? தந்துவிட்டுச் சம்பளத்தில் பிடித்துக் கொள்வார். அப்படியானா நித்தியச் செலவுக்கு பற்றாக்குறையாகிவிடுமே. ஹாஜியாரிடம் கேட்காமல் பலசரக்குக் கடையில் மொய்ப் பணம் வந்ததும் தரலாமெனச் சொல்லிக் கடைச்சாமான்கள் கடன் கேட்டால் கிடைக்கலாம். செலவான தொகை மொய்ப் பணம் வழி கிடைக்காவிட்டாலோ?

அன்று இரவும் யோசனை செய்தாள். உறக்கமே வரவில்லை. பாவிப்பய பெண்சுகம் அனுபவிச்சு வயித்தில் புள்ளையைத் தந்துவிட்டு ஒரே போக்கா ஒழிஞ்சு போனானே? யார், எவன், எந்த ஊர்னு தெரியாத ஒருத்தனுக்கு புரோக்கர் மீராஸா நாய் கட்டி வச்சுட்டானே. அந்த புரோக்கர் நாய் செய்த வேலை. கேட்டா எனக்கென்ன தெரியும் என்கிறான். பெண்ணு கட்டிக் கேட்டான். உன் தள்ளதகப்பன் குமர் அழியட்டும் என கல்யாணம் பண்ணி வச்சாங்கோ. நான் என்ன செய்வேனென்று கரணமடித்தான். அவன் ஊரு பேரு குலம் நான் எதுக்கு அறியணுமென எதுவும் தெரியாத மாதிரி பேசுறான். விளங்காம போவான்! முறியம்பில போவான்! திட்டினாள்.

சரி, 5000–6000 கிடைக்குத தொழிலை ஏன் உடவேண்டும். குறைமாத சம்பளத்தையும் வாண்டிட்டு ஹாஜியார் வீட்டு வேலையை உடவேண்டியதுதான். நட்டுச்சி வெயிலில் வேக்கவேக்க தெருத்தெருவாய் நடந்தாலும் பரவாயில்லை.

அந்த மாதச் சம்பளத்தை வாங்கிவிட்டு ஹாஜியார் பெண்டாட்டியிட்ட சொன்னாள், “நான் ஒருவாரம் கழிச்சுதான் வருவேன். வலிய மரைக்காரப்பா தர்ஹாவுக்கு பிள்ளைக்கு நேச்ச கடன் இருக்கு. கொடுக்கப் போறேன்.”

மகமுது எலப்பயின் ஓதுவலையில் ஓதிக் கொண்டிருந்த அத்து ரசிது மாலையில் வீட்டுக்கு வந்து உம்மாவிடம் அழுதான். “எனக்கு மார்க்கம் (சுன்னத்) எடுத்தால்தான் பள்ளியில் போய்த் தொழ முடியுமாம். அப்பந்தான் சொர்க்கம் கிடைக்குமாம்.”

உம்மா பதில் சொல்லவில்லை.

அலிஃப் ஃபா தொடங்க ஓதுவலையில் சேர்த்துவிடும்போது சேலமுந்தியில் முடிந்திருந்த 50 காசை அவிழ்த்து எலப்பைக்குக் கைமடக்கு கொடுத்தாள் கைசா. அவள் கையையும் ஓத வந்த தில்மீதின்[1] கையையும் கூர்ந்து பார்த்தார். ஜீரணி[2] கையில் இருக்கிறதா?

1. தில்மீது – மாணவன்
2. ஜீரணி – நேர்ச்சை

“ஜீரணி கொண்டு வரலயாடா புள்ளே . . ?”

“இல்ல எலப்பே” இயலாமையை கைசா சொன்னாள்.

“தொடங்குதுக்கு ஜீரணி கொண்டுவரணும்னு தெரியாதா?”

“நேச்ச வாண்ட கையில காயில்ல எலப்பே.”

“போட்டு போட்டு. அரகிலோ பஞ்சார[1]க்குள்ள காயே பெறவு பயலுட்ட கொடுத்து உடு. ஜீரணி வச்சு தொடங்கினாதான் ஓதல் வரும் கேட்டியா.”

“சரி எலப்பே,”

கைசா மொவன் அத்து ரஷீது ஓதுவலைக்கு கள்ளமடிச்சும் எலப்பைக்க கருவேப்பிலை கம்பு முறிய அடிவாண்டியும் அலிஃப்பாயிலிருந்து தவண்டுதவண்டு ‘அல்ஹம்தை’[2] தொட்டான். கைசா ½கிலோ பஞ்சாரக்குள்ள காய் கொடுக்காத ஈறாமை அவருக்கு மனசில் இப்பவும் உண்டு. அதனால் எலப்ப ‘அல்ஹம்து’ அவனுக்குத் தொடங்கிக்கொடுக்காமல் காலம் கடத்தினார்.

“டேய் மரைக்கான் எழும்புடா ஹமுக்கே.”

அத்து ரஷீது எழும்பி நின்றான்.

“உனக்கு மார்க்கம்[3] எடுத்தாச்சாடா?”

இல்லையென்று தலையசைத்தான்.

“பள்ளில தொழ போவேண்டாமாடா?”

போவணுமென்று மீண்டும் தலையசைத்தான்.

“உஸ்தாதே இந்த பயன் மோண்டா கழுவ மாட்டான்.” சில மாணவர்கள் ஒரே குரலில் கத்தினார்கள்.

“அப்படியாடா?”

அவன் பேசாமல் நின்றான்.

“தொழனுமானா மார்க்கம் செய்யணும். மார்க்கம் செய்தால் தான் மோண்டா கழுவ முடியும். மோண்டா கழுவுனாதான் பள்ளியில் ஏறித் தொழ முடியும்.”

எலப்பை சுன்னத் செய்ய வேண்டிய அவசியத்தை விளக்கினார். “5 நேரம் தொழுதாதான் சொர்க்கத்துக்குப்

1. பஞ்சார – சீனி
2. அல்ஹம்து – குர் ஆன் முதல் அத்தியாயம்
3. மார்க்கம் – விருத்த சேதனம்

போவ முடியும். தொழாதவனுக்கு சொர்க்கமில்லை. கபரில்ல கிடைக்குற சிகிச்சை தெரியுமாடா. அல்ஹம்து ஓதினால்தான் தொழுகை வாஜிப்பாகும்.[1]"

பதில் தெரியாமல் முழித்தான்.

"ஊட்டுல போய் செல்லு. அல்ஹம்து தொடங்கணும்னு. கைமடக்கும் ஜீரணியும் கொண்டு வரனும். ஜீரணிக்கு பஞ்சார கொண்டு வருவது போரிசை[2]. பஞ்சார ஜீரணி வச்சு ஓதினாதான் நபிக்குப் பொருத்தமாயிருக்கும். ஜீரணி வாடை கேட்டு மலக்கு[3]களும் வானத்திலிருந்து இறங்கி வருவாங்கோ. ஊட்டுல போய் செல்லு. 'சிறாத்தல் முஸ்தகீன்' பாலம் கடக்கணுமானால் அல்ஹம்து தொடங்கணும்?

எலப்ப ஜீரணி கொடுப்பதைப் பற்றியும் ஜீரணி சீனியாக இருக்க வேண்டிய அவசியத்தைப் பற்றியும் பேசிவிட்டுப் பிள்ளைகளுக்கு ஓதிக்கொடுத்துக் கொண்டிருக்கும் நேரம் அய்மது கோடிச்சட்டையும் முண்டும் உடுத்து தலையில் தொப்பியும் வைத்து கையில் சந்தன திரிகூடும் ஜீரணிக்கு சீனியும் கொண்டு வாப்பாவையும் அழைத்துக்கொண்டு 'யாசீன்'[4] தொடங்க வந்தான்.

"எலப்பே புள்ளைக்கு யாசீன் தொடங்கிக் கொடுங்கோ."

"ஹைர், சந்தோஷம்."

"தொடங்கிக் கொடுங்கோ, நிக்க நேரமில்லை. உங்களுக்குள்ள கைமடக்கு பயலுட்ட குடுத்திருக்கேன்.தொடங்கிக் கொடுத்து துஆ செய்யுங்கோ."

அய்மதின் வாப்பா கடைதிறக்க நேரமாகி விட்டதால் புறப்பட்டுச் சென்றார்.

எலப்பை சீனியை வாங்கித் தனியாக ஒரு ஓரத்தில் பத்திரப்படுத்தினார்.

சத்தம் போட்டு ஓதிக்கொண்டிருந்த மாணவர்கள் சத்தம் போடாமலிருக்க கம்பெடுத்துத் தரையில் அடித்தார் – "மூச்சு."

ஓதுவலை நிசப்தமானது.

---

1. வாஜிப் – நிறைவேற்றம்
2. போரிசை – நன்மை
3. மலக்கு – வானவர்
4. யாசீன் – குர் ஆன் அத்தியாயம்

“வாடா புள்ளே,” அய்மதை செல்லமாக அருகில் கூப்பிட்டார்.

சந்தனத் திரியைப் பற்றவைத்து ‘யாசீன் வல் குர் ஆனில் ஹக்கீம்’ என்று துவங்கிக் கொடுத்தார். சொல்லிக் கொடுத்து முடிந்ததும் ஜீரணி விளம்புதலை மாணவர்கள் ஆர்வமாகப் பார்த்துக்கொண்டிருந்தனர்.

விளம்புவதல்ல; ஜீரணியை மாணவர்களிடம் காட்டுவது.

எலப்பை சீனி பொட்டலத்தைத் திறந்தார். இடது கையில் ஜீரணியையும் வலது கையில் கம்புமாக ஓரோ மாணவரிடத்திலும் சீனிப் பொட்டலத்தைக் காட்டி ஜீரணியை எடுக்கச் சொன்னார் –

“எடுங்கடா புள்ள,”

யாரும் நுள்ளி எடுக்கவில்லை. எடுத்தால் எடுத்த கையில் அடிவிழும் என்று மாணவர்களுக்குத் தெரியும். மாணவ, மாணவிகள் விரலைச் சீனியில் வைத்துவிட்டு கரண்டு அடிச்சது போல் கையை எடுத்துவிடுவார்கள். கை சூம்பிக்கொண்டிருந்த அத்து ரஷீது பக்கம் எலப்பை சீனி கொண்டு வந்தபோது வாயிலிருந்து விரலை எடுத்து அந்த விரலைச் சீனியில் முக்கினான். விரலில் கொஞ்சம் சீனி ஒட்டிக்கொண்டது. பார்த்ததும் எலப்பைக்குக் கோபம் வந்துவிட்டது. சீனி எடுத்த விரலின் பின்பக்கம் நாலஞ்சு அடி விழுந்தது. ஓதுவலை பிரியும்வரை அழுதான். அழுதுகொண்டே வீட்டுக்குப் போனான். “ஏன்டா கரைதா?” உம்மா கேட்டாள்.

“எலப்ப அடிச்சாரு,” கையைக் காட்டினான்.

“எக்க அல்லா! எதுக்குடா?” கையைப் பார்த்து ஏங்கினாள்.

“நேச்ச எடுக்க சென்னாரு. எக்க ஈர கையில கொஞ்ச பஞ்சார ஒட்டி வந்துட்டு அதுக்குத்தான்.”

வீங்கிய பின் கையைப் பார்த்து கைசாவுக்கு மனம் பொறுக்கவில்லை.

“நீக்கம்புல போன எலப்ப! எம்புள்ள கொஞ்ச பஞ்சார விரலில் தொட்டு எடுத்ததுக்கு இந்த மாதிரி அடிச்சுப் போட்டாரே. விளங்காம போனப் எலப்ப,” திட்டினாள்.

எலப்ப தூங்கிவிழாமலிருக்க ஒரு கட்டஞ்சாயா குடிப்பது வழக்கம், மதிய உணவுக்கு முன்.

எலப்ப ஒரு கண்ணாடி டம்ளர் எடுத்தார். தேவைக்குக் கொஞ்சம் சீனியைப் போட்டார். சீனி அளவுக்குக் கொஞ்சம்

தேயிலைப் பொடியையும் போட்டுவிட்டு – சேமக்கண்ணேனு கூப்பிட்டார். கூப்புடுதல் கேட்டு சேமக்கண்ணு பயன் எலப்பையை நெருங்கினான்.

"பண்டாரத்துக்க தேயிலை கடையில போய் கொஞ்சம் சூடுதண்ணி புடிச்சுகொண்டு வா புள்ளே."

சேமக்கண்ணு சுடுதண்ணி பிடிக்க ஓடினான். கண்ணாடி டம்ளர் நிறைய கட்டஞ்சாயா கொண்டு வந்து எலப்பையின் முன் வைத்தான். எலப்பை கட்டஞ்சாயா கோப்பையை உயர்த்திப் பார்த்துவிட்டுக் கொஞ்சம் ஊதிக் குடித்துக்கொண்டு சொன்னார்.

"ஜோருடா புள்ளே."

14

ஹஜ்ஜிக்குப் போன பயணிகள் புனித ஹஜ் கர்மம் நிறைவேற்றிவிட்டு ஜித்தாவிலிருந்து காஜா செய்யதுடைய ஒரு கப்பலில் ஊர் திரும்பினார்கள். அனைவரும் ஏக இறைவனைத் துதித்து திக்ர்[1] செய்தவர்களாகத் தொழுகையில் ஈடுபட்டிருந்தனர். பெண்கள், குழந்தைகள், வயோதிகர்கள் என 400க்கும் மேற்பட்ட ஹாஜிகள் இருந்தனர். ஹாஜிகளை ஏற்றி வந்த கப்பல் கரையை நெருங்கியது.

கப்பல், முஸ்லிம் பிரமுகரும் வணிகருமான காஜா செய்யதுக்குச் சொந்தமானதென்று காமா தெரிந்துகொண்டான். மானுவல் மன்னனிடமிருந்து அட்மிரல் பதவிஉயர்வு பெற்ற காமா இரண்டாம் முறை இந்தியாவுக்கு 20 போர் கப்பல்கள், 800 படை வீரர்களோடு புறப்பட்டு வந்தான். கடல்வழியில் கண்ணுக்குத் தெரிந்த முஸ்லிம்களின் தோணிகளையும் கப்பல்களையும் மூழ்கடித்தான். அவற்றிலிருந்த பயணிகளைக் கொலை செய்து தங்கம் போன்ற விலையுயர்ந்த பொருட்களைக் கொள்ளையடித்தான்.

கப்பல் கரையை நெருங்காமல் கரையிலிருந்து 60 மைல் தொலைவில் நங்கூரம் போடப்பட்டது. கப்பலிலிருந்து கரையைத் தொலைநோக்கி மூலம் பார்வையிட்டான்.

ஹாஜிகளை ஏற்றிவந்த கப்பலில் எகிப்து நாட்டு சுல்தானுடைய பிரதிநிதியான ஜோவார் இருந்தார். ஹாஜிகளையெல்லாம் கப்பலிலுள்ள சரக்குப் பாதுகாப்பு அறைக்குள் தள்ளிப் பூட்டுவதற்கு காமா கட்டளை போட்டான். ஆபத்தை உணர்ந்த ஹாஜிகள், கரை சேர்ந்ததும் கப்பல் நிறைய

1. திக்ர் – தவம்

நல்லமிளகு இனாமாகத் தரலாமென்று கெஞ்சி அழுதனர். எகிப்து சுல்தானுடைய பிரதிநிதி கப்பலிலிருந்த ஜோவாரும் கேட்டுக் கொண்டார். கப்பலில் கொள்ளும் அளவிற்கு, கரை சேர்ந்ததும் நல்லமிளகு இனாமாகத் தருகிறோம் என்றார். எந்த வேண்டுகோளையும் காமா ஏற்றுகொள்வதாக இல்லை. சரக்குப் பாதுகாப்பு அறைக்குத் தீ வைக்க உத்தரவு கொடுத்தான். கப்பலுக்கு நெருப்பூட்டப்பட்டது. ஹாஜிகள் கதறிக்கதறி அழுதனர். குழந்தைகளைத் தூக்கி உயர்த்திக்காட்டிக் கருணை காட்டும்படிக் கெஞ்சினர்; எந்தப் பயனுமில்லை. கருணையற்ற நெஞ்சத்தோடு அனைவரையும் கொலை செய்ய துட்டன் காமா உத்தரவிட்டபடி உயிரோடு கொளுத்தபட்டனர். பச்சை மாமிசம் உருகிக் கருகும் புகை நீலக் கடல் பரப்பின் உயரே சுருள்சுருளாக உயர்ந்தது. நீலக் கடல் செங்கடலாக மாறியது.

அரபிக் கடல் பரப்பில் நீசத்தனமான இந்த கூட்டுக் கொலை நடந்த விபரம் கரையில் யாருக்கும் தெரியவில்லை. ஜித்தாவிலிருந்து புறப்பட்ட உறவினர்களான ஹாஜிகள் ஏறிய கப்பல் கரை சேரவில்லையே என்ற பதற்றத்துடன் இருக்கையில் கடலிலிருந்து உயர்ந்த கரும்புகை சுருளில் பச்சை மாமிசம் கருகும் வாசம் முகர்ந்து கடலுக்குள் அலை கிழித்துக்கொண்டு பாய்ந்தனர் உறவினர்கள்.

கடலில் பெரும்போர் நடந்தும் பயனில்லை. போன வீரர்களெல்லாம் மடிந்து கடல் ஆழத்தில் தாழ்ந்துதாழ்ந்து போயினர். ஆங்காங்கே கரையோரம் சடலங்கள் மிதந்தன. மிதந்த சடலங்களைக் கடல் அலைகள் கரைகளில் ஒதுக்கின. போர்க்கப்பலில் எஞ்சியது 20 சிறுவர்கள் மட்டும். லிஸ்பன் தேவாலயத்தில் மதப் போதகராக வளர்க்கப்பட நேமிசம் செய்தபடி அச்சிறுவர்களின் உயிர்மட்டும் மிஞ்சியது. அந்த சிறுவர்களை லிஸ்பனுக்கு ஏற்றிச் சென்றனர்.

கடற்கரையிலுள்ள முஸ்லிம்கள் வீடுகளையும் சரக்கு கிட்டங்கிகளையும் தீக்கிரையாக்கி அட்டூழியம் செய்தனர். பட்டு மரைக்கார் தலைமையில் முஸ்லிம் வீரர்கள் எதிர்த்துப் போர் செய்தனர். கடல் வியாபாரக் குத்தகை மரைக்காயர்களிடம் இருக்கும் காலம்வரை யூரோப்பில் தாங்கள் அதிபதியாக இருக்க முடியாதென்று புரிந்துகொண்ட பின் காமாவும் படையும் கப்ராலைப் போல் பின்வாங்கிச் சென்றனர். காமா திரும்பிச் சென்றபின் அல்புக்கர்க் வந்தான். நாட்டு அரசனுடன் ஒப்பந்தம் செய்வதற்கு முயன்றான். பெரும் படைபலத்துடன் வந்த அல்புக்கர்க் ஊரிலுள்ள மிகப்பெரிய பள்ளிக்கு நெருப்பூட்டினான். மரைக்காயர்கள் எதிர்த்துப்

போர் செய்தனர். பறங்கிப் படைகளுக்கும் அல்புக்கர்க்கும் கடுமையான காயங்கள் ஏற்பட்டன. பறங்கிகள் பலர் கொலை செய்யப்பட்டனர். எஞ்சிய பறங்கிகள் புறம் கடலில் நிப்பாட்டி வைத்திருந்த கப்பலில் ஏறித் தப்பிவிட்டனர். பள்ளி முழுமையாக எரியாமல் மரைக்காயர்களும் அந்தப் பகுதி மக்களும் சேர்ந்து காப்பாற்றினார்கள்.

பறங்கிகளுடைய கப்பல்களை மரைக்காயர்கள் பறிமுதல் செய்தார்கள். இதற்குத் தலைமையேற்றுச் சென்றவர்கள் அலி மரைக்காரும் இப்ராஹிம் மரைக்காரும். குட்டி இப்ராஹிம் மரைக்கார், பட்டத்து மரைக்கார் ஆகியோர் ஊரின் பல பகுதிகளிலிருந்து முஸ்லிம்களைத் திரட்டினர். பறங்கிகள் கட்டிய கோட்டையைச் சுற்றிவளைத்துப் பெரும் சேதங்கள் விளைவித்தனர்.

நாட்டு அரசரின் உத்தரவு பெற்று பறங்கிகள் கோட்டை கட்டியதற்கு மரைக்காயர்கள் எதிர்ப்பு தெரிவித்தனர். அதற்கு ஊருக்கு வெளியேதானே என்று சொல்லி மழுப்பிவிட்டார். மாலிக் இப்னு ஹபீப் கட்டிய பள்ளி உடைத்து தரைமட்டமாக்கப் பட்டது. மட்டுமல்ல, வேறு இரண்டு பள்ளிகளையும் சில கப்ருகளையும் உடைத்துவிட்டு அந்த இடத்தில் மாதா கோயில்கள் கட்டப்பட்டன. கோயில் கட்டிய இடத்தைப் பறங்கிகள் அரசரிடமிருந்து விலைக்கு வாங்கியதாக உரிமை கொண்டாடினார்கள். இருந்தும் முஸ்லிம்கள் அடங்குவதாக இல்லை. பறங்கிகளுக்கு எதிராகப் போர் செய்ய மும்முரம் காட்டினார்கள். நமது மண்ணில் கோட்டை கட்டி நம்மை அடக்கி ஆளவந்த அந்நிய தீயசக்திகளுக்கு எதிராக தாய்நாட்டிலிருந்து அடித்து விரட்டத் துணிவுடன் போர் செய்த பட்டு மரைக்காரின் வீர பராக்கிரமத்தைக் கண்டு பட்டு மரைக்காரை ஒழித்துக் கட்டினால்தான் வெற்றி நமக்கென்று எக்காளம் செய்த பறங்கிகள் அவரைக் குறிவைத்தனர். அந்த வீர சூரப் போரில் பட்டு மரைக்கார் குண்டு துளைத்துக் கீழே விழும் முன் கையிலிருந்த வாளால் அவர் முன்னால் நின்றுகொண்டிருந்த ஒரு பறங்கிப் படையாளியை ஒரே வெட்டில் வீழ்த்தினார்.

பட்டு மரைக்கார் கண் மூடும் நேரம் அருகில் நின்றுகொண் டிருந்த இப்ராஹிம் மரைக்காரிடம் தன் கையிலிருந்த வாளைக் கொடுத்துவிட்டுக் கூறினார், "நம் நாட்டுக்காக உயிர்த் தியாகம் செய்த சுஹதாக்களின்[1] வீரச் செயல்களை நினைவில் குறித்துவையுங்கள். அந்தக் குறிப்புகள் நாளைய தலைமுறை யினருக்கு ஊக்கமும் ஆக்கமும் கொடுக்கும் படைப்புகளாக

1. சுஹதாக்கள் – தியாகிகள்

மாறும். அவற்றை வாசிக்கும் நம் பிள்ளைகள் தேசத்தைப் பாதுகாக்கும் தேசப்பற்று மிக்கவராக வளர்வார்கள்."

பட்டு மரைக்கார் சொன்னபடி போர் நினைவைக் கூர்ந்து இப்ராஹிம் மரைக்கார் எழுதிய குறிப்புகளை ஓடைக்கரைத் தெரு பெண்கள் பாடி, தொட்டிலாட்டிக் குழந்தைகளை உறங்கவைத்தனர். அச்சேறாமல் மக்களின் உதடுகளிலிருந்து உதடுகளில் ஒப்பி எழுதிய அந்தப் போர்ப்பாடல் காலத்தின் கைபட்டு அழிந்துவிடாமல் இன்றும் ஓடைக்கரைத் தெருவின் உயரே ஒலித்துக்கொண்டே இருக்கிறது. அந்தப் போர்ப் பாடலைக் கேட்டு குழந்தைகள் உறங்கினார்கள். கைசா உறங்கினாள். அவள் மகன் அத்து ரஷீது உறங்கினான். முஸ்லிம் எழுச்சிக் கழகத்தினர் அதைப் பாடக்கூடாது என்று இப்போது எதிர்ப்பு தெரிவித்து வருகின்றனர்.

பட்டு மரைக்காரின் வம்சாவளிவந்த கைசா ஓடைக்கரைத் தெருவில் கடைசி முனையிலுள்ள குடிசையில் அத்துரஷீது பயலோடு ரா உறங்கி வந்தாள். குளந்தோண்டி ஹாஜியார் பெண்டாட்டி, கைசா மாலையில் வீட்டுக்குப் போகும் நேரம் கொடுக்கும் மிச்சம் மீதியை மகனுக்கும் கொடுத்து, போக வரும் மீதியை அவளும் நக்கி ராப்பாட்டைக் கழித்து வந்தாள்.

ஆனி, ஆடி மாசம் பெரும் காற்றும் பெசலும். துவராத மழை; ஆகாசம் மூக்கு சிந்திக்கொண்டே இருந்தது. எலும்பை முதுகுத் தண்டிலிருந்து கழற்றி எறியும் கடும் குளிர். வெளியே தலைக்காட்ட முடியவில்லை. மழை நசுநசுப்பு. பயலுக்கு மேலும் சுட்டது போல் இருந்தது. காய்ச்சலா?

பயந்தாள். காய்ச்சல் கூடினால் சர்க்கார் ஆஸ்பத்திரிக்குக் கூட்டிச்செல்ல இந்த ஓயாத மழையில் எப்படி முடியும்? கைக் காவலுக்குக் காய்ச்சலுக்கு ஒரு வட்டு (மாத்திரை) வாங்கி வைக்கலாமென்று மழையில் இறங்கி மெடிக்கல் ஸ்டோருக்குப் போனாள். சிறிதுதூரம் போனதும் பெரும் ஓசையுடன் காற்று வீசியது. அதோடு அலறி வந்த மழையும்.

"எக்க புள்ளைக்கு என்ன ஆச்சோனு," சொல்லி வீட்டுக்கு விரைந்தாள். குடிசைப் பக்கம் வந்ததும் ஈரக்குலை பதறிவிட்டது. குடிசையின் மேல் கூரையைக் காணவில்லை. குடிசையின் செத்தைச் சுவரும் ஒரு பக்கமாகச் சரிந்துவிழுந்துக் கிடக்கின்றது.

"அல்லோ என் புள்ளே ...!!" அலறிக்கொண்டு குடிசையினை நெருங்கினாள். அங்கே அத்துரஷீது இல்லை. பதறிப் போய் நாலு பக்கமும் பார்த்தாள்.

பக்கத்தில் ஓடு போட்ட வீட்டு இறக்கு வாரியில் அத்து ரஷீது மழையில் நனைந்து கொடுவி நின்றுகொண்டிருந்தான். அவள் ஓடிச்சென்று சேலைமுனையைக் கொண்டு தலையையும் உடம்பையும் துடைத்தெடுத்து அவனை அணைத்துக்கொண்டு முன் அந்த வீட்டுக்கு மழை துவரும்வரை நின்றாள். அன்றைய இரவு தலை சாய்க்கும் இடத்தைப் பற்றிச் சிந்தித்தாள். அந்தி மயங்கி இருட்டைக் கையோடு கொண்டுவந்த மோந்தி நேரம். அவளும் பயலும் மழையின் திமிர் அடங்கியதும் ஈர உடையோடு ராஉறங்க இடம் தேடினார்கள்.

“கைசா எங்கம்மா போறா?” மம்மதி அவளுடைய குடிசை வாசலில் உட்கார்ந்துகொண்டு மழைக் குளிரில் கொடுவியவளாக கேட்டாள்.

“இப்ப அடிச்ச பெசல்ல என் வீட்டுக்கூரை விழுந்துட்டும்மா. ராத்திரி கிடக்க இடந்தேடி போறேம்மா.”

“எங்கே போறா? இங்கே வந்து உறங்கு.”

“இடம் பத்துமா?”

“உள்ள இடத்துல சுருளுவோம். உள்ளே வா மழையில நனையாத.”

காலையில் மழையின் சிணுசிணுப்பு நின்று தரையில் சூரிய வெட்டம் கண்டது. தன் குடிசை என்ன ஆச்சோன்னு பாக்கப் போனாள். குடிசை குப்புற விழுந்து கிடக்கிறது. வீட்டுப் பொருட்களெல்லாம் மழையில் நனைந்துபோய்க் கிடக்கிறது. மண் சூட்டடுப்பு உடைந்து நொறுங்கிப் போய்விட்டது. தலையணையும் பாயும் பெசல் காற்று எங்கேயோ பறத்திக்கொண்டு போய் விட்டது. கைசா வேதனையையும் இழப்புகளையும் எண்ணி மூக்கில் விரல்வைத்து ஏக்கத்தோடு நின்றுகொண்டிருந்தாள்.

மீண்டும் குடிசையைக் கட்ட வேண்டுமானால் அதிக பணச்செலவு. ஓலையும் கம்பும் தடியும் வேணும். கிடைப்பது 1500தான். இதை வைத்து வயிற்றைத்தான் கழுவ முடியும். தன்னை அனாதையாக்கிவிட்டு ஒரே போக்கா போனானே, அந்த இடிவிழுந்து போவான் கட்டி தனிக் குடித்தனம் வந்த குடிசை. புறம்போக்கு நிலமானாலும் பள்ளி நிர்வாகத்துக்குத் தரை வாடகை கொடுக்க வேண்டும். பள்ளிக் கணக்கன் அவ்வப்போது தரை வாடகைக் கேட்டு வருவான்.

“கையில் காய் இல்லை,” என்று சொல்லும்போது கணக்கனின் அதிகாரக் குரல் உயரும்.

"ஒன் மொவனுக்கு சுன்னத்துக்கு ஒஸா[1] வர்ணுமானா அந்நேரம் பள்ளிக்குள்ள பாக்கியெல்லாம் ஒண்ணிச்சு அடைக்கணும் பாத்துக்கோ," என்று எச்சரிக்கை விட்டுக்கொண்டு போவான். அதும் சரிதான். ஏழைகளின் சங்கை இறுக்கும் கயிறாகப் பள்ளி நிர்வாகம் மாறிவிட்டது. கல்யாணம், மய்யத்[2], சுன்னத்[3] இந்த நேரங்களில்தான் பள்ளிக்குச் சேரவேண்டிய தொகையை மொத்தமாகக் கட்டி ரசீது வாங்கணும். அப்படியானால் தான் நிக்காஹ் செய்ய மௌலவி வருவார். மய்யம் அடக்க கபர்ஸ்தானில் இடமும் மய்யத் தூக்க சந்தூக்கும் கிடைக்கும். சுன்னத் செய்ய வேண்டுமானாலும் ஒஸாவை அனுப்புவார்கள். நெரிக்கும் ஜமாஅத்தின் நீளும் இரக்கமற்ற கடுமையான கை!

கைசாவுக்கு இப்போதுதான் மண்டைக்குக் கொஞ்சம் வெளிவந்தது. பயலுக்கு சுன்னத் எடுக்கணும் அவன் அப்பன் போனதுமுதல் இன்று வரையுள்ள தரைவாடகை கட்டவேண்டும். விழுந்துகிடக்கும் குடிசையை நிமித்தி வச்சுக் கட்ட வேண்டும். பறந்து போன கூரையைத் தேடி எடுக்கணும். அவளுக்கு எதுவும் பிடிபடவில்லை. தவித்தபடியே நின்றுகொண்டிருந்தாள்.

பட்டுமரைக்காயரின் பேத்தி!!

---

1. ஒஸா – குடிமகன்
2. மய்யத் – சடலம்
3. சுன்னத் – விருத்த சேதனம்

15

கன்னியாகுமரி வழியாக நாகப்பட்டினம் செல்லும் வழியில் பறங்கிக் கப்பலில் குடிநீர் தட்டுப்பாடு ஏற்பட்டது. கடலிலிருந்து பார்த்தபோது தொலைவில் பசுமையான ஒரு கரை தெரிந்தது. கப்பலை அந்தக் கரை நோக்கிச் செலுத்தியபோது அது ஒரு துறைமுகக் கிராமம் என்று தெரிந்தது. துறைமுகத்தை நெருங்குவதற்குக் கடல் ஆழம் போதாமலிருந்ததால் கப்பலைத் தொலைவில் நிப்பாட்டிவிட்டு கரையை நோக்கிக் கொடி காட்டினார்கள். துறைமுகத்தில் கிடந்த வள்ளங்களில் மரைக்காயர்கள் தண்டுகட்டித் துழாவிக் கப்பலுக்கு நேராகச் சென்றனர். 'தர்மபத்தன்' கிராமத்துக் கடல் தொழிலாளர்கள் ஏதோ ஆபத்து என்று எண்ணினார்கள். புதுக் கப்பல், புதுக்கொடி, புது மனிதர்கள்.

தண்ணீர்க் குடுவையைக் காட்டி தண்ணீர் என்றனர், அவர்களுடைய மொழியில். மொழி புரியாவிட்டாலும் தண்ணீர் குடுவை மூலம் மொழி புரிந்துவிட்டது.

மரைக்காயர்கள் ஏறிய வள்ளம் கப்பலை நெருங்கியதும் தாகம் தாங்க முடியாத சில பறங்கிகள் போன வள்ளங்களில் ஏறிக் கரைக்கு வந்தனர். போதும் அளவிற்குத் தண்ணீர் அருந்தி விட்டுக் குடுவைகள் நிரம்ப தண்ணீர் எடுத்துச் சென்றார்கள். கரைக்கு வந்த கப்பித்தான்[1] துறைமுகத்தை நோட்டமிட்டான். கொப்புரா,

---

1. கப்பித்தான் – கேப்டன்

தேங்காய், மிளகு, சுக்கு போன்ற பொருட்கள் துறைமுகத்தில் அடுக்கி வைத்திருப்பதைக் கவனித்தான்.

"இந்தப் பொருளெல்லாம் எங்கே ஏறிப் போகிறது?"

"ஏடன், எமன், ஓமான் பஹ்ரைன் போன்ற அரபு நாடுகளுக்கு," என்றார்கள்.

"அப்படியா," என்ற அவனுடைய தலை அசைப்பில் பொருள் பொதிந்திருந்தது.

"இந்தக் கிராமத்தின் பெயர்?"

"தர்ம பத்தன்!"

முன்பு எப்போதோ கேள்விப்பட்ட பெயர் போல் அவனுக்குப் பட்டது. தர்ம பத்தனைச் சுற்றிப் பார்க்க வேண்டும் போல் அவனுக்கு இருந்தது. சுற்றிப் பார்க்கையில் கிராமத்தின் முக்கும் மூலையும் தெரிந்துகொள்ளலாம். ஒரு மரைக்காயரைத் துணைக்கு அழைத்தான்.

"தர்மபத்தனைக் காட்டித் தாருங்கள்," ஆவலை வெளிப்படுத்தினான். ஒரு வள்ளத் தொழிலாளியான நைனா மரைக்கார் கிராமத்தைச் சுற்றிக் காட்டுவதற்கு கப்பித்தானை அழைத்துக்கொண்டு நடந்தான்.

மேற்கு திசைக்கு நடந்தனர். கடலையொட்டிப் பெரிய நதி ஒன்று ஓடுவதைக் கண்டு கப்பித்தானுக்கு ஆச்சரியம். விசாலமான நதி. எங்கே ஓடுது?

இதுதான் தாமிரபரணி ஆறு. பூவாறு வரை ஓடுது. வடக்கே மலையிலிருந்து ஓடிவரும் தண்ணீர் இந்த நதியில் பெருக்கெடுக்கிறது. இதுதான் தாமிரபரணி ஆற்றின் பதன இடம். தண்ணீர் பெருக்கெடுக்கும்போது கடலுக்கு வெட்டிவிடும் பொழியும் இங்கு பாக்கலாம்.

அவர் சொன்னதைக் காதால் கேட்டானோ இல்லையோ அவன் பார்வை ஆற்றின் தொலைவிலிருந்து பாரம் ஏற்றிவரும் வள்ளங்களில் ஊன்றியது.

ஆற்றுக்கு அக்கரையில் பாறைமீது காண்பதுதான் ஆற்றுப் பள்ளி. கடற்கரைக் குருத்து மணலில் நின்றுகொண்டு பார்த்தான். பள்ளியைப் பார்க்க தமக்குத் தேவையில்லை என்பதுபோல் அலட்சியமாகப் பார்த்தான். அந்தப் பார்வையில் வெறுப்பு கலந்திருந்தது.

வள்ளத் தொழிலாளி நைனா மரைக்கார் சொன்னார், "நாகூர் சாகுல் ஹமீது சாஹிப் ஒலியுல்லா காற்றுக் கொள்ள வந்து உட்கார்ந்திருந்த இடம்." சொன்னதை அவன் காதில் வாங்கிகொண்டதாகத் தெரியவில்லை.

அவனுடைய பார்வை தொலைவிலிருந்து வரும் வள்ளத்தில் ஏற்றப்பட்டிருந்த பொருட்களில்.

"வள்ளத்தில் வரும் பொருட்கள் எங்கே போவுது."

"துறைமுகத்துக்கு"

கப்பித்தானை அழைத்துக்கொண்டு நடந்தார். வடதிசைக்குக் கால் கழைக்காமல் நடந்தாலும் கப்பித்தான் மனசில் பல கணக்குக் கூட்டல்கள். நல்ல நேரம், இப்படி ஒரு சிறு துறைமுகம் கண்ணில் பட்டதும் கப்பலில் குடிதண்ணீர் தட்டுபாடு வந்ததும். குடிதண்ணீர் தட்டுப்பாடு வராவிட்டால் இந்த துறைமுகத்தை கவனிக்காமல் போய்ச் சேர்ந்திருப்போம்.

"இந்தத் துறைமுகத்தைக் கண்ணில் காட்டியதற்கு கடவுளுக்கு ஸ்துதி". கப்பித்தான் நெஞ்சில் கையால் சிலுவை வரைந்தான்.

"வடதிசைக்குச் செல்லும் இந்த ரோடு குழித்துறைக்குச் செல்கிறது. இந்த ரோட்டில்தான் பார்த்திபபுரம் ஊர். திருமலைக் கோயில் உண்டு. உதச்சி கோட்டையும் தொல்காப்பியரின் ஊரான காப்பிக்காடும் இருக்கிறது."

நைனா மரைக்கார் சொன்னதையெல்லாம் மூளி கேட்டானே தவிர எதையும் மனசில் இருத்திக் கொள்ளவில்லை. அவனுக்கு இந்தப் பழைய புராணங்கள் தேவையில்லை.

"வள்ளத்தில் ஏற்றி வருகின்ற சரக்கு எங்கிருந்து வருகிறது நைனா?" மரைக்கார் சொல்லப்போவதைக் கவனிக்க காதைக் கூர்மையாக்கினான்.

"வடக்கே மலைப்பகுதியான குலசேகரம், பேச்சிப்பாறை, பெருஞ்சாணி போன்ற மலைப்பகுதி சந்தையிலிருந்து வருது,"

"அப்படியா?"

"ஆமா."

"மேற்கே பாத்தாச்சு, வடக்கே பாத்தாச்சு, கிழக்கே பார்ப்போம்."

"பாப்போம்"

புத்தனாற்றின் கரையோரம் தென்னை ஓலைகள் வீழ்த்திய நிழல் வழியாக கப்பித்தானை நைனா மரைக்கார் நடத்திக்கொண்டு வந்தார். சிந்தனையில் ஆழ்ந்தபடி நைனா மரைக்காருடன் நடந்தான் கப்பித்தான். புத்தனாற்றின் கிளை ஆற்றில் துள்ளி ஓடும் சிறு மீன்கள் கப்பித்தானின் கவனத்தை ஈர்த்தது.

“இந்த கைய்யாறு எங்கே போவுது?”

“கன்னியாகுமரிக்கு,”

கன்னியாகுமரிக்கு என்றதும் கப்பித்தானுக்கு வியப்பாக இருந்தது. “இது வழி எளிதில் கன்னியாகுமரிக்குச் செல்லலாமே.”

“பத்தேமாரி போகுமா?”

“போகாது. கன்னியாகுமரிவரை தோண்டிய ஆறு. இடையே வேலை நின்றுவிட்டது. தோண்டிய சில இடங்களில் மண் மூடிக் கிடக்கிறது.” நைனா மரைக்கார் சொன்னதும் மனம் சோர்ந்துபோனது கப்பித்தானுக்கு.

“அப்படியானால் கடல்வழிதான் போவணும் இல்லியா?”

“ஆமா, அதோ உயர்ந்து காண்பதுதான் சேண்டபள்ளிப் பாறை. செய்குக்கபள்ளி, சேண்டபள்ளி ரொம்ப வெண்ணிக்கையான பள்ளி. ஒரு பெரிய செய்கு கட்டிக் குடியிருந்த பள்ளி. அந்த செய்குக்க பாதம் ரண்டும் மலையேறுமிடத்தில் இருந்தது. கல் உடைக்கித சிகாமணி பைத்தியாரன் தமருபோட்டு பாதத்தை ஒடைச்சான். அவன் கண்ணு ரண்டுக்கும் காச்ச போயிட்டது. பின்னே செய்குக்க பேருக்கு ஒருபாடு நேச்ச நேர்ந்து மன்னிப்பு கேட்ட பிறகுதான் பார்வை கிடைச்சுது. அதுக்கு அந்த பக்கம் தெரியுதே அதுதான் ஆனபாறை. ஆனப் படுத்துக்கிடப்பது போல் தெரியுதே. ஆனக்க மண்டையில வெள்ளையாக தெரியுதில்லியா, அதுதான் ஊசிக் கிணறு. எங்க தர்மபத்தன் கிராமம் வெள்ளம் பொங்கி அழியாமலிருக்க மய்க்கட்டி எலப்ப சின்னி விரலால ஒரு கல்லைத் தூக்கி மூடி போட்டாங்கோ. ஒரு கப்பல் நூல் கொண்டு வந்து ஆழம் பார்த்த பிறகும் அத்தம் காண முடியாத பஹர்[1]. நூல் போடப்போட போய்க்கொண்டே இருக்கு. மய்க்கட்டி எலப்ப சத்தியம் செய்து கல்லைத் தூக்கி வச்சு மூடி போட்டாங்கோ.

“கிணறே, பொங்கி ஊரை அழிக்காதே.”

---

1. பஹர் – கடல்

அவங்கோ செய்த சத்தியத்துல மூடி களந்து பொங்கிப் போகாம ஆண்டாண்டு காலமா கிணற்றை மூடிக் கொண்டிருக்கு. துனியாவு[1] அழியும்போதுதான் மூடி கழன்று மேகத்தோடு சேர்ந்து மேகம் போல பறந்துபோகும்.

சேண்ட பள்ளியின் ஆன பாறையின் போரிசைப்[2] பற்றி நைனா மரைக்கார் தானாக சொல்லிக்கொண்டே நடந்தார். அவர் சொன்ன எதையும் கப்பித்தான் காதில் வாங்கிக்கொண்டதாகத் தெரியவில்லை. கிராமத்தின் எழிலை ரசித்தவாறு சுற்றும் பார்வை சுற்றவிட்டுக் கொண்டு நடக்கையில் குலைகுலையாக குலைச்சு நிற்கும் இளந்தென்னைகள், நெட்டையான தென்னைகள், பலா மரங்கள், பாக்கு மரங்கள், ஊருக்கே குடைபிடித்தாற் போல் தோற்றமளித்தன. கப்பித்தானுடைய உள்மனம் ஊன்றி நின்றது அந்தச் சிறு துறைமுகத்தில். அங்கே கரையோரம் அட்டிபோட்டு வைத்திருந்த கொப்புரா தேங்காய் சுக்கு மிளகு மூட்டைகளில் தாமிரபரணி ஆற்றில் பார்த்த பாரம் ஏற்றிய வள்ளங்களில். அதிலிருக்கும் பொருட்களில்.

கப்பித்தானும் நைனா மரைக்காரும் ஊரைச் சுற்றிப் பார்த்துவிட்டு ரண்டு செந்தங்கு கருக்குக் குடிக்க கொடுத்துவிட்டு துறைமுகத்திற்கு வந்ததும் கப்பித்தான் ஏப்பம் விட்டான். கடலையும் கடலிலிருந்து சற்று ஆழமான பகுதியில் நங்கூரமிட்டு நிற்கும் கப்பலையும் பார்த்தான். கரையில் நின்றிருந்த வள்ளங் களைக் கடலில் இறக்கச் சொன்னான். கப்பலிலிருக்கும் மாலுமிகளை வள்ளங்களில் ஏற்றிக் கரைக்குக் கொண்டு வரச் சொல்லும்போது கப்பித்தானின் முகம் கடுமையாக மாறி யிருந்ததை நைனா மரைக்கார் கவனித்தார். அமைதியான, புன்முறுவல் செய்த முகத்தோடு ஊரைச் சுற்றிப் பார்த்தவருடைய முகம் துறைமுகத்திற்கு வந்ததும் இப்படி கடுமையாக மாறியது எதனால்? புரியாமல் நின்றார்.

இதற்கிடையில் பாரம் ஏற்றிய வள்ளங்கள் ஆற்றுக்கடவில் ஒதுக்கப்பட்டன வள்ளங்களிலிருந்த மூட்டைகளை முதுகில் ஏற்றி துறைமுகத்தில் இறக்கும் போது அதிலிருந்து வெளிப்பட்ட காற்றை முகர்ந்து உள்ளிருக்கும் பொருட்கள் என்னவென்று புரிந்துகொண்டான்.

சுக்கு, மிளகு, ஏலக்காய், பாக்கு . . .

கடலில் தொலைவில் ஒரு கப்பல் துறைமுகத்துக்கு நேராக வருவதைக் கவனித்த கப்பித்தான் உஷாரானான். வரும்

1. துனியாவு – உலகம்
2. போரிசை – நன்மை

கப்பலைக் கரை ஒதுங்க விடக்கூடாதென்று அவனுடைய மாலுமிகளுக்குச் சமிக்ஞை கொடுத்தான். எச்சரிக்கையுடன் வரும் கப்பலைத் தடுக்க தயாரானார்கள். கொஞ்சம் ஆட்கள் கரையிலிருந்து போன வள்ளங்களில் துறைமுகத்திற்கு வந்து இறங்கினர். கப்பித்தானுடைய வித்தியாசமான முக பாவனையும் வந்து இறங்கிய சரக்கும் சிலவற்றைப் புரியச் செய்தன.

துறைமுகத்தில் இறக்கி வைக்கப்பட்டிருந்த சரக்குகளை ஏற்றிச் செல்வதற்காக வந்துகொண்டிருந்த கப்பலை இங்கிருந்து போன பறங்கிகள் தடுத்தனர். கப்பலிலிருந்த மரைக்காயர்களுக்கும் பறங்கிகளுக்குமிடையே சண்டை நடக்கையில் துறைமுகத்தில் இறக்கப்பட்ட மூட்டைகளைப் பறங்கிகள் தங்களுடைய கப்பலில் ஏற்றுவதற்கு முனைந்தபோது நைனா மரைக்கார் ஊரிலுள்ள மரைக்காயர்களுக்குக் குரல் கொடுத்தார்.

கூவேய்... கூவேய்... கூவேய்... கூவேய் ஓசை கேட்டதும் கடலில் ஆபத்தை உணர்ந்தனர் மரைக்காயர்கள்.

மம்மாலி மரைக்காரின் தலைமையில் மரைக்கார்படை திரண்டு துறைமுகத்துக்கு வந்தது. கப்பலில் ஏற்றுவதற்காக வள்ளங்களில் ஏற்றிக் கொண்டிருந்த மூட்டைகளைப் பறங்கிகள் தடுத்தனர். கப்பித்தானுக்கும் மம்மாலி மரைக்காருக்குமிடையே வாக்குவாதம் நடந்தது.

"எங்கள் அனுமதிச் சீட்டு இல்லாமல் கடலில் சரக்கு கொண்டு போக முடியாது." கப்பித்தான் சொன்னான்.

கோபம் பொட்டிய மம்மாலி மரைக்கார் கப்பித்தானை ஓங்கி மிதித்தார். கப்பித்தான் தரையில் விழுந்தான். பறங்கிகள் மம்மாலி மரைக்கார் மேல் பாய்ந்தனர். பெரும் போர் மூண்டது. மரைக்கார்களுடைய சூரமான தாக்குதலால் பறங்கிகள் கடலில் குதித்தனர். ஏறிச் செல்ல வள்ளங்கள் கிடைக்காமல் சில பறங்கிகள் திசை தெரியாமல் ஓட்டம் பிடித்தனர். சில பறங்கிகளை வெட்டிக் கடலில் வீசினர். சிலர் மூழ்கிச் செத்தனர். போரில் பறங்கிகள் தோல்வியடைந்தனர். எஞ்சியிருந்த பறங்கிகளைக் கப்பலிலிருந்த மரைக்காயர்கள் வெட்டிக் கடலில் போட்டுவிட்டுக் கப்பலைத் துறைமுகத்துக்குக் கொண்டுவந்து சரக்குகளை ஏற்றிக் கப்பல் ஓமானுக்குப் புறப்பட்டது.

அந்தப் போரில் பறங்கிகளைத் தோற்கடித்த மம்மாலி மரைக்காயரின் பின் வாரிசுதான் மம்மதி. அன்றைய இரவு கைசாவும் மகனும் மம்மதியின் குடிசையில் உறங்கி எழுந்து விழுந்து கிடக்கும் குடிசையை மீண்டும் ஒரு கண் பார்த்துவிட்டு மகனை மதரஸாவுக்கு சொல்லிவிட்டுக் கொண்டு குளந்தோண்டி

குடியேற்றம்

ஹாஜியாரின் வீட்டுக்குச் சட்டிப்பானை கழுவி வீட்டைத் தூத்துவாரி முற்றத்தில் விழுந்துகிடக்கும் இலைகளைக் கூட்டி அள்ளிக் குப்பைத் தொட்டியில் போடுவதற்காக கண்ணீரைத் துடைத்துக் கொண்டு நடந்தாள். உள்ளே கொதித்துப் பொங்கும் ஆவி நீராவியாகிக் கண்ணினூடே வடிந்தது.

வீட்டு வேலைகளை முடித்தபின் கைசா குளந்தோண்டி ஹாஜியாருக்கு முன்னால் வந்து கை நொடித்து நின்றாள். அவள் ஏதோ பணம் கேட்டு வாங்குவதற்கு வட்டம் போடுவதாக ஊகித்துக் கொண்டு முகத்தைக் கடுப்பித்துவைத்துக் கேட்டார்.

"ஏன் நிக்குதா வேலை முடிஞ்சா? போ. வீட்டுக்காரி ஓன் வீட்டுக்குக் கொண்டு போக மிச்சம் மீதி தந்தாளா?"

"தந்தாங்கோ,"

"பின்னே ஏன் நிக்கஆ?"

"இல்ல முதலாளி, நேத்தெத்த பெசலிலும் மழையிலும் எக்க பெர[1] விழுந்துட்டு. நேத்து ஒரு வீட்டுல போய் நானும் பயலும் ஒறங்கினோம். தினமும் கண்ட ஊட்டுல ஒறங்க முடியுமா? எனக்க மொவன் ராத்திரி ஒறக்கத்துல கிடந்து மோளுவான். கண்ட ஊட்டு செம்மண் தரைய கழுவ முடியுமா?"

"அதுக்கு நா என்ன செய்ய?"

"பறந்துபோன ஊட்ட தூக்கிவச்சுக் கட்ட ஒரு உதவி செய்யுங்க."

"நா என்ன உதவி செய்யணும்?"

"எனக்கச் சம்பளத்தையும் தந்து ஆயிரம் ரூவா கடனா தாருங்கோ,"

"ஆயிரமா?"

"மாசம் மாசம் கொஞ்சம் கொஞ்சமா பிடியுங்கோ முதலாளி."

"ஒனக்கு முழு சம்பளம் தருதுக்கு இன்னும் 12 நாள் கிடக்கே. இன்னு தேதி 18தானே ஆச்சு. முழு சம்பளமும் ஆயிரம் ரூவா அதிகமும் கேட்டா எப்படி? நீ தந்து வச்சதுபோல கேக்குதியே? மாசம் முடியட்டும்," உள்ளே போனார் ஹாஜியார்.

"ராத்திரி தலசாய்க்குத ஊடு உழுந்து போச்சு. தூக்கி வச்சு கட்டுவதுக்கு ஒரு சின்ன உதவி செய்யுங்கோ," என்று மன்றாடி நிற்கும்போதுதான் மம்மதி அவளைக் கூப்பிட்டாள்.

1. பெர – குடிசை

"வா எங்க கூட வா. தினமும் 300க்குக் குறையாம கிடைக்கும் வாறியாட்டி. நேரம் வெளுத்து இருட்டுது வரை சருதத்த முறிச்சு வேலை செய்து கிடைக்குத 50 ரூவாய வச்சு என்ன செய்ய முடியும்? செல்லுட்டி?"

மம்மதி சொன்னது கைசாவுக்குச் சரியாகப் பட்டது. விழுந்த செத்தைப் புரையைத் தூக்கி வச்சுக் கட்ட ஹாஜியார் உதவவில்லைன்னா வீடுவீடாய்க் கையேந்த வேண்டிய நிலைதான் தனக்கு.

நாட்டுக்காக உயிர்த்தியாகம் செய்தவர்களுடைய வாரிசுகளுக்கு.

16

ஊரில் இரண்டு பிரிவு. ஊருக்குக் கிழக்கோரம் ஓடைக்கரைத் தெரு. மேற்குப் பக்கம் பள்ளித் தெரு. பள்ளித் தெருவுக்குள் பல தெருக்கள் பிரிகின்றன. ஊர்த் தலைவருடைய வீடும் வேறு பல முக்கியஸ்தர்களுடைய வீடுகளும் பள்ளிவாசலையும் அதனைச் சுற்றியும் உள்ளன. இரு பகுதிகளையும் பிரிக்கும் எல்லையில் ஒரு சுமைதாங்கி. பண்டைய காலத்தில் யாராலையோ நாட்டப்பட்டது. சந்தைச் சாமான் விற்கக் கொண்டு போகும் நாடார் களுக்குத் தலைச் சுமையை இறக்கி வைத்துக் களைப்பாறுவதற்காக நாட்டப்பட்ட சுமைதாங்கி. மீன் சுமந்துவரும் மீனவ துறைப் பெண்கள் பாரத்தை இறக்கி வைத்து உட்கார்ந்து வெற்றிலை சவச்சுக் களைப்பாறுவதும் அதன் கீழ். இப்போது எஞ்சியிருப்பது ஓரே ஒரு கல் மட்டும். மற்ற இரு கற்களும் மணலில் புதைந்து போய்விட்டன. இந்த எல்லைக் கல்லுக்குக் கீழ்ப்புறம் வந்தொட்டிகளின் வசிப்பிடம். உடங்காடாய் கிடந்த இடத்தை வெட்டி வெட்டையாக்கிச் சீர்படுத்திக் குடிசை போட்டு வாழ்கின்றவர்கள். பறங்கிகளின் அட்டூழியத்திற்குப் பின் ஆண்டாண்டு காலமாய் அங்கேயே தங்கி வருகின்றனர். வந்தொட்டிகளென்று பள்ளித் தெரு மக்கள் சொல்வது மரைக்காயர்களை. பள்ளிவாசலைச் சுற்றித் தங்கி இருப்போரெல்லாம் ராவுத்தர்கள். மரைக்கார்களெல்லாம் வாப்பா கூட்டம், ஷாபிகள்.[1] ராவுத்தர்களெல்லாம் அத்தா

1. ஷாபி – இரு பிரிவுகளில் ஒன்று

கூட்டம், ஹனபிகள்[1]. பள்ளிவாசலும் ஹனபிகளுக்குச் சொந்தமாகி விட்டது.

பள்ளித் தெருவில் கல்யாணம் காச்சியானால் எல்லைக் கல் தாண்டி கிழக்குப் பகுதியிலுள்ள வந்தொட்டிகளான மரைக்காயர்களை அழைக்க மாட்டார்கள். அழைக்காமல் இருந்தாலும் இறைச்சி வாசம் மூக்கைத் துறந்து ஏறும்போது பள்ளித் தெரு கல்யாணவீட்டுக்கு முன் கூடி நிற்பார்கள்.

பள்ளித் தெரு மக்கள் அனைவருக்கும் இறைச்சியும் சோறும் பரிமாறிய பின் மீதி இருந்தால்தான் ஓடைக்கரைத்தெரு ஜனங்களுக்கு மிச்சம் கிடைக்கும். மீதி இருக்கும் சோற்றைத் தூக்குவாளிக்கும் ஓலைப் பெட்டிகளுக்கும் அள்ளிப் போடுவார்கள். பசியை அடக்கிக்கொண்டு மாலைவரை காத்துக்கட்டிக் கிடந்த ஜனங்கள். எல்லோரும் திண்ணுட்டுப் போக கிடைச்ச மிச்சம் எச்சி சோற்றைப் பிள்ளைகளுக்கு ஊட்டி அவர்களுடைய பசி அழுகையை நிப்பாட்டுவார்கள். கொதி அடங்க ஒரு நுள்ளு எடுத்து வாயில் போடுவார்கள்.

அன்று பறங்கிகளின் கொடூரத் தாக்குதலால் வீடும் கூடும் போட்டுவிட்டு ஓடிவந்து தஞ்சம் அடைந்த அகதிகள் வேண்டாத உடங்காட்டை வெட்டிச் சீர்படுத்திய புறம்போக்குத் தரையைப் பள்ளி நிர்வாகம் சொந்தமாக்கி குடிசை கட்டிய மக்களிடமிருந்து தரை வாடகை ஈடாக்கியது. குடிசை மக்கள் ஒவ்வொருவரும் இல்லாமையால் ஏராளம் ரூபாய் தரை வாடகை பாக்கி வைத்திருந்தார்கள். ஓடைக்கரைத் தெருவாசிகளிடையே கல்யாணம், மய்யத், சுன்னத் போன்றவை வரும்போது பள்ளி நிர்வாகத்துக்கு செலுத்த வேண்டிய பாக்கித் தொகையைச் செலுத்த முடியாத நிலையில் பள்ளித் தெருவிலுள்ள வட்டிக்குக் கொடுத்து வாங்கும் சிலரிடமிருந்து கடன் வாங்கிப் பள்ளிப் பணத்தைக் கட்டிய பிறகே அனைத்துச் சடங்குகளும் நடைபெறும்.

இந்நிலையில் செய்பக்கா அரைபைத்தியமான மகளையும் அழைத்துக்கொண்டுபோய் வீடுவீடாகப் பிச்சையெடுத்துக் கொண்டிருந்தாள். அவளுடைய இளைய மகளுக்கும் வேலை சோலிக்குப் போகாத அவளுடைய கணவனுக்கும் அடிக்கடி சண்டை மூளும். நட்டுச்சி நேரம் சோறு பொங்க பணம் கேட்ட மனைவியை ஓங்கி ஒரு மிதி மிதித்தான். மலந்தடிக்க விழுந்தாள். பெத்த மனம் தாங்குமா? பாத்துக்கொண்டிருந்த செய்பக்காவுக்கு தன் கண் முன்னாலே வைத்து மிதித்துத்

---

1. ஹனபி – இரு பிரிவுகளில் இன்னொன்று

குடியேற்றம்

தள்ளிப் போட்டானே, மாபாவி! அவளால் தாங்கிக்கொள்ள முடியவில்லை. அருகில் கிடந்த கட்ட வாரியலை எடுத்து மருமகனை நாலு சாத்து சாத்தினாள்.

"ஊட்டுல ஏறாதடா; எங்கயோ போய்ச் சாவு," அக்கம்பக்கத்துக்காரியோ மருமகனை மாமிக்காரி கட்ட வாருவலாலே அடிப்பதைப் பார்த்து மூக்கில் விரல் வைத்து நின்றார்கள்."

வகைதொகை இல்லாமல் கட்ட வாருவலாலே தெருக்காரிகள் முன்னாலே தான் அடிவாங்கியது அவனுக்குப் பெரும் கேவலமாப் போச்சு. இவ கையால அடிவாங்கிய நான் ஜீவிச்சு இருந்து என்ன பயன்? மகள் தாலி அறுத்து மாமி பெயரிலுள்ள வஞ்சம் தீக்கணும். அன்று முழுதும் வீட்டுக்கு வெளியே செல்லாமலும் யாரிடமும் பேசாமலும் மௌனமாக சிந்தனையில் ஆழ்ந்திருந்தான். நேரம் புலரும் முன் மாமியும் மூத்த மொவளும் பிச்சை எடுக்கப் போன நேரம் பாத்து உடங்காட்டில் ஓங்கி வளர்ந்த ஒரு மரக்கொப்பில் தொங்கி உசிரை விட்டான்.

பிச்சை எடுத்துவிட்டு மாலையில் வீட்டுக்கு வந்த மாமிக்காரி காட்டில் தொங்கிக்கிடக்கும் மருமகன் சடலத்தைப் பார்த்துச் சொன்னாள்.

"செத்தானா?"

பெண்டாட்டிக்காரிக்கு அழுகை வரவில்லை. கேள்விப்பட்டு வந்த யாரோ ஒருத்தி கேட்டாள், "ஒன் புருசன் இல்லியா. நீ என்ன அழாம இருக்க?"

"இவன் என்ன புருசனா? வேல ஜோலி செய்யாத இவன் இருந்தென்ன செத்தா என்ன, போட்டு. ஒரு புள்ளையைக் கூட தரமுடியாதவன் அந்த முண்டச்சிக் கூட படுத்தெழும்பியிட்டு வந்தவன்தானே."

யாரும் கிட்ட நெருங்கவில்லை. மய்யத்தை மரக்கொம்பிலிருந்து இறக்க யாரும் ஒத்தாசை செய்ய முன்வரவில்லை. மு.எ.க. இளைஞர்கள் சிலர் தைரியமாக முன்வந்தனர். செய்பக்கா வீட்டுக்குச் சடலத்தை இறக்கி எடுத்துச் சென்றார்கள். குடிசைக்குள் இடம் பற்றாக்குறையானதால் திறந்தவெளி முற்றத்தில் ஒரு பெஞ்சு போட்டு அதில் கிடத்தப்பட்டது. செய்பக்கா மருமகன் நாண்டு செத்ததைக் கேள்விப்பட்டு ஊர் கணக்கு பிள்ளை மறுநாள் காலையில் வந்தார்.

"தூக்குப் போட்டா இறந்தான்?"

கூடி நின்றவர்களுக்கிடையிலிருந்து ஒரு குரல் கேட்டது.

"ஆமாம்."

கையிலிருந்த ஒரு நோட்டு புக்கைப் புரட்டிப் பார்த்துவிட்டுச் சொன்னார், "மய்யம் எடுக்க சந்தூக் வேண்டாமா? மய்யவாடியில் இடம் வேண்டாமா?"

வேண்டும் என்ற பதில் யாரிடமிருந்தும் வரவில்லை.

"என்ன பேயாம நிக்கியோ. 11 வருஷத்த தரைவாடகை பாக்கி இருக்கி. பணத்தைக் கட்டினால்தான் சந்தூக் தருவோம்."

யாரும் பதில் சொல்லாததால் கணக்குப்பிள்ளை ஒரு நுள்ளுப் பொடி மூக்கில் உறிஞ்சுக்கொண்டு நேராக நடக்கும்போது சொன்னார்.

"பணத்த ரெடிபண்ணு செய்பக்கா." தலையிலிருந்த துணித் தொப்பியை எடுத்து மூக்கிலிருந்து வடிந்த சளியைத் துடைத்தார்.

சந்தூக் மைதீன், செய்பக்கா வீட்டைச் சுற்றிச்சுற்றி வரும்போதெல்லாம் உதட்டில் பீடி கண்ணிலிருந்து கரும்புகை வந்துகொண்டிருந்தது. சிவந்த கண்களில் இரத்தம் உறைந்திருந்தது. வாயிலிருந்து வெளியேறும் பிராந்தி நெடி. அவனுக்கு அவசரம்.

"சந்தூக் எடுக்கண்டாமா? பள்ளிப் பணம் கட்டியாச்சா செய்பக்கா?"

"நீ போடா, வாணாலத்துப் போவா. பள்ளிக்குப் பணம் கெட்ட இங்க என்ன வாக்கரிசி இருக்கு? நான் தலைவரைப் போய்ப் பாத்து சங்கடம் செல்லட்டு."

செய்பக்கா பள்ளித் தலைவருடைய ஆபிஸுக்கு நடந்தாள். பள்ளித் தலைவரைப் பாக்கப் போவதினால் அதபோடு[1] தலையில துணி போட்டு அடக்கம் ஒடுக்கமாக தலைவருக்கு முன்னால் கைகட்டி நின்றாள். குஷின் நாற்காலியில் உட்கார்ந்திருந்த தலைவர் கேட்டார்.

"என்னா?" அவளுக்கு நேராகப் பார்த்த பார்வையில் கேள்வியிருந்தது.

"எம் மருமோன் மவுத்தா போச்சு. மய்யத் முத்தத்துல கெடக்குது. பள்ளிக்குக் கட்ட வேண்டிய தரை வாடகை

---

1. அதபு – ஒழுக்கம்

பாக்கி கெட்டினாதான் சந்தூக் தருவோம்னு கணக்குப்பிள்ளை முதலாளி சொல்லிச்சு."

பள்ளிக்குக் கட்ட வேண்டிய பணத்தை யாரும் ஒழுங்கா தாறதில்லை. மய்யத் விழுந்தாதான் வசூல் பண்ண முடியும். நீ தரைவாடகை கொடுத்து ரசீது வாங்கு. அப்போதான் சந்தூக் தருவோம், மய்யவாடியில இடமும் கிடைக்கும். பணம் இல்லேன்னா வேண்டிய ஒரு ஆள் வந்து பணம் தாறதாக சொல்லச் சொல்லு.

"எனக்காக யார் ஜாமின் நிப்பாங்கோ. எனக்கிட்ட ஏழாயிரம் எட்டாயிரம் உடனே கெட்ட பணம் எங்க இருக்கி. அன்னன்னு இரந்து பெறுக்கித் தின்னக்கூடிய நாங்கோ. இந்த பெரிய தொகைக்கு எங்க போவ மோலாளி? இந்த எரப்பி பறப்பிக்கு ஆரு பொறுப்பேப்பாங்கோ?"

ஓடைக்கரைத் தெரு ஜனங்கள் பள்ளித் தெரு ஜனங்களை மோலாளி (முதலாளி) என்றுதான் அழைப்பார்கள். காலம்காலமாக இப்படிதான் அழைப்பது வழக்கம்.

"நீ போ அம்மா. பெண்கள் பள்ளி காம்போண்டில் நிக்கக் கூடாது. எடத்தைக் காலிபண்ணு. தரை வாடகை கட்டி ரசீது வாங்கு."

சோர்வோடு வீட்டில் வந்த சைபக்காவுக்கு கையும் ஓடல்லக் காலும் ஓடல்ல. முற்றத்தில் கிடக்கும் மய்யத்தும் வீடும் தலைகீழாய்த் தெரிந்தது. சனிக்கிழமை மவுத்தானது. திங்கள் பகல் சாயப் போகுது. உடங்காட்டிலிருந்து நாய்கள் குரைக்கின்றன. கொளுத்திவைத்த சந்தனத் திரியெல்லாம் சாம்பலாகிவிட்டது. ஓடைக்கரைத் தெருவிலுள்ள பெட்டிக்கடையில் சந்தனத்திரி விற்று முடிந்தது. புகைக்க குமிஞ்சானும் இல்லை. சடலத்திலிருந்து வீச்சம் வருது.

சைபக்கா பள்ளித் தெரு வட்டி முதலாளி வீட்டுக்கு நேராக நடந்தாள்.

பாவி பய்யன் உயிரை மாச்சு போட்டான். முற்றத்துல சவமா கிடக்குதான். செத்த சவத்த பூத்தனுமே. அதுக்கு வட்டிக்கல்லாமல் யாருதான் உதவி செய்ய இருக்கிறாங்கோ. பள்ளித் தெரு வட்டி முதலாளி பள்ளிவாசலிலிருந்து அஸர்[1] தொழுதுவிட்டு விரல் மடக்கி தஸ்பீஹ்[2] செய்துகொண்டு வீட்டுக்கு அந்நேரம்தான்

1. அஸர் – மாலைநேரத் தொழுகை
2. தஸ்பீஹ் – ஜபம்

வந்தேறினார். தனியார் ஏற்பாட்டில் ரண்டு மூணு தடவை மக்கா சென்று வந்த தயாளன். இறை பக்தியுடையவர்

ஓடைக்கரைத் தெரு பெம்புள்ளையைப் பார்த்ததும் கேட்டார்.

"ஒனக்கு ஓடைக்கரை தெருதானே. அங்கே ஆரோ தூக்கு போட்டாங்களாமே."

"ஓம் முதலாளி. எம் மக புருஷன்!"

"அப்படியோ?"

"முதலாளி 5000 ரூபாய் வட்டிக்கு தரணும். ஒழுங்கா வட்டி தந்து சீக்கிரமா முதலும் தருவேன். பள்ளித் தரைவாடகை கட்டினாதான் அடக்கம் செய்ய உடுவாங்கோ."

"ஆமா, நீ பள்ளிக்குத் தரைவாடகை கொடுக்கல்லியா?"

"இல்ல. சும்மா கெடக்குத புறம்போக்கு இடந்தானேன்னு அஞ்சாறு ஓலைவச்சு குத்தி அடைச்சு கெடந்தேன். கணக்குப் பிள்ளை வந்து சொன்னபிறகுதான் பள்ளிக்கு தரைவாடகை கொடுக்கணும்னு தெரிஞ்சுது. மய்யத் கெடந்து நாறுது; அடக்கம் செய்யனும். அதுக்குத் தான் மோலாளிக்கிட்ட வட்டிக்குக் கேட்டு வந்தேன்."

"நகை இருக்கா."

அவர் கேட்டதும் நடுங்கிவிட்டாள்.

"எங்கழுத்துல ஒரு கருப்பு கயிறுதான் கெடக்கு,"

"நகையில்லைன்னா பணமில்லை," கையை விரித்துவிட்டார்.

எதிர்பார்ப்புகள் ஏதும் இல்லாதவளாக குடிசையில் வந்து உட்கார்ந்திருந்தாள். 'தெருக்காரிகளும் எங்கெட்ட ஏது பணம்னு சொல்லி கையை விரிச்சு போட்டாளுவோ.'

"மய்யம் மூணுநாளா கிடக்குதே அல்லா!"

நேரம் இருட்டியது. வீட்டிலிருந்த ஒரே மண்ணெண்ணெய் விளக்கைப் பற்றவைத்து குடிசை வாசலில் வைத்திருந்ததினால் மய்யத்து கிடத்தியிருந்த இடத்துக்கும் அவள் வீட்டுக்கும் அரண்ட வெளிச்சம் கிடைத்தது. சிறு காற்றடிக்கும்போது விளக்கு அணையாமலிருக்க கையால் விளக்கைப் பொத்திக் கொண்டிருந்தாள். தொலைவில் குரைக்கும் நாய்களின் கண்களின் மினுமினுப்பு இருட்டில்.

எப்படி அடக்கம் செய்வது? பள்ளிவாசல் நிர்வாகத்தின் ஈன இரக்கமற்ற செயலில் மனம் வெதும்பிக் குத்தி உட்கார்ந்தவளுடைய கண்களிலிருந்து நீர்ச் சொட்டு போட்டது. அவளது கண்ணீரினூடே ஒரு இரவும் கடந்து விடிந்தது.

சாமம் நெருங்கிய இரவில் சந்தூக் மைதீன் வந்து கூப்பிட்டான்.

"செய்பக்கா!"

செய்பக்கா பதில் ஏதும் பேசாமல் தலைக்குக் கைகொடுத்துக் கவலையோடு உட்கார்ந்து கொண்டிருந்தாள். அவளுடைய மொவக்காரி அடக்கம் செய்யப்படாமல் மய்யத் கெடந்து நாறுதே என்று கவலையோடு புலம்பிக்கொண்டிருந்தாலும் ஜமாஅத்தின் நீசத்தனமான முடிவில் மனம் வெடித்து சுவரில் சாய்ந்து உட்கார்ந்திருந்தாள்.

ஓடைக்கரையிலுள்ள சில இளவட்டங்கள் வந்து போய் இருந்தார்கள்.

கண்ணுக்கெட்டாத தொலைவில் எங்கோ போய் கடல்லையோ ஆத்துலையோ சாடி சாவமாட்டானோ பாவிப் பய. கரையில ஒதுங்குன சவத்தை போலீஸ்காரன் வந்து எங்கயாவது வெட்டிப் பூத்துவானே.

"இன்னும் மய்யம் தூக்கலயா?"

சில இளவட்டங்கள் வந்து விசாரித்ததற்கு, "11 வருஷத்துத் தரைவாடகை கொடுத்தாத்தான் சந்தூக் தருவாங்களாம், மய்யவாடியில் இடமும் தருவாங்களாம்."

"என்ன ஆச்சுக்கா?"

"என்னல ஆவ? கையில காகாய் இல்லை. ஆரும் தருவாரும் இல்லை. ஆராவது தரைவாடகை பணம் தரலாம்னு ஜாமினுன்னா சந்தூக் தருவாங்களாம்." இளவட்டங்களோடு சேர்ந்துவந்த சந்தூக் மைதீன் சொன்னான், "மோதினுட்ட சொன்னேன். தலைவர்கிட்ட சந்தூக் தர சொல்லுங்கோனு. முடியாது, தரைவாடகை கட்டி ரசீது காட்டினால்தான் சந்தூக் அறையை திறப்பேன் என சொல்லிப்போட்டாரு அல்லது ஆராவது ஜாமின் நிக்கணுமாம்."

"நேரம் வெளுக்கட்டு," என்று கூறி அவன் நகர்ந்தான்.

தரைவாடகை கட்டாததால் அன்று பகலும் மய்யத் தூக்கப்படாமல் கிடந்தது. கெட்ட வாடை வீசத் தொடங்கியது. அக்கம்பக்கத்தில் உள்ளவர்கள் துர்வாடை தாங்காமலும் ரேசன் அரிசி தொண்டையை விட்டு இறங்காமலும் வெவ்வேறு தெருக்களிலுள்ள சொந்தப் பந்தங்களின் வீடுகளுக்கு இடம் பெயர்ந்தனர்.

மாலை மயங்கிய நேரம் கணக்குபிள்ளை தரைவாடகை கேட்டு வந்தார்.

"என்ன செய்பக்கா என்ன சொல்லுதா?"

அவள் கையை விரித்துக் காட்டினாள். "என் அடுப்பில தீயெரிஞ்சு மூணு நாளாச்சு. நானும் எம்மொவளும் இந்த மய்யத்துந்தான். தூக்க ஆருமில்லை, ஒரு நாதியுமில்லை எங்களுக்கு. நாறிக் கெடக்குத இந்த மய்யத்துப் பேரால தரைவாடகை வாங்கித்தான் மினாரா கட்டணுமா கணக்கப்பிள்ளை?"

"தலைவருட்ட போய் செல்லு." நாற்றம் தாங்கி நிற்க முடியாமல் மூக்கைப் பொத்திக்கொண்டு இடம் விட்டார் கணக்கப்பிள்ளை.

நாய்கள் செய்பக்கா வீட்டையே சுற்றிச்சுற்றி வந்தன. செய்பக்கா பொறுக்கிவைத்திருந்த கல்லை வீசியெறிந்து நாய்களை ஓட்டிக்கொண்டிருந்தாள். "சீ போ நாயே."

காட்டுக்குள் இருட்டில் நரிகளின் கண்கள் மினுங்கின; ஊளையிட்டன.

கும்மிருட்டுக்குள் செய்பக்கா வீடு. அக்கம்பக்கத்து வீடெல்லாம் காலி. மூண்டுகேட்க ஆருமில்லாத நிலை. செய்பக்கா வுக்கு மண்டைக்குப் பைத்தியம் பிடித்தது போல.

பைத்தியமேதான்

"பதறு, என்னடி செய்ய?" மகளிடம் கேட்டாள்.

"என்ன செய்ய சொல்லுத. அடக்கம் செய்ய இடங்கிடைக்கி லேன்னா நம்ம ரண்டுபேரும் சேந்து தூக்கி உடங்காட்டுல எறிவோம். நாயும் நரியும் பிராந்தும் தின்னட்டு,"

"செய்பக்கா" குடிசையை விழுங்கிய பேய் இருட்டுக்குள் ஒரு சிறு அசைவு கண்டது

செய்பக்கா அடங்கிய குரல். குரலை வைத்து அடையாளம் தெரிந்தது அவளுக்கு.

"தரை வாடகை கட்டல்லியோ?"

"இல்ல,"

"கட்டண்டாம் நான் தூக்கி அடக்கம் செய்யேன்,"

கிட்ட நெருங்க முடியாத வீச்சம். ஊதிப் பருத்த உடல். கைத்துண்டை எடுத்து மூக்கில் கட்டிவிட்டு மு.எ.க தொண்டன் ஒருவன் எடுத்துவந்த அத்தர் குப்பியை மய்யத்தின் மீது கவிழ்த்துக்கொண்டு, "தூக்குங்கடா," என்றான் உடன் கூட்டி வந்தவர்களோடு.

உடங்காட்டு இருட்டுக்கு நேராக நடந்தார்கள்.

புறம்போக்குத் தரைக்கு உங்களுக்கு வாடகையா?

ஜமாஅத்துக்கு நேரான குரல்!

இனி காட்டுக்கும் தரைவாடகை கேட்பார்கள்?

17

ஓடைக்கரைத் தெருவிலுள்ள குட்டி வைத்தியரைப் புல்லங்குழி வைத்தியர் என்பார்கள், புல்லங்குழிக்குப் போய்வந்து சிகிச்சை செய்வதினால். வைத்தியம் அவருடைய குடும்பப் பரம்பரைத் தொழிலானாலும், ஓடைக்கரை ஜனங்களோ பள்ளித் தெரு ஜனங்களோ அவரை மதிப்பதும் இல்லை. யாரும் அவரிடம் கைகாட்டி மருந்து வாங்கிச் சாப்பிட்டதும் கிடையாது. அவர் நடந்து செல்கையில் சில ஹராங்குட்டிகள் அவரை உடன்கொல்லி வைத்தியர் என்று நையாண்டி செய்வது வழக்கம். அது அவர் காதில் விழுந்தாலும் கோபப்பட மாட்டார். திரும்பிநின்று பிள்ளைகளைப் பார்த்துச் சிரித்துக்கொண்டு நடப்பார். நடப்பது வெற்றுக் கால்களுடன், துணிப்பையைத் தூக்கிக் கொண்டு. துணிப்பைக்குள் கஷாய குப்பிகள் இருக்கும். மாத்திரை செப்பை மடியில் கட்டி யிருப்பார். அவருடைய புன்னகைக்குள் அவருடைய முப்பாட்டனார் ஹக்கீம் பக்கீர் மரைக்கார் ஒளிந்து கொண்டிருப்பார். நகைப்பது என்னை இல்லை, ஹக்கீம் பக்கீர் மரைக்காயரை.

நேராக நடந்துபோவது புல்லங்குழிக்கு. ஆறு கடந்து பாறை ஏறி இறங்கி முட்டளவு ஓடும் வாய்க்காலில் கால் நனைத்துப் பனங்கூட்டம் வழியாக சரள் மண்ணை மிதித்துப் புல்லங்குழிக்குப் போய்ச் சேரும்போது வெயில் சுள்ளென கொதிக்கும்.

மாங்கரையா வீட்டுத் திண்டில் ஏறி உட்கார்ந்ததும் தலையிலிருந்து தொப்பியை எடுத்துத் திண்டின் மேல் வைத்துக்கொண்டு, துண்டால் தலையில் பொடியும் வியர்வைத் துளியைத்

துடைத்துக்கொள்வார். மாங்கரையாளின் அம்மாவுடைய காலம் முதற்கொண்டு அந்தத் திண்டுதான் அவருடைய இருப்பிடம். அவர் உட்கார்ந்து உட்கார்ந்து அவருடைய சந்தி அழுத்தத்தால் திண்டுக்குப் பளபளப்பு ஏறியது. திண்டில் தைல வாசம் எப்போதும் இருக்கும்.

நடந்துவந்த களைப்பை அல்ஹம்துலில்லாஹ்[1] என்று சொல்லிக் களைப்பைப் போக்கிக் கொண்டு மாங்கரையா வீட்டுக்குள்ளே பார்த்துக் கேட்பார் - "ஏதாவது சீக்காளிகள் வந்தாவளா அம்மா?"

"அந்த வாதம் பிடிச்ச மனியன் வந்து இத்திரி நேரம் காத்திருந்துட்டு இப்பத்தான் போச்சு."

"அவனை நேத்தைக்கே வரச் சொன்னேனே? அவனுக்குள்ள தைலம் காய்ச்சு கொண்டு வந்துருக்கேன். அவன் வந்தா குடு. சக்கரம் தந்தா வாங்கி வை. நான் தங்கநாடானெப் பாத்து மருந்து குடுத்துட்டு வாறேன்."

தலையில் தொப்பி எடுத்து வைத்துக்கொண்டு திண்டிலிருந்து நழுவி இறங்கி மருந்துப் பையை எடுத்துக்கொண்டு தங்கநாடான் வீட்டுக்கு நடந்தார். தங்கநாடானுக்கு உடம்பு நிறைய புண்ணு. அக்கி நோய். அள்ளிப் பரப்பிப் போட்ட புண்ணு.

புல்லங்குழியில் குட்டிவைத்தியருடைய இருப்பிடம் மாங்கரையாளின் வீட்டுத் திண்டு என்பது அந்தப் பகுதி மக்களுக்கும் சுற்றுவட்டார மக்களுக்கும் தெரியும். அதில் உட்கார்ந்திருந்தால்தான் அது வழி போவோரின் பார்வையில் அவர் இருப்பது படும். வைத்திய சிகிச்சை செய்யத் தொடங்கிய நாள்தொட்டு அந்தத் திண்டுதான் அவருடைய இருப்பிடம்.

ஓடைக்கரை ஜனங்களுக்கும் பள்ளித் தெரு ஜனங்களுக்கும் தன்னுடைய சிகிச்சையில் நம்பிக்கை வராததால் தெருத்தெருவாய் நடந்துசென்று தளர்ந்த போதிலும் தம்மிடம் கைக்காட்ட பயந்து ஒதுங்கிய போதிலும் நோயாளிகளைத் தேடி நடந்துநடந்து போய்ச் சேர்ந்தது புல்லங்குழியில். அந்த நேரம் உட்கார இடம் தந்தது மாங்கரையாள். மாங்கரையாள் கையில் வெள்ளிக் காப்பும் காதில் வெள்ளிப் பாம்படமும் போட்டு நடக்கும் தைக்கிழவி.

"நீங்க இஞ்செ இருந்து கைபாத்து மருந்து கொடுங்க வைச்சியரே."

அவள் உட்கார இடம் கொடுத்ததில் பெரும் மகிழ்ச்சி அவருக்கு.

---

1. அல்ஹம்துலில்லாஹ் – எல்லாப் புகழும் இறைவனுக்கே.

அந்தப் பகுதியிலுள்ள ஏழை பாழை ஜனங்களுக்கு கை பாத்து டாப் எழுதிக் கொடுத்தார். கடை மருந்து வாங்கிக் கசாயம் போட்டுக் குடிக்க வேண்டிய முறையைச் சொல்லி, குப்பியிலிருந்து குளிசையெடுத்து எண்ணிக் கொடுத்து கசாயச்சட்டியில் உரசிக் குடிக்கக் கொடுத்தார். மாங்கரையாள் வீட்டுத் திண்டில் உட்கார இடம் கொடுத்தாலும் அவர் அதிக நேரம் அதில் உட்காருவதில்லை. அந்தக் கிராமப் பிரதேசத்தில் நடந்து திரிந்து நோயாளிகளைப் பார்த்து மருந்து கொடுப்பதுதான் வழமை. நேரம் மதியமாகி வயிற்றில் எலி பிராண்டிய பிறகு முத்தையனுடைய ஓலைச்சாய்ப்புக் கடையிலிருந்து ஒரு பேயன்பழம் வாங்கித் தின்னுட்டுக் கடைமுன்னால் வைத்திருக்கும் மண்பானையிலிருந்து அலுமினிய ஜொக்கில் தண்ணீர் கோரிக் குடித்ததும் நீண்டதொரு ஏப்பம். முத்தையன் கடை முன்னால் தூணோடு சேர்த்துக் கட்டிவைத்திருக்கும் மூணு கால் கொல்லி பெஞ்சில் உட்கார்ந்ததும் சிறிது நேரத்தில் கண் அயரும். திடீரென விழித்து மருந்துப் பையைத் தூக்கிக் கொண்டு மாங்கரையாளுடைய வீட்டுத் திண்டில் ஏறிச் சற்றுநேரம் கண்ணடைப்பதுண்டு.

யாராவது வந்து 'வைச்சியரே' என்று குரல் கொடுத்தால் படாரென்று முழித்தாலும் பின்னே உறக்கமில்லை. மருந்துப் பையைத் தூக்கிக்கொண்டு குடிசைகளுக்கிடையினூடே நடக்கும்பொழுது வழியில் கண்ட வீட்டில் ஏதாவது நோயாளிகள் 'வைச்சியரே' என்று கூப்பிட்டால் அந்த வீட்டில் ஏறி நோயாளியைப் பார்த்து தகுந்த மருந்து கைவசம் இருப்பதை மடியில் இருக்கும் செப்பிலிருந்து நுள்ளி எடுத்துக் கொடுப்பார்; அல்லது நாளை கொண்டு தருவதாகச் சொல்லி கைமடக்கும் வாங்கி இறங்கி விடுவார். சொன்னபடி மருந்து செய்து பையில் வைத்து மறுநாளிலே கொண்டுவந்து கொடுப்பார். சில நேரம் லேகியமாகவும் இருக்கும்.

வெயிலின் திமிர்ப்பு அடங்கியதும் மாங்கரையாளிடம் 'வாரேம்மா,' என்று சொல்லிவிட்டு நடந்து வீட்டுக்கு வருவது இஷா¹ நேரம். மனைவி விளம்பி வைக்கும் மரச்சீனியும் கஞ்சியும் அருந்திய பின் 'அல்ஹம்துலில்லாஹ்' என்று கால் நீட்டிப் படுக்காமல் ஏடு புரட்டிக்கொண்டிருப்பது ராக்கோழி கூவும் வரை. கன்னத்தில் வேப்பான போயிலையுடன் வெற்றிலைப்பாக்கும் ஒதுக்கிக்கொண்டிருப்பது பழக்கம், உறக்கம் வராமலிருக்க.

வெள்ளிக்கிழமை ஜும்ஆ தொழுகை இருப்பதால் அன்று நாடார்க் குடிகளுக்குச் சிகிச்சைக்குப் போவதில்லை.

---

1. இஷா – இரவுத் தொழுகை

வெள்ளிக்கிழமை ஜும்ஆவுக்குப் போகும்போது ஹக்கீம் பக்கீர் மரைக்காயரின் கோட்டை எடுத்து அணிந்துகொள்வார். கறுப்புக் கோட்டு. தங்க நிறப் பித்தான் வைத்த கோட்டு!

வெள்ளிக்கிழமை விடுமுறையானாலும் ஓய்வு எடுப்பதே இல்லை. வாப்பா ஆலிசம் பிள்ளை வைத்தியருடைய ஏட்டை எடுத்து புரட்டிக்கொண்டிருப்பார். வாப்பாவுடைய பழைய ஏடு. அவருடைய மூதாதையர் காலத்திலிருந்தே பாதுகாத்து வந்த வர்ம ஏடுகளும் தமிழ் மருத்துவ ஏடுகளும். இன்று கிட்டாத அரிய பொக்கிஷம். புரட்டப்புரட்ட தங்கச் சுரங்கம். மதிப்பிட முடியாத தங்கம் விளையும் சுரங்கம்.

சுபஹ்[1] தொழுகைக்குப் பின்னும் கொஞ்சநேரம் ஏட்டைப் புரட்டிப் பார்த்துவிட்டுதான் புல்லங்குழிக்குப் போவது வழக்கம்

சில நேரம் குட்டி வைத்தியர் புறப்பட்டுச் செல்லும் போது வழியில் அசன் மரைக்கார் எதிர்ப்பட்டால் ஸலாம் சொல்லுவார். வீடுவீடாக தக்கலையப்பா பாட்டுப் பாடித் திரியும் அசன் மரைக்கார் ஒருவருக்கு மட்டுமே குட்டி வைத்தியரையும் அவருடைய வைத்திய ஏடு ஞானத்தையும் அவருடைய குடும்ப பாரம்பரியத்தையும் வைத்திய சிகிச்சை முறையையும் பற்றி அவர் தகப்பனார் சொல்லி ஒரு அளவிற்குத் தெரியும். குட்டி வைத்தியர் மீது அளவுமீறிய மதிப்பு. வைத்தியரைப் பார்த்ததும் தூக்கிக் கட்டிய வேட்டியை அவிழ்த்து விடுவது மரியாதைக் கொடுப்பதாகும்.

ஒருமுறை மருந்துப்பையைத் தூக்கிக்கொண்டு குட்டி வைத்தியர் நடந்துபோவதைப் பார்த்து சாயா குடித்துக்கொண்டிருந்த சீனன் நையாண்டி அடித்தது அசன் மரைக்கார் காதில் விழுந்தது.

“ஓசாக்க பையும் தூக்கி நாடாக்குடிக்கு செரக்கவா போறாரு. எத்திரை பேர கொண்ணாரோ?” என்று சொல்லி ஏளனச் சிரிப்பு சிரித்தார்.

உடன் அசன் மரைக்காயருக்குக் கோபம் பொத்தது. “பொத்தடா மைரே வாயே. சிலிக்கவா செய்தா. யார பாத்துடா செல்லுத? அவர் யாருன்னு தெரியுமாடா ஒனக்கு,” என்று சொல்லிவிட்டு சாயாக் கடைக்கு முன்னால் உட்கார்ந்து, வேட்டியைத் தொடை தெரியும் படி இழுத்து உயர்த்திய பிறகு பழைய கதைப் புத்தகத்தைப் புரட்டினார்.

---

1. சுபஹ் – அதிகாலை

“அவரை நம்ம ஊருக்காரன் மட்டும் மதிக்கல்ல, பள்ளித்தெரு முதலாளிமாரும் மதிக்கல்ல. நம்ம ஆளுவளும் மதிக்காததினாலேயும் கை காட்டாததினாலேயும் அவருக்கு மதிப்பு கொறைஞ்சு போவாதுடா. அவர் நேத்து படிச்சு வந்த முறி வைத்தியரல்ல. பரம்பரைய்யா வைத்திய தொழில் செய்து வந்த பரம்பரையில் வந்த கண்ணி. மகான்! நல்லது நாய்க்கு தெரியுமாடா?

“நாட்டுக்காக உயிர்த் தியாகம் செய்த வீரபரம்பரையடா அவருடையது. தர்மபத்தன் துறைமுகத்தில் வச்சு பறங்கிகளுக்கும் நம்ம ஆளுவளுக்கும் பயங்கர யுத்தம் நடந்த நேரம். நிறைய நம்ம ஆளுவோ சஹீது[1] ஆனாங்கோ. நிறையப் பேருக்கு கைபோச்சு, கால் போச்சு. ஏராளம் பேருக்கு மரணக் காயம். இவருடைய உப்பாப்பா[2]வான ஹக்கீம் பக்கீர் மரைக்கார் ஒருத்தந்தாடா ஓடிச்சாடிக் காயம் பட்டவர்களுக்கெல்லாம் மருந்து வச்சுக் கட்டி உயிரைக் காப்பாற்றினது. அந்த யுத்தத்தில் நம்மாளுவொ பலபேர் சஹீதானாலும் ஜெயிச்சது நம்மாளுவோ. பறங்கிகளை ஓடஓட விரட்டி வெட்டினாங்கோ. கடலில் வெட்டிப்போட்ட பறங்கிகளோட சவம் கரையொதுங்கினதைத் தூக்கிப் பூத்தின செமித்தேரி நம்ம கடற்கரையில இப்பவும் பாக்கலாம்.

“நம்ம துறைமுகத்திலிருந்து நம்ம சரக்கு கப்பலில் ஏத்தனுமானா பறங்கிப் பயக்களுடைய அனுமதிச் சீட்டு வாங்கணுமாம்? என்ன கொடுமை! அனுமதி சீட்டு வாங்கினாதான் கடலில் சரக்கு கொண்டு போக முடியுமாம்.

“பிச்சக்கண்ணு மரைக்காயருன்னு பெரிய கப்பல் முதலாளி இருந்தாரு. ரண்டு மூணு கப்பலுண்டு. அவருக்க கப்பலுல ஏடனுக்கு ஏத்திப்போன கொப்புரா, சுக்கு, ஏலக்காய், மலஞ்சரக்கு மூட்டைகளை பறங்கிகள் அனுமதிச் சீட்டு இல்லேன்னு வழி மறிச்சானுவோ. கப்பலிலிருந்த சரக்கைக் கொள்ளையடிச்சானுவோ. விவரம் கரையிலுள்ள நம்ம மரைக்காயர்களுக்குத் தெரிஞ்சு ஆயுதங்களுடன் ஒரு கப்பலில் பாய்ந்து போனாங்கோ. பயங்கர யுத்தம் நடந்தது. பறங்கிகளுக்குத் தோல்வி. கொள்ளையடித்த சரக்கெல்லாம் பிச்சக்கண்ணு மரைக்காயரின் கப்பலில் ஏற்றி ஏடனுக்குக் கொடிகட்டி அலைகிழித்துப் போனது.

“பறங்கிகளுக்குக் குடியிருப்பு நம்ம கடற்கரையில் இருந்தது. செத்தையில் ஒரு கோயிலும் கட்டி இருந்தானுவோ.

---

1. சஹீது – வீரமரணம்
2. உப்பாப்பா – முப்பாட்டன்

இஞ்செ பறங்கிக் குடியிருப்பு இருக்குதுனால அடிக்கடி சண்டை மூண்டுகொண்டே இருக்கிறது. நிம்மதி இல்லாத வாழ்க்கை. பொறுக்க முடியாத கூத்துக்கு ராவோடுராவு குடியிருப்புகளுக்கும் கோயிலுக்கும் ஹக்கீம் பக்கீர் மரைக்காயர் தலைமையில் மரைக்காமார் தீ வைச்சாங்கோ. வானளவிற்கு தீஜுவாலை. பறங்கிகள் கிழக்கோட்டு உயிரும் கொண்டு ஓடித் தப்பினார்கள். சிலர் தீயில் கருகிச் செத்தார்கள். அவர்களையும் அந்த செமித்தேரியில்தான் பூத்தினார்கள். யுத்தத்தில் இறந்த மரைக்காயர்களையெல்லாம் பள்ளித்தெரு மய்யவாடியில் பெரிய குழித்தோண்டி எல்லா மய்யத்துகளையும் ஒண்ணாகப் போட்டு அடக்கம் செய்தார்கள். அந்த அடக்க இடம் இப்போ பாக்க முடியாது. அழிஞ்சு போச்சு.

“தீவச்சதிலும் மய்யத்துகளை அடக்கம் செய்ததிலும் முன்நின்றது யார் தெரியுமாடா? குட்டி வைத்தியருடைய உப்பாப்பா ஹக்கீம் பக்கீர் மரைக்காராகும்.

“பறங்கிகள் ஹக்கீம் பக்கீர் மரைக்காரைத் தேடி நடந்தனர். வைச்சியர் பறங்கிகளின் பார்வையில் படாமல் ஒளிந்து திரிந்தாலும் காயம்பட்டவர்கள் எந்தத் திசையிலிருந்தாலும் அங்கே போய் சிகிச்சைச் செய்து வந்தார். வெட்டுக் காயம் பட்டு சாவக் கெடந்த மரைக்காமாரைச் சிகிச்சை செய்து காப்பாற்றி யுத்தத்திற்குத் தயார்படுத்திவிடும் ஹக்கீம் பக்கீர் மரைக்காரைப் பிடித்துக் கைகால் வெட்டி தீயில் எரிச்சுக் கொல்ல வேண்டுமென்பது பறங்கிகளின் சபதம். பறங்கிகளின் சதித்திட்டம் நிறைவேற உதவியது நம்ம ஜாதிப் பயக்கதான். பணத்துக்கு ஆசைப்பட்டு.

“ஹக்கீம் பக்கீர் மரைக்கார் அவருடைய வெப்பாட்டி வீட்டுக்குப் போகும் நேரம் வழியில் பிடிப்பட்ட செய்தி அவருடைய மகன் குஞ்சு மூஸா மரைக்கார் கேள்விபட்டதும் வாப்பாவுடைய சொத்தாகிய வைத்திய ஏடுகளையெல்லாம் தூக்கிக்கொண்டு கடற்கரையை விட்டு ஓடிவந்தார். ஓடைக்கரைக்கு எந்த ஆண்டு வந்து குடியேறினார் என்று தெரியல்ல. அந்த வீரப் பரம்பரையில் இப்போது உயிரோடு இருப்பது குட்டி வைத்தியர்தான்.

“பள்ளித் தெருவிலுள்ள காசிம் முதலாளிக்கு மூச்செடுப்பு, கண் திறக்கவே இல்லை. சொந்தப் பந்தங்கள் சுற்றி உட்காந்து நாக்கில் தேன் தொட்டு வைத்துக் கொடுத்தார்கள். சிலர் தலைமாட்டில் உட்காந்து குர்ஆன் ஓதினார்கள். சக்கறாத்[1]

1. சக்கறாத் – இறுதிக் கட்டம்.

நேரம் கலிமா சொல்ல நாக்கு வராது அல்லவா. மூத்த மகன் வாப்பாவுக்கு கலிமா சொல்லி கொடுத்துக்கொண்டிருந்தான். இளைய மகன் வாப்பா ஹஜ்ஜிக்குப் போயிட்டு வரும்போது கொண்டு வந்த சுவரில் ஆணியில் தொங்கிகொண்டிருந்த ஸம்ஸம் தண்ணீரை எடுத்து நாக்கில் தொட்டு வைத்துக்கொண்டிருந்தான். தொண்டையில் உள்ள வறட்சி நீங்க. பெண் மக்களில் சிலர் புர்தா (கவிதை) ஓதினார்கள். சிலர் 'யாகுத்துபா' (பக்தி கவிதை) ஓதிக்கொண்டிருந்தார்கள். சொந்த பந்தங்களுக்கு அழுதுஅழுது கன்னங்களில் கண்ணீர் காய்ந்து ஒட்டியது. தொலைவிலுள்ள சொந்தங்களுக்குச் செய்தி அனுப்பப்பட்டது. "பாக்க வேண்டிய ஆளுவொ வந்து ஒரு கண்ணு பாத்துகிடுங்கோ."

வீட்டு முற்றத்தில் மரணத் தருவாயில் கிடக்கும் முதலாளியைப் பார்க்க வருவோர்க்கு வெயில் கொள்ளாமல் உட்காந்திருக்க பரப்பிப் போட்ட நாற்காலிகளில் சிலர் கவலையுடன் உட்காந்திருந்தனர். சிலர் வந்து போய் இருந்தனர். சன்னதி தெருவை இருள் வந்து கவ்வியதும் மூன்று நாட்களும் பெட்ரோ மாக்ஸ் விளக்கு பற்றவைத்து தூக்கி வெளிச்சங்காட்டி இருட்டை ஓட்டினர்.

"உயிர் பிரிவது பகலோ இரவோ இருக்குமென எதிர்பார்த்தனர்.

"ஊராப்பட்ட ஊரிலிருந்தெல்லாம் வந்த கெங்கேமன் வைத்தியரெல்லாம் நாடி பாத்து பகலோ இரவோ இருக்குமெனச் சொல்லிக் கைவிட்டனர். டவுனிலிருந்து வந்த டாக்டர்கள் நெஞ்சில் குழல் வைத்துப் பார்த்துவிட்டு நம்பிக்கை இல்லைன்னு தலை அசைத்தனர். நட்டசாமத்தில் மலக்குல்[1] மவுத்து நெருங்கி வரும் அறிகுறிகள் தெரிந்து நோய் பாக்க வந்த அண்டை வீட்டுக்காரருக்கு ஒரு யோசனை.

"நம்ம பக்கத்துலதானே குட்டி வைச்சியர் இருக்காரு, அவரைக் கூப்பிட்டா நாடி பாத்து சொல்லுவரே. ரூஹ்[2] பிரியும் நேரம் இப்பவா, ராவா, நாளையான்னு – தெரியலாம்.

"பெரும் பெரும் வைச்சியர்களும் டாக்டர்களும் வந்து பார்த்துக் கைவிட்ட கேஸை இந்தக் குட்டி வைத்தியரா வந்து பார்த்து ரூஹைத் திருப்பிக் கொண்டுவரப் போறாரு, சோலிய பாருங்கவோய். ஓடைக்கரைத் தெருவிலுள்ள அந்த உடங்கெல்லிப் பேச்சை உடுங்கோ, கேட்டீளா."

1. மலக்குல் – மரண தூதர்கள்
2. ரூஹ் – உயிர்

“நாடி பாக்கத்தானே–னு ஒருவர் சொல்ல அதைக் கேட்ட வேறொருவர் குட்டி வைத்தியருடைய வீட்டுக்கு இருளில் தப்பித் தடவி நடந்தார்.

“முனிஞ்சு எரிந்த இடிஞ்சிலாம்பு வெளிச்சத்தில் ஏடு பாத்துக்கொண்டிருந்த வைத்தியருக்கு முற்றத்தில் ஒரு ஆள் நடமாட்டம் தெரிந்து மூக்குக் கண்ணாடி வழியாக பாத்தார்.

பார்த்த முகம்.

“என்னப்பா இந்தச் சாம நேரம்?”

“இல்ல” கொஞ்சம் தயக்கமாக இருந்தது சொல்ல. இவ்வளவு காலமாகியும் ஒரு காய்ச்சலுக்காவது மண்டையிடிக்காவது ஒரு நேரத்த மருந்துக்காவது அவரை அணுகாத நிலையில் இந்த அந்தி பாதிரா நேரத்தில் அவரைப் போய் நாடி பாக்க கூப்பிட்டால் மனசில் என்ன நினைப்பார்?

“செல்லப்பா காசிம் ராவுத்தர் முதலாளிக்கு நாடி பாக்கணும்மா? கூப்பிடவா வந்தா?”

“ஓம்”

நாடி பாக்க கூப்பிட ஆள் வரும் என்று அவருக்குத் தெரியும். நாடி பாத்து துல்லியமாக சொல்வதில் அவரை விட்டால் வேறு வைத்தியரே இந்தப் பிரதேசத்தில் கிடையாது.

ஒரு கொதும்பு[1] பற்றவைத்து கொடுத்தார். கொதும்பு வெளிச்சத்தில், வந்தவர் முன்னேயும் குட்டி வைத்தியர் பின்னாலயும் நடந்தார்கள். வீட்டுக்குள் ஏறிச்சென்ற குட்டி வைத்தியரை யாரும் பெருசா கண்டுகொள்ளவில்லை. ஒரு வைத்தியர் வந்தேறிய ஒரு பரபரப்பும் அங்கு காணப்படவில்லை. தன்னை யாரும் மதிக்க வேண்டிய தேவையில்லை. ஒரு மனிதனின் உடலில் உயிர் எஞ்சியிருக்கிறதா இல்லையா என்று சொல்லவேண்டியது வைத்திய தர்மம். வைத்தியம் தெரிந்த தன்னுடைய கடமை. அந்நேரம் அவருடைய நினைவில் முப்பாட்டனார் ஹக்கீம் பக்கீர் மரைக்கார் மிதியடியில் நடந்து வந்ததைக் கண்டதும் காசிம் முதலாளியின் கையைப் பிடித்து நாடி பார்த்தார். ஹாஜி காசிம் முதலாளியின் கையை எந்தத் தயக்கமும் இல்லாமல் ஓடைக்காரத் தெருவிலுள்ளவர் வைத்தியரானாலும் படாரென்று தொடலாமா என்று ராவுத்தர்களில் சிலருக்கு நறுக்கென்று இருந்ததை வெளியே காட்டிக்கொள்ளவில்லை.

1. கொதும்பு – சூட்டு

நாடி பார்த்துவிட்டு எழும்பிய குட்டி வைத்தியர் சொன்னார்.

"நாடி நல்லாதான் இருக்கு. உயிருக்கு ஆபத்தில்லை. ராத்திரியே ஒரு லேகியம் கிண்டி உதயத்திற்கு முன் கொண்டு தார்றேன். எழும்பி விடுவார். இதொரு நோய் நிலை பயப்பட வேண்டாம்." ஆறுதல் சொல்லி இருட்டில் இறங்கி நடக்கும்போது சந்தூக் மைதீன் சந்தூக் தூக்கிவிட்டு வாறதைப் பார்த்து இருட்டில் தானாகச் சிரித்தார். "எந்த ஊட்டுக்குடா?"

"காசிம் ராவுத்தர் முதலாளிக்கு."

"அவரைத் தேடி இஸ்ராயில் (மரண தூதன்) வரலடா," என்று சொல்லி இருட்டைப் பிளந்தார்.

மைதீனுக்குச் சந்தேகம். இவர் என்ன இப்படி சொல்லுகிறார். மரணம் வராத வீட்டுக்கு சந்தூக் எதுக்கு? அவனுடைய டயரியில் காசிம் ராவுத்தர் முதலாளியின் வீடும் குறிக்கப்பட்டிருந்தது. அவர் மவுத்தாகி விட்டதாக ஊரில் அடிபட்ட புரளியைக் கேட்டு சந்தூக் எடுத்து வந்தது. சந்தூக் ஏற்றப்பட்ட கைவண்டியை வழி இருட்டில் நிப்பாட்டிவிட்டு மவுத்தானது பற்றிய உண்மை தெரிய அவர் வீட்டுக்குச் சென்று எட்டிப் பார்த்தான்.

அவன் தலையைக் கண்டதும் ஒருவர் வந்து சொன்னார்,

"இன்னும் மவுத்தாவலடா. மவுத்தனா சொல்லி அனுப்பலாம்."

அவனுக்குப் பெரும் நிராசை. பிழைப்புப் போச்சு. நாளை காலையில் வட்டிக்காரன் பாண்டியன் வருவானே? கபர் வெட்டி மம்மது மய்யத் அளவு எடுத்துக் குழிவெட்ட வந்தவன் மைதீன் சொன்னதைக் கேட்டு நகர்ந்தான்.

இன்றைக்கு வண்டியை பாண்டியன் கண்ணில் படாமல், காட்டில் மறைவாக விடாமல் வேறு வழியில்லை.

வைத்தியர் வீட்டு வெளிவராண்டாவில் போத்திக்கொண்டு படுத்திருந்த சொக்கனை எழுப்பி, "ராவோடு ராவாய்ப் போய் ஒரு ஓந்தானை பிடிச்சுட்டு வாடா."

"இந்த பாதிரா நேரம் ஓந்தானா?" சொல்வது குட்டி வைத்தியர். அதுனால இரவு ஓந்தானைப் பிடித்தாக வேண்டும்.

காசிம் ராவுத்தர் முதலாளியைக் காலையில் எழுப்பி இருக்க வைக்கணும். ஆத்தங்கரையில் நிக்குத பொங்குமரத்தில் ஓந்தான் உறங்கும் நேரம். அது முழிக்குதுள்ளே ஓடிப் போடா.

வைத்தியர் கட்டளை கேட்டு இருட்டில் இறங்கி ஓடினான்.

கயிற்றில் கட்டி ஒரு மொண்ண ஓந்தானைக் கொண்டு வந்தான். மர உரலில் உயிருடன் ஓந்தானைப் போட்டு இடித்து அதன் சூடு இரத்தத்தில் பல கூட்டு மருந்துகள் சேர்த்து, சொன்னபடி உதயத்துக்கு முன் லேகியம் கிண்டி எடுத்தார். காலை சூரியஒளி தரையை எட்டிப் பார்த்ததும் லேகியம் கொண்டு காசிம் முதலாளி வீட்டுக்குச் சென்றார். தலைமாட்டில் கண் அயராமல் விழித்திருந்து ஓதியவர்கள் கண் விழிக்கவில்லை.

சொன்னபடி உதயத்தில் லேகியத்துடன் சென்ற வைத்தியரைக் கண்டதும் வழி ஒதுங்கினார்கள். வைத்தியர் நோயாளியின் கண்ணைத் திறந்து பார்த்தார். பூண்டிருந்த பற்களைக் கரண்டிக் கணையால் லேசாக விலக்கி அந்த இடை வழியாக லேகியத்திலிருந்து ஒரு உருண்டையை எடுத்து வாயில் போட்டுக் கொடுத்தார். கொஞ்ச நேரத்திற்குள் மூடியிருந்த கண்கள் திறந்தன. பூண்டு போயிருந்த பற்கள் விலகின. கைகால்களில் அசைவு தெரிந்தது.

"இனி மத்தியானம் ஒரு நேரம் குடுங்கோ," என்று கூறி கையிலிருந்த மீதி லேகியத்தை உறவினரிடம் கொடுத்துவிட்டுத் தொடர்ந்து சொன்னார், "உச்சைக்கு எழும்பி உட்காருவார். கஞ்சித் தண்ணீ சூடாக குடுங்கோ. ராத்திரிக்குச் சோறு குடுக்கலாம். க்ஷீணம் மாறிப் பேசுவார்."

வைத்தியர் இறங்கும்போது உறவினர் ஒருவர் சொன்னார், "தேயிலைத் தண்ணீ குடிச்சிட்டு போவலாம்,"

கூடியிருந்த உறவினர்களிடையே காசீம் முதலாளி இரவு பேசியது எல்லோருக்கும் பெரும் ஆச்சரியம். யாருக்கும் வேண்டாத குட்டிவைத்தியருடைய மந்திர மருந்து செய்த மகிமை!

புல்லங்குழிக்குக் குடிசிகிச்சைக்குப் போயிட்டு இரவு வந்த வைத்தியர் வீட்டு முற்றத்தில் ஹாஜி காசிம் ராவுத்தர் முதலாளியின் மூத்த மகன் நின்று கொண்டிருப்பதை வைத்தியர் பார்த்தார்.

"என்ன மக்கா. வாப்பாக்கு இப்ப எப்படி இருக்கு?"

"வாப்பா எழும்பி உட்காந்துருக்கு, சோறு திண்ணுட்டு வேளம் பேசுது."

"அல்லாக்கு சுக்கூர்[1] செய்யுங்கோ"

1 சுக்கூர் – இறைவனுக்குப் பணிதல்

'இன்னா', அவர் கை நீட்டினார்.

"என்னது மக்கா?"

"கைமடக்கு."

"வேண்டாம். பாவப்பட்ட நாடாக்குடியிலிருந்து கிட்டுத கைமடக்கு எனக்கு மதி. ஓங்க கைமடக்கு எதிர்பார்த்தல்ல வந்தது. நாவந்து கை பாக்கலேன்னா வாழ்க்கை மிஞ்சியிருக்குத மனுசனை உயிரோடு அடக்கம் செய்திருப்பியோ. ஒரு உயிரைக் காப்பாத்தினேன். போதும் அவ்வளவுதான் போங்க மக்கா. எனக்குக் கைமடக்கு வேண்டாம்."

அவர் போனபின் சிந்தனை செய்துகொண்டு மீண்டும் ஏட்டைப் புரட்டினார். ஏட்டைப் புரட்டினாரே தவிர இடிஞ் சிலாம்பு விளக்கு வெளிச்சத்தில் ஒரு வரி கூட கண்ணில் படவில்லை. சிந்தனையில் பார்வை மறைந்துவிட்டது. மனசிற்குள் ஓடியிருந்த வேர்கள் துளிர்த்ததும் முற்றத்தில் பரந்துகிடந்த இருட்டைப் பார்த்து தானாகக் கேட்டார். நான் கண்களை மூடிய பிறகு இந்த ஏடுகளைப் புரட்ட யாருமே இல்லையே என்ற கவலையில் உறைந்து உட்கார்ந்திருந்து கொண்டிருந்த அவருடைய கண்களில் நீர் கட்டியது. என்னோடு மிகப்பெரும் ஒரு வைத்திய பரம்பரை முடிவுக்கு வந்துவிடுமோ? அது நாள்வரை அவருடைய சிந்தனையில் வராத கேள்வி!

18

பள்ளித் தெருவிலிருந்து புழுக்கள் நெளிந்து துர்வாடை வீசும் சாக்கடை தண்ணீரெல்லாம் ஓடிவந்து கட்டுவது ஓடைக்கரைத் தெருவின் முன்னால் கிடக்கும் சாக்கடையில். பள்ளித் தெருவிலுள்ள சில வீடுகளில் எடுப்பு கக்கூஸ் உண்டு. அபூர்வமாகச் சில வீடுகளில் பாம்பே கக்கூஸ். சில வீடுகளில் கக்கூஸிலிருந்து மலம் வெளியேறும் வாயை சாக்கடையில் நீட்டி விடுவார்கள். கக்கூஸ் வசதி இல்லாத வீடுகளிலுள்ள பெண்கள் உடங்காட்டை நாடுவார்கள்.

காலையில் கக்கூஸ் அள்ள வரும் சுவர்முட்டி சிட்டு பள்ளித் தெருக்காரப் பெண்களிடம் சண்டை போட்டு அவர்கள் மீதான கோபத்தை வெளிக்காட்டுவதற்கு கக்கூஸ் வாளியை ஓடையில் கவிழ்த்து விட்டுப் போவாள். எல்லாம் கலந்த தண்ணீர்தான் ஓடைக்கரைத் தெரு சாக்கடையில் ஓடிக் கொண்டிருப்பது.

ஓடைக்கரைத்தெருவிலுள்ள சிறுவர்கள், சிறுமிகள் ஓடையின் கரையில் கட்டிய உயரமான திண்டின் மீது நிம்மதியாக உட்கார்ந்து மலம் கழிக்க தாய்மார்கள் கொண்டு உட்கார வைப்பார்கள். நேரம் மோந்தி இருட்டினதும் வயிற்றைத் திருமித்திருமி உபாதைகளை அடக்கிக் கொண்டிருந்த பெண்கள் திண்டின் மீது வரிசையாக உட்கார்ந்து வசதியாக வேளம் பேசுவார்கள். தெரு விளக்கு வெளிச்சம் சாக்கடைக் கரையில் தட்டாமலிருக்க தெருவிளக்கு பல்புகளைக் கல்லால் எறிந்து உடைத்துவிடுவார்கள். பகல் நேரமானால் பழைய சேலையைக் கொண்டு அல்லது பிளாஸ்டிக் ஷீட்டுகள் கொண்டு சுற்றிமறைத்த மறைவிடத்தில் மூத்திரம் பெய்வார்கள். இரவு குடித்த போதை தெளியாத 'ஹாயா'¹ கெட்ட

---
1 வெட்கம்

ஆண்கள் சிலர் சாக்கடைக் கரையில் நின்றுகொண்டு சாக்கடைத் தண்ணீரில் மோண்டுவிடுவார்கள்.

பள்ளித்தெரு பள்ளியிலிருந்து அதிகாலை பாங்கு கேட்டதும் பெண்கள் துருதுரா ஓடைக்கரைக்கு வந்து வரிசையாக குத்தி உட்கார்ந்துவிடுவது வழக்கம். ஓடைக்கரைத் தெருவில் மூக்குள்ள மனிசனுக்கு வழிநடக்க முடியாத துர்வாடை. குப்பையும் கூளமும் நிறைந்த சாக்கடை.

இந்த துர்வாடையைச் சுவாசித்துக் கொண்டுதான் காலம்காலமாக வரிசையாகக் கட்டிய குடிசைகளில் ஓடைக்கரைத் தெரு மக்கள் தங்கி வருவது. நாளடைவில் பழக்கப்பட்டுப் போனதால் கெட்ட வாடையாக மக்களுக்குத் தெரியவில்லை.

இந்த தெருவில்தான் ஒரு ஓரமாகக் குட்டி வைத்தியருடைய ஓடுபோட்ட சிறு மண் வீடும் இருந்தது.

நோன்புப் பெருநாளுக்கு முந்தை ராத்திரி தெருப் பெண்கள் தெருவைத் தூத்துவாரிச் சுத்தப்படுத்துவார்கள். இதைப் போன்று ஹஜ்ஜு பெருநாளுக்கு முந்தைய இரவும் தெருவைச் சுத்தம் செய்வது. ஹஜ்ஜு பெருநாள் காலையில் பலிகொடுக்கும் ஆடுகளின், காளைகளின் இறைச்சி வாங்க பெண்கள் பள்ளித்தெரு வீடுகளில் கூட்டம் கூடி விடும்.

பள்ளித்தெருப் பள்ளியில் ஞாயிறு அஸ்தமித்த திங்கள் இரவு புர்தா (பக்திகவிதை) ஓதுவது வழக்கம். தெருவிலுள்ள சில வீடுகளிலிருந்து பாட்டில்களில் தண்ணீர் கொண்டுவந்து ஓதுமிடத்தில் வைப்பதில் புர்தா ஓதிய வாயால் தண்ணீரில் ஊதிக் கொடுப்பார்கள். அந்த தண்ணீரைக் குடித்தால் மாறாத நோய் நொடிக்குக் குணம் கிடைக்கும் என்பது மக்களின் வலுவான நம்பிக்கை.

பூஷிரி இமாம் என்ற அரபிக் கவிஞர் இயற்றிய பாடல்தான் 'புர்தா ஷரீப்'. கவிஞர் உடல்நலம் குன்றியிருந்த நிலையில் நபிகள் நாயகத்தைப் புகழ்ந்து பாடிய கவிதை புர்தா கஷிதாவாகும். கவிதை பாடி முடித்ததும் நபிகள் நாயகம் கவிஞரின் கனவில் தோன்றி ஆசி கூறியதும் கவிஞருடைய நோய் முற்றிலும் குணம் அடைந்ததாக வஅளி (சொற்பொழிவு)ல் மௌலவி சொன்னார் இந்த நம்பிக்கையின் பெயரில் புர்தா பாராயணம் நடக்குமிடத்தில் தண்ணீர் கொண்டு வைத்து புர்தா ஓதியவர்கள் ஊதிக் கொடுத்த தண்ணீரை குடித்து வந்தனர் மக்கள்.

மு.எ.க.வினர் புர்தா ஓதுவோருக்கு எதிர்ப்பு தெரிவித்து வந்தனர். பள்ளித் தெரு நிர்வாகம் அவர்களைக் கண்டித்தது. வாப்பாவுக்குப் பிறக்காத ஹராம் குட்டிகள்!

மாதத்தின் கடைசி வெள்ளி இரவு இமாம் கஸ்ஸாலி இயற்றிய சுபுஹான மௌலிதுவைப் பள்ளித்தெரு மக்கள் ஒன்றுகூடிப் பக்திப் பரவசத்துடன் ஓதி வருகிறார்கள். தலைமையேற்று ஓதுவதற்கு வெளியூரிலிருந்து பெரிய மௌலவி ஒருவர் வருவார். அவருக்கு ரொட்டி சால்னாவும் கைமடக்கும் கொடுத்து வழி அனுப்புவது வழக்கம். மௌலவி சுபுஹான மௌலுது (நபிபுகழ்) பாராமல் ராகமாக நீட்டி ஓதுவது காதுக்கு இன்பம் தரும். அறபியாவில் புகழ்பெற்ற சுபுஹான மௌலிதின் பக்தியிலும் ரசனையிலும் மதி மயங்கி இதை நம்ம ஊரில் அறிமுகப்படுத்திய மகான் சதக்கத்துல்லாஹ் காஹரியின் பின் வாரிசுதான் தலைமையேற்று நடத்தும் மௌலவி சுலைமான் காதிரி.

மீம் அச்சரத்தில் முடியும் புர்தா ஷரீப் ஓதிக்கொண்டிருக்கையில் பள்ளிக்கு வெளியே சிலர் முழக்கம் இடுவது ஓதிக்கொண்டிருந்தவர்களுடைய கவனத்தில் பட்டது. ஓதுவதை இடையே நிப்பாட்டிக் கொண்டு உற்றுக் காது கொடுத்தனர். கையில் கொடியுடன் முழக்கமிட்டவர்கள் பள்ளி காம்பௌண்ட்டுக்குள் முழக்கமிட்டபடியே நுழைந்தார்கள்.

ஓதாதே ஓதாதே புர்தா ஓதாதே
அல்லாவுக்கு இணை வைக்கும் புர்தா ஓதாதே
ஓதாதே ஓதாதே மௌலுது ஓதாதே
அல்லாவுக்கு மேலாக நபியைப் புகழாதே
'சிர்க்'* செய்யும் அசத்தியவாதிகளே உங்களைதான்.

பள்ளிவாசலுக்கு உள்ளே இருப்பவர்களைப் பார்த்து உரத்த குரலில் முழக்கமிட்டார்கள்.

"நம்மள அசத்தியவாதியின்னு சொல்லுதானுவோ. அதற்கு அர்த்தம் நம்மோ காபீருன்னு. தொட்டிப் பசங்கோ சொல்லுவிளி கேக்காத மு.எ.க. பசங்களும் அவர்களோடு சேர்ந்து ஓடைக்கரைத் தெருவிலுள்ள சில தறுதலைகளும்."

"உடாதீங்கடா அடியுங்கடா." புர்தா ஓதியவர்கள் இறங்கி வந்து அவர்களைத் தாக்கத் தொடங்கினார்கள். இரு தரப்பினருக்கு மிடையே கைகலப்பு நடந்தது. உதடு பிளந்தது. மூக்கிலிருந்து ரத்தம் வடிந்தது. ஜமாஅத் தலைவருக்குத் தலையில் காயம். தொப்பி கழன்று தெறித்தது. தொப்பியில் ஒரு பெண்ணினுடைய கோபத்தைக் காட்டினார்கள்.

காயங்களுடன் முழக்கமிட்டு வந்தவர்கள் கலைந்து சென்றனர். முழக்கமிட்டு வந்தவர்களில் சில உச்சி வெட்டிகள் பள்ளி நிர்வாகிகளின் நெருங்கிய உறவினர்கள். சிலர் ஓடைக்கரைத்

* சிர்க் – இறைவனுக்குப் பிறிதொன்றை இணையாக்குதல்.

142 தோப்பில் முஹம்மது மீரான்

தெருவில் உள்ள தறுதலைகள். ஜமாஅத்தார் போலீஸ் ஸ்டேஷனில் கொடுத்த புகாரில் ஓடைக்கரைத் தெருவிலுள்ள தறுதலைகள்தான் குழப்பவாதிகள் என்று பெயர் எழுதிக் கொடுத்ததாக வதந்தி.

இரவோடு இரவாக ஓடைக்கரைத் தெரு வெளிச்சத்தில் தெருவில் சவேல்[1] அடித்துக் கொண்டிருந்த சில இளைஞர்களைக் கைது செய்து போலீஸ்காரர்கள் பிடித்துக்கொண்டு சென்றனர். கைதானவர்களில் சந்தூக் மைதீனுடைய மகன் வாகப், அலியுடைய மகன் சலாம், எலிப்பொறி காட்டுவா மகன் பட்டாணி, சைக்கிளில் தெருத்தெருவாக பழைய பேப்பர் வாங்கி விற்பனை செய்யும் மரைக்காரின் பேரன் நூவம்மது, தெருவில் சமோசாவும் உளுந்துவடையும் விற்பனை செய்யும் அபுல்காசிம் மொவன் சைனுல்லா ஆகியோர். கைது செய்யப்பட்ட இவர்களைத் தீவிரவாதச் செயலில் ஈடுபட்டதாகவும் பள்ளிவாசலை உடைக்க வந்ததாகவும் குற்றம் சாட்டி போலீஸ் லாக்கப்பில் போட்டு உதைத்துக் குற்றம் ஏற்றுக்கொள்ளச் சொல்லி வதைப்படுத்தியபின் நீதிமன்றத்தில் ஆஜர் படுத்தினர். 15 நாள் நீதிமன்றக் காவலில் வைக்க உத்தரவு போட்டார் நீதிபதி.

போலீஸ் விசாரணை செய்வதற்காக நீதிமன்றத்தைக் கேட்டுக்கொண்டபடி போலீஸ் காவலில் விட்டுக் கொடுக்க நீதிமன்றம் உத்தரவிட்டது.

செய்பக்கா மருமகனுடைய அழுகி நாறிய சடலத்தைத் தூக்கி உடங்காட்டுக்குள் அடக்கம் செய்தவர்களில் முன்னிலையில் நின்றது சந்தூக் மைதீனுடைய மகன் வகாப். அவனுக்கு உதவி செய்தவர்கள் ஸலாம், பட்டாணி, நூவம்மது, சைனுல்லா. இவர்கள் யாரும் சுன்னத் ஜமாஅத்திற்கு எதிர்க் கருத்துடையவர்கள் அல்ல. சுன்னத்தும் தெரியாது வஹாபிசமும் தெரியாதவர்கள். தரைவாடகை கட்டாத காரணத்தைச் சொல்லி மய்யவாடியில் செய்பக்கா மருமகன் மய்யத் அடக்கம் செய்ய இடம்கொடுக்காததைச் சொல்லி ஜமாஅத்தோடு இருந்த தார்மீக ரோஷத்தைத் தெரியப்படுத்துவதற்காக கிடைத்த வாய்ப்பில் மு.எ.கவோடு சேர்ந்து அன்று பள்ளியில் புர்தாவுக்கு எதிராக முழக்கமிட்டனர். இவர்கள் மு.எ.க. கருத்தோடு உடன்பாடு இல்லாதவர்கள். இவர்கள் அனைவரும் ஓடைக்கரைத் தெருவிலுள்ள ஏழைத் தொழிலாளர்களின் வேலையில்லா பிள்ளைகள். ஏழ்மையால் மூன்றாம், நான்காம் வகுப்பிலிருந்து பள்ளிக்கூடம் செல்வதை இடையே விட்டவர்கள். வேலையில்லாமல் அலைந்தவர்கள்.

1. சவேல் – நய்யாண்டி

தரைவாடகை கட்டாதிருந்த செய்பக்கா மருமகனுடைய அழுகிய மய்யத்தை முன் நின்று உடங்காட்டுக்குள் அடக்கம் செய்ததில் ஜமாஅத் நிர்வாகம் திட்டமிட்டு இந்த பஞ்ச பாவங்களைக் கபாலிக்கு காட்டிக்கொடுத்துப் பகையைத் தீர்த்துக் கொண்டதாகப் பேசப்பட்டது. தரை வாடகை ஈடாக்கும் வகைக்கு தயாரித்திருந்த கூரிய ஆயுதத்தின் முனையை மழுங்கடித்தவர்கள் இவர்கள். காட்டில் கிடந்த அனாதைச் சடலத்தின் எலும்புக் கூட்டை போலீஸுக்குத் தெரியப்படுத்தாத குற்றச்சாட்டும் இவர்கள் மீது சுமத்தப்பட்டது.

அவசரமாக நிர்வாகம் கூடி ஓடைக்கரைத் தெருவிலுள்ள குடிசையிலிருந்து அந்தந்த மாதமே தரை வாடகை வசூல் செய்யவும் வாடகை தராதவர்களுடைய குடிசைகளைப் பிரித்தெறியவும் வேண்டுமென முடிவு செய்யப்பட்டது. தரைவாடகை கேட்டு ஜமாஅத் கணக்கன் இனி போக வேண்டாம், பதிலுக்கு வெட்டி சேமதை அனுப்பி வசூல் பண்ண வேண்டும். வசூலில் 30 விழுக்காடு வசூல் கொண்டுதரும் வெட்டி சேமதுக்கு (செய்தம்மது) பெயர் பரிந்துரைக்கப்பட்டதும் உறுப்பினர் அனைவரும் ஆமோதித்ததற்கு அடையாளமாக ‘அல்லாஹு அக்பர்’ என்று முழக்கமிட்டனர்.

தீர்மானத்தில் ஒரு சிறு திருத்தம். ஒருமாதம் என்பதை மூன்று மாதங்கள் தொடர்ந்து தரைவாடகை தராத குடிசைகளைப் பிரித்தெறிய வேண்டுமென்று வெட்டி சேமதுக்கு அதிகாரம் கொடுத்தது நிர்வாகம்.

தலையில் வட்டத் தலைப்பாகை கட்டி இடுப்பில் ஜேப்புள்ள அகலமான பச்சை நிற வார் மாட்டிச் சட்டை போடாமல் நெடுநெடா வளந்த அந்தக் கருத்த உருவம் துருப்பிடித்த சைக்கிளை மிதித்துப் பள்ளித்தெரு வழியாகவும் ஓடைக்கரை தெருவழியாகவும் பாயும் போது நிலம் அதிரும். மனைவியோ பிள்ளைகளோ இல்லாத தனிக்கட்டை வெட்டி செய்தம்மதைத் தெரியாதவர்கள் பள்ளித் தெருவில் உட்பட்ட ஐந்து தெருவிலும் ஓடைக்கரைத் தெருவில் உட்பட்ட மூன்று தெருவிலும் இல்லை. வெட்டிக்கும் நட்டி முதல் குட்டி வரை அனைவரையும் தெரியும்.

இனி சந்தூக் மைதீனுடைய வண்டியில் மய்யத்தை ஏற்றி மய்யவாடிக்குக் கொண்டு வரவேண்டாமென பள்ளித் தெருவிலுள்ள சில முதலாளிகள் அவர்களுக்குள்ளேயே முடிவு செய்தனர். தலைவரிடமும் அவர்களுடைய கருத்தைச் சொன்னார்கள்

ஒருவார காலமாக தெருவில் மலக்குல் மவுத்தின் (மரண தூதுவன்) நடமாட்டம் இல்லாமலிருந்தும் மைதீனுக்கு டாஸ்மாக்

கடையில் சரக்கு கடன் கிட்டியது. வண்டியைக் காட்டில் ஒதுக்குப்புறத்தில் நிப்பாட்டினான். பாண்டியனின் கண்ணில் படாமல் நடந்தான். முதலாளிமார்களின் முடிவு லேசுமாசாக மைதீனின் செவிக்கு எட்டியது. மைதீன் அசரவில்லை.

வருவானுவோ வராம எங்கே போவானுவோ எந்த மயிராண்டியாவது மய்யம் தூக்க வருவான் பாப்போம்.

அவுலியா தெருவில் மேடை வீட்டிலுள்ள ஜின் தூக்கிச் சென்ற மனநிலை சரியில்லாத ஹாஜிரா கும்மிருட்டு விழுங்கிய வீட்டு மொட்டை மாடியில் ஏறி நின்று நீலாகத்தில் பூரண சந்திரனின் வருகையை நோக்கி நின்றாள். சந்திரப்பிம்ப இளைஞன் கனவில் உறுதி சொன்னபடி நிச்சயமாக வரத்தான் செய்வான் என்ற எதிர்பார்ப்புடன். பூரண சந்திரனை மறைத்துக் கொண்டிருந்த கருமேகம் விலகியதும் தெளிவான நீலாகாகத்தில் சந்திரன் முகம்காட்டி அவளைப் பார்த்துப் புன்னகைத்தது. அவளுடைய சந்திரப் பிம்ப காதலன் சொன்னபடி தன்னைச் சந்திரலோகத்துக்கு அழைத்துச் சென்று நிக்காஹ் செய்ய வந்துவிட்டான் என்று குதூகலித்துத் துள்ளியவள் காலிடறி மொட்டை மாடியிலிருந்து குப்புறக் கீழே விழுந்தாள். தலையில் பலத்த காயம். நினைவு செத்தது. மல்லாக்க கிடந்தவளுடைய தலைக்குச் சுற்றிலும் தளம் கட்டிய ரத்தம்.

குடும்பத்திலுள்ளவர்களும் அக்கம் பக்கத்திலுள்ளவர்களும் ஓடி வந்து கூடினார்கள். ஒரே ஒப்பாரி. மருத்துவமனைக்கு எடுத்துச் செல்லும் தேவை ஏற்படவில்லை.

அந்த வீழ்ச்சியில் அவளுடைய ரூஹ்[1] பிரிந்தது.

நிலவு போல இருந்த பெண்ணுக்கு விதி இப்படியாகி விட்டதே. மூக்கில் விரல் வைத்துப் பெண்கள் கைசேதப்பட்டு நின்றனர்.

பள்ளித்தெருவைச் சுற்றி நிக்குத ஏதோ ஒரு ஷைத்தானு[2]க்க வேலை. அதுதான் அந்தப் புள்ளையைக் கீழே தள்ளிப் போட்டுருக்கு. அந்த ஷைத்தானை ஒழிப்பிக்கணும். அப்பதான் தெருவில் துர்மரணங்கள் இருக்காது. இளம் ரத்தம் கேக்குத ஷைத்தான்.

செய்பக்காவுடைய மருமகனும் இளம் வயதில்தானே தூக்குப் போட்டுச் செத்தான். ஒருவேளை அவன்தான் ஷைத்தானாக வந்திருப்பானோ.

---

1. ரூஹ் – உயிர்
2. ஷைத்தான் – சாத்தான்

“சந்தூக் எடுத்துவர மைதீனைக் கூப்பிடுங்கோ,” என்று மரண வீட்டிலிருந்து யாரோ குரல் கொடுத்ததும் வீட்டுக்குள்ளிலிருந்து மேடை வீட்டு பக்கீர் ராவுத்தர் முதலாளி கோபத்தோடு உரக்க தடுத்தார்.

“வேண்டாம். அந்தக் குடிகார எத்துவாளியைக் கூப்பிடாதிங்கோ.”

“பின்னே ஆர கூப்பிட? யார் சந்தூக்க தூக்குவா?”

“வெட்டி செய்தம்மதுட்ட ஹனிபாயெ கூட்டி வரச் சொல்லுங்கோ, அவனுட்ட கைவண்டி இருக்குதே.”

வெட்டி செய்தம்மது போய்க் கூப்பிட்டபோது ஹனிபா ஒரேயடியாக மறுத்துவிட்டான்.

“அல்லோ, ஜின்னு தள்ளிபோட்டு மரிச்ச மய்யத்தை என் வண்டியில தூக்க நான் வரமாட்டேன்,” மறுத்துவிட்டான்.

பீரம்மதைக் கூப்பிடு

கூப்பிட்டான்

“சந்தூக் எடுத்த என் வண்டிக்கு யாரும் லோடு தர மாட்டாங்கோ. என் பெழப்பு கெட்டுடும். நான் வரல்ல. மைதீனை கூப்பிடுங்கோ,” என்று சொல்லி வர மறுத்துவிட்டான். அணுகிய வண்டிக்காரரெல்லாம் மறுத்துவிட்டனர். சில கைவண்டிக்காரர்கள் தங்கள் வண்டிகளை வேறு இடம் கொண்டு நிப்பாட்டித் தலைமறைவாயினர்.

சந்தூக் தூக்கிச் செல்லும் வண்டிக்கு ஊரில் யாரும் லோடு கொடுக்கமாட்டார்கள்.

ராசியில்லாத வண்டி. அபசகுனம். லட்சணம் கெட்ட வண்டி சந்தூக் மைதீனுக்குத் தெரியும் எவனும் சந்தூக் தூக்க வண்டிகொண்டு போவமாட்டானுவோ. கடைசியில் என்னை வந்து கூப்பிடுவானுவோ. வரட்டும் பாப்போம். இரட்டக் கூலி கேக்கணும்.

19

தூக்குப்போட்டு இறந்த செய்பக்கா மருமகனை இஸ்லாமிய முறைப்படி குளிப்பாட்டாமல், கபன் பொதியாமல், மய்யத் தொழுகை நடத்தாமல், ஷஹாதத்து கலிமா சொல்லாமல், அடக்கம் செய்ததால் இப்போது பேயாக தெருவில் நடமாடுவதாக ஜனங்களுக்கிடையே பயமும் பேச்சும் அடிபட்டது. ஓடைக்கரைத் தெருவில் செய்பக்கா வீட்டு முற்றத்தில் அவன் நிற்பதைச் சிலர் கண்டதுண்டு. வெள்ளிக்கிழமை நட்டுச்சி நேரம் வெள்ளை வேட்டியும் சட்டையும் போட்டு அவன் தெருவில் பள்ளிக்கு நேராக நடந்துபோவதும் சிலர் கண்களுக்குத் தெரிந்தன. உடங்காட்டில் மலம் கழிப்பதற்குப் போவோரிடம் பீடி கேட்டதாகச் சிலர் தெருவில் வந்து பழக்கம் சொன்னார்கள். மலங்கழிக்காமலே சிலர் ஓட்டம் பிடித்தனர், காட்டில் அவன் நிழலாட்டம் கண்டு.

நட்டச்சாமத்தில் செய்பக்கா குடிசை வாசலைத் தட்டி, 'பதறு பதறுண்ணு கூப்பிட்டு எனக்கு டீ குடிக்க காசு தாவுட்டீ'ன்னு கேட்டுத் தொல்லை படுத்தி வந்ததால் செய்பக்காவுக்கும் மகள் பதறுக்கும் நிம்மதியாய்க் கிடக்க முடியவில்லை. விடிய விடிய தூக்கம் இல்லாத இரவுகள்.

ஷஹீது வலிய தம்பி மரைக்காரப்பா தர்ஹாவுக்கு, அவன் தொந்தரவு இல்லாமலிருக்க நேர்ச்சை கொடுப்பதாக நேமிசம் செய்தார்கள். வேறு சில வீட்டுக்காரர்கள் ஷஹீது சின்னதம்பி மரைக்காரப்பா தர்ஹாவுக்கும் நேமிசம் செய்தார்கள். செய்பக்கா மருமகனுடைய ஆவி அண்டாமலிருக்க

பெண்கள் இடுப்பிலும் குழந்தைகளுக்குக் கழுத்திலும் ஆண்கள் கை முண்டாவிலும் பள்ளி மோதினிடம் சொல்லி 'துஆ' எழுதி வாங்கிக் கட்டினார்கள்.

குமரிப் பிள்ளைகளுக்கு அவனால் தொல்லை ஏற்படாமலிருக்க உம்மாமார்கள் 'கன்னிபீவி உம்மா' கபரிடத்தில் நேரில் வந்து தொட்டு முத்திக் காணிக்கை போட்டு கபரிலிருந்து பூவும் எண்ணெயும் வாங்குவதாக நேமிசம் செய்தார்கள்.

மேடைவீட்டு பக்கீர் ராவுத்தர் முதலாளிக்கு பெரும் வாசி, வைராக்கியம். எம் புள்ளையை பேயாக வந்து கீழே தள்ளிப் போட்டு கொலை செய்த செய்பக்கா மருமகனுடைய நடமாட்டம் இங்கே எல்லா தெருவிலிருந்தும் இல்லாமல் ஒழித்துக்கட்ட வேண்டும். அதற்காக, புகழ்பெற்ற கல்லறைக்கல் பாவாவை அந்துறோத் தீவிலிருந்து வரவழைத்தார். அந்துறோத் தீவிலுள்ள பாவா கண்ணூரிலிருக்கும் கல்லறைக்கல் தறவாட்டைச் சேர்ந்தவர் பாவாவைக் கூப்பிட வெட்டி செய்தம்மது போனது ரயில் ஏறி. அங்கு சென்றபோது பாவா இல்லை. ஏழு கடலுக்கு அக்கரை பாவா அபுதாபியில் ஒரு அறபியின் மகள் மீது கூடிய பேய் ஓட்ட போயிருப்பதாகக் கேள்விப்பட்டான். ஒரு வாரத்திற்குப் பிறகுதான் விமானம் ஏறுவாராம்.

என்ன குதறத்[1]தோ, தெரியவில்லை. கூப்பிடச் சென்ற வெட்டி செய்தம்மது திருப்பி ரயில் ஏறி மேடை வீட்டு பக்கீர் ராவுத்தர் முதலாளி வீட்டுக்குள் பதில் சொல்ல வந்து ஏறியதும் வெட்டி செய்தம்மதுக்கு உடல் புல்லரிப்பு. கண்ணுக்கு முன் ஒரு புகை மண்டலம் தெரிவதாக. பேச நா வராமல் திகைத்து நின்றான். தன்னுணர்வு பெற்று கண்கசக்கித் திறந்து பார்த்தான். பாவா பச்சைப்பட்டு விரித்துப் போடப்பட்ட கோரம்பாயில் உட்கார்ந்துகொண்டிருக்கிறார், மந்திரம் முணுமுணுத்த வாய்.

அபுதாபியில் கிராண்ட் மஸ்ஜிதில் உட்கார்ந்து திக்ரில் ஆழ்ந்திருக்கையில் பாவா வாசிலாத்[2]தாக்கி வைத்திருந்த அப்துல்லா என்ற ஜின், பாவா காதில் மெல்ல சொன்னது,

"மேடை வீட்டு பக்கீர் ராவுத்தர் முதலாளியின் மகளை அவள் வீட்டு மேடையிலிருந்து கீழே தள்ளிப்போட்டு கொலை செய்தது, பெண் ரத்ததாகம் பூண்டு பேயாகத் தெருவில் திரியும் செய்பக்கா மருமகன் தொல்லை தாங்க முடியாமல் பாவாவை அழைத்துச் செல்ல நம்ம வெட்டி செய்தம்மதை அனுப்பி இருக்கிறார்."

1. குதறத் – அற்புதம்
2. வாசிலாத் – வசப்படுத்துதல்

அப்படியா? கேட்ட கணம் கோபம் கொப்பளித்தது. உடன்தானே கல்லறைக்கல் பாவா முஸ்ஸல்லா[1]வை விரித்துப் போட்டு அதில் ஏறி உட்கார்ந்து கண்மூடி தஸ்பீஹ் மணிகள் உருட்டினார்.

"ஏறி உட்காரு,"

அப்துல்லா ஜின்னுக்குக் கட்டளை போட்டார்.

அப்துல்லா ஏறி உட்கார்ந்ததும் முஸல்லா பாய் மேல்நோக்கி உயர்ந்தது. மேகக் கூட்டங்களுக்கு உயரே சென்றதுதான் கண்ணுக்குத் தெரிந்தது. பாலைவனம் தாண்டி கடல் தாண்டி, ஆகாசத்தில் பல்லாயிரம் அடி உயரே பறந்துகொண்டிருந்த விமானத்தைப் பின்தள்ளி முந்திக்கொண்டு பறந்தது. பனிபடர்ந்த மலைமுகடுகளில் மோதாமல் விமானங்களில் மோதாமல் கண்மூடித் திறக்கும் முன் முஸல்லா பாய் மேடைவீட்டு பக்கீர் ராவுத்தர் முதலாளியின் வீட்டுக்கு அருகிலுள்ள கடற்கரையில் இறங்கியது. கடற்கரைக்கும் ராவுத்தர் முதலாளி வீட்டுக்கும் இடையிலுள்ள ரண்டு மைல் தொலைவை ஒரு நொடிக்குள் நடந்து எட்டினார். பாவா இறங்கியதைப் பார்த்த மக்கள் ஆச்சரியத்தில் ஆழ்ந்து நின்றனர். ஆகாசத்திலிருந்து பறக்கும்தட்டில் வானவெளியிலுள்ள ஏதோ மனிதர் முஸல்லா பாயிலிருந்து பூமியில் இறங்கி ராவுத்தர் முதலாளி வீட்டுக்குப் போன விழி மூடித் திறக்கும் நேரத்தை நினைத்து நின்றனர். அந்தரத்தில் ஒரு தோல்பெட்டி நகர்ந்ததை மக்கள் பார்த்தனர். பாவாவின் மரமிதியடி சொரிமணலைக் கிளறவில்லை. அப்துல்லா ஜின் தோல்ப் பெட்டியைத் தூக்கி பாவாவின் பின்னால் அதே வேகத்தில் நடந்தாலும் யார்கண்ணிலும் தென்படவில்லை. பெட்டி மட்டும் நகருவதுதான் தெரிந்தது. அல்லா தீயால் படைக்கப்பட்ட படைப்பானதால் மனிதனுடைய கண்களுக்கு ஜின் வர்க்கம் புலப்படாது. ஆனால் பாவாவுடைய கண்களால் மட்டுமே அப்துல்லாவைப் பார்க்க முடியும். அதுதான் பாவாவின் சிறப்பு.

பாவாவுக்கு அருகில் அவர் கொண்டு வந்திருந்த தோல்பெட்டியைத் திறக்க அப்துல்லாவுக்கு உத்தரவு கிடைத்தது. அப்துல்லா யார் கண்ணுக்கும் புலப்படாததால் தோல்பெட்டி பாவாவின் உத்தரவு கேட்டதும் தானாக திறந்தது. ராவுத்தர் முதலாளியின் வீட்டில் பாவாவைக் காண திரண்டிருந்த மக்களுக்கு எங்குமில்லாத ஆச்சரியம். தானாகத் தோல்பெட்டி திறந்தது, அதற்குள்ளிருந்து சில பொருட்கள் பாவாவின் கைக்கு

1 முஸ்ஸல்லா – தொழுகைப்பாய்

மாறியது ... எல்லாம் பார்த்தபோது ஏதோ ஒரு மாய உலகத்தில் போய் நின்றிருப்பது போல் மக்களுக்கு.

தோல்பெட்டியிலிருந்து ஒரு செம்பு கூஸ்[1] பாவாவின் கைக்கு மாறியது; அதைக் கூர்ந்து நோக்கிய மக்களின் கண்கள் கூசி அடைத்ததால் அது கண்களுக்குக் காட்சிப் படவில்லை.

கூஸிலிருந்து நீலமும் பச்சை நிறமும் கலந்த புகைச்சுருள் மேல்நோக்கி உயர்ந்தது. கண்மூடி உட்காந்திருந்த பாவா மூடிய கண் மூடியபடியே கூஸின் மூடியைத் திறந்தார். கைநீட்டி எதையோ பிடித்ததுபோல் இருந்தது. பிடித்த கணம் ஒரு அலறல் சத்தம் கேட்டுக் கூடிநின்ற மக்களின் செவிப்பறை நொறுங்கிவிட்டது. கைநீட்டி எட்டிப் பிடித்ததை கூஸிற்க்குள் திணித்தார்.

"உள்ளே கிட ஷைத்தானே." பற்களை நெரித்தார்.

ராஜ நாயகம் சுலைமான் நபி அவர்கள் நாட்டில் பெரும் தொல்லைக் கொடுத்துவந்த கெட்ட ஜின்களைப் பிடித்து கூஸில் அடைத்து அவர் கைவிரலில் கிடந்த முத்திரை மோதிரத்தை எடுத்து முத்திரை வைத்துக் கரைகாணா கடலில் வீசி எறிந்தது போல் அரபிக் கடலில் வீசி எறிவதற்காக கூஸைத் தோல் பெட்டிக்குள் திணித்துக்கொண்டு எழும்பினார் பாவா.

"இனி அந்தக் கள்ள ஷைத்தானுடைய உபத்திரவம் தெருவுக்குள் இருக்கவே இருக்காது. மூழ்கடித்த அரபிக்கடலுக்குள்ளிருந்து வெளிவரவே மாட்டான்," என்று உறுதி கொடுத்து ராவுத்தர் முதலாளியின் மனசைக் குளிர்வித்தார். கண்மூடித் திறக்கும்முன் எழும்பி நின்ற பாவாவையும் தோல் பெட்டியையும் காணவேயில்லை. கடல் திசையிலிருந்து சுகந்த மாருதம் ஒன்று வீசியது. ஏதும் புரியாமல் மக்கள் அதிர்ந்துபோய் நின்றனர். அந்துறோத்து தீவிலுள்ள பாவா சுகந்த மாருதனில் கரைந்து விட்டார் போலும். பாவா போனதும் மக்கள் நிம்மதி மூச்சு விட்டனர்.

செய்பக்கா மருமகன் தொல்லை இனி தெருவில் இருக்கவே இருக்காது.

---

1. கூஸ் – கூஜா

20

வலிய தம்பி மரைக்காயர் அப்பா தர்கா சந்தனக் குடம் முடிந்தது. சந்தனக் குடம் முடிந்ததும் அல்லாபிச்சை யானை அங்கிருந்து புறப்பட்டது. ஊர் ஊராய்ச் சென்று காணிக்கைக் காய் பிரித்துக்கொண்டு வழியில் கண்ட தெங்கிலிருந்து ஓலையை வெட்டி தீனி போட்டுக்கொண்டும் யானை ஓடைக்கரைத் தெருவுக்குக் கொண்டு வரப்பட்டது. வலிய தம்பி மரைக்காயர் அப்பா தர்காவிலிருந்து வந்திருக்கும் அல்லா பிச்சையைப் பார்த்ததும் மக்களுக்கும் கந்தூரிக்குப் போக முடியாதவர்களுக்கும் பெரும் குதூகலிப்பு. யானையைக் கண்டதும் மக்கள் தூக்கிக் கட்டியிருந்த கக்குமடியை அவிழ்த்துவிட்டும் பெண்கள் தலையில் துணி எடுத்துப் போட்டு முக்காடிட்டும் யானைக்குச் சங்கை செய்தார்கள்.

அல்லாபிச்சை மீது ஒருவர் உட்கார்ந்திருக்க பச்சை ஜிப்பா சட்டையும் சிகப்புத் தலைப்பாவும் கட்டிய பாகன் அசன் பாட்ஷா யானையை வீடுவீடாக நடத்திக் கொண்டு வந்தார். தும்பிக்கையைத் தூக்கி ஆசிர்வாதம் செய்த யானைக்குத் தெருமக்கள் அவர்களால் இயன்ற காணிக்கைக் கொடுத்தார்கள். சிலர் தாம்பாளத்தில் தேங்காயும் சந்தன திரியும் பற்றவைத்து யானைக்குக் கொடுப்பதற்குப் பாகனிடம் கொடுத்தார்கள். சிலர் பிள்ளைகளை யானை மீது ஏற்றி இறக்கித் திருட்டி கழித்தனர். சில குழந்தைகளைச் சீர்தட்டாமலிருக்க பாகன் தன் கையில் வாங்கி யானையின் அடிவயிற்றுக்கு கீழ் மறி கடத்தி குழந்தைகளைப் பெற்றோரிடம் ஒப்படைத்துக் காணிக்கை பெற்றுக்கொண்டார்.

“வெண்ணிக்கையுள்ள வலிய மரைக்காரப்பா தர்கா விடத்திலிருந்து வந்த அல்லாபிச்சை

யானையம்மா காணிக்கை போடுங்கம்மா," என்று வழி நீளக் குரல் கொடுத்து முட்டிக் குலுக்கி நடந்தனர் பாகனுடைய கையாட்கள்.

யானைக்குப் பின்னால் சிறுவர்களுடைய ஊர்வலம். சிறுவர்களைக் கட்டுப்படுத்திக்கொண்டு கையில் சிறு கம்புடன் சந்தூக் மைதீனும் யானைக்குப் பின்னால் நடந்தான். பொட்டல்புதூர் யானை வந்தாலும் கூட்டாலுமூட்டுக் கோவில் யானை வந்தாலும் பிள்ளைகளைக் கட்டுப்படுத்த கையில் கம்புடன் சந்தூக் மைதீனும் வருவான். எம் பெத்தாப்பா தர்காவிலுள்ள யானை! எங்க அல்லாபிச்சை யானை தர்காவை வலம் வந்து சந்தனக் குடம் முடித்துக்கொண்டு வந்திருக்கும் அல்லாபிச்சை! ஏழு இரவுகள். பகல்கள்!

திருவாங்கூர் மகாராஜா, அப்பா பள்ளிவாசலுக்கு இனாமாகக் கொடுத்த குட்டியானை. வளந்து வளந்து பல வருடங்களாக நடைபெறும் சந்தனக் குடங்களுக்குச் சாட்சியான ஆனை. எத்தனையோ சந்தனக் குடங்களையும் கோவில் உற்சவங்களையும் கண்ட அல்லாபிச்சை ஆனை.

ஓடைக்கரைத் தெருக்கள் மூன்றையும் வலம் வந்துவிட்டுப் பள்ளித் தெருவுக்குள் நுழைந்தது. பள்ளித் தெருவில் யானைக்கு ஊராப்பட்ட வரவேற்பு. ராவுத்தர் பள்ளி நிர்வாகம் சார்பாக மாலை போட்டு வரவேற்றார் ஊர்த் தலைவர். பள்ளி வளவுக்குள் நின்றிருந்த தென்னை மரத்தில் எப்போதும் போல் யானையைக் கட்டிப் போடும் நேரம் யானை திடீரென பிளிறியது. அதன் பிளிறல் சத்தத்தில் சிறு மாறுதல் தெரிந்ததும் பாகன் யானையை விட்டு அகலவே இல்லை.

அசன் பாட்ஷாவுக்குப் பிளிறலில் சந்தேகம். யானையின் மீதிருந்தவன் கீழிறங்கக் காலை எப்போதுமில்லாமல் மெதுவாக உயர்த்திக் கொடுத்தது. இதைக் கவனித்த பாகனின் முகம் சோர்ந்துவிட்டது. சீடனை அழைத்துக் கால் சங்கிலிக் கட்டை அவிழ்க்கச் சொன்னார்.

யானையின் கால் சங்கிலிக் கட்டை அவிழ்த்ததைக் கண்ட பள்ளித்தெரு மக்கள் முறையிட்டனர். யானையை வேறு இடத்திற்குக் கொண்டு போகப் போகிறார்களோ?

"என்ன பாட்ஷா பாய் ஆனையைக் கொண்டு போறீருமா?"

"ஆமாம், முதலாளி."

"ரண்டு நாள் இஞ்சே நிக்கட்டு. பள்ளித்தெருக் காரங்க. அப்பா தர்கா ஆனைக்கு நேச்சை குடுக்க வேண்டாமா?"

யானையின் பெயரை பாட்ஷா சொல்ல மாட்டார். குருத்தக் கேடு.

"பாவாவுக்கு உடம்புக்கு சரியில்லை போல் தெரியுது வாப்பா. நேரம் காலம் பெரிய மரைக்கார் அப்பா தர்காவுக்கு பாவாவைக் கொண்டுபோய் சிகிச்சை செய்யட்டு."

பள்ளித் தெரு மக்கள் ஒன்று கூடித் தடுத்தனர்.

"போவண்டாம் பாவா. ரண்டு நாள் பர்க்கத்துக்கு[1] எங்க பள்ளித் தெருவில் நிக்கட்டும். நாங்க குடுக்குத காணிக்கையை வாண்டிட்டு போட்டு. எங்க மக்க குட்டிகளும் பொம்பளைகளும் பாக்கண்டாமா."

மக்களின் விலக்கை மீறி அசன் பாட்ஷா அல்லாபிச்சையை நடத்தினார். ஓடைக்கரைத் தெரு மூன்றையும் தாண்டி, வந்த வழியே நடத்திக்கொண்டு போனார். அல்லாபிச்சையின் நடை தளர்ந்திருந்தது. பழைய கம்பீரம் காணப்படவேயில்லையென்பது ஆனை நடக்கையில் தெரிந்தது. சோர்ந்து தளர்ந்தபடி அசைந்து அசைந்து மெல்ல அடிதூக்கி வைத்ததைப் பார்த்ததும் அசன் பாட்ஷாவின் முகம் குறாவி வாடிவிட்டது. தன் வாழ்நாள் கடந்துபோவதே பாவாவின் கருணைப் பார்வையால். வலிய மரைக்காரப்பா கொடுத்த கருணைப் பார்வை!

திருவாங்கூர் அரண்மனையில் இளைய தம்புரானுக்குத் திடீரென ஒரு வலிப்பு நோய். ஊராப்பட்ட வைத்தியர்களெல்லாம் அரண்மனைக்குச் சென்று சிகிச்சை செய்தனர். அரண்மனை வளைவுக்குள் லேகியம் கிண்டும் வாசம் அரண்மனையின் சுற்று வட்டாரங்களில் தெரிந்தது. இருந்தும் நோய்க்குக் குணம் கிடைக்கவில்லை. திடீர்திடீரென்று வலிப்பு நோய் வந்து நினைவு கெட்டு தம்புரான் தரையில் விழுந்து கிடப்பார், அடுத்துப் பட்டத்துக்கு வரவேண்டியவர். இளைய தம்புரானுக்கு இப்படி ஒரு பொல்லாத நோய் வந்ததில் கொட்டாரத்தில் அனைவருக்கும் பெரும் கவலை.

வந்த வைத்தியர்களுக்கு நோய்க் காரணம் என்னவென்று புரியாமல் கையைப் பிசைந்துகொண்டு நின்றனர். மகாராஜாவுக்கு ராப்பகலா ஒரே கவலை. பட்டத்துக்கு வரவேண்டிய சேஷகாரன்[2] தனக்குப் பின் சிம்மாசனத்தில் உட்கார்ந்து நாடாள வேண்டியவன்.

கவலை வாட்டிய மனத்துடன் மகாராஜா திருமனசு. பள்ளியறைக்குச் சென்றார். மருமகனைப் பற்றிய சிந்தனையில்

---

1. பர்க்கத் – நன்மை
2. சேஷகாரன் – மருமகன்

உருண்டு புரண்டார்; உறங்க முயன்றார். உறக்கம் கிட்ட அணுகவில்லை. உருண்டும் புரண்டும் உறங்க முயற்சி செய்வதற்கிடையில் லேசாகக் கண் அயர்ந்த நேரம் அவர் கனவில் தலையில்லா ஒரு மனிதன் தோன்றியதைக் கண்டு பயந்து நடுங்கி விழித்தார். விழிப்பிலும் அந்த மனிதன் கண்முன்னால்!

“உன் பட்டத்துச் சேஷகாரன் பறங்கிகளுக்கு உதவி செய்யும் எண்ணமுடையவன்” என்று சொல்லி முடிக்கவில்லை. சிகப்பு உறுமால் கட்டிய தலை அவர் கழுத்தில் வந்து ஓட்டியது. கையில் கண்ணைக் கூச வைக்கும் பளபளப்பான வாள் கண்டு அதிர்ந்து நின்றார் மகாராஜா!

“என் இடத்திற்கு வந்து பறங்கிகளுக்கு ஒரு நாளும் உதவி செய்ய மாட்டேன் என்று சேஷகாரனிடத்தில் சத்தியம் செய்ய சொல்லுங்கள் திருமேனி!”

அம்மாவனு[1]டைய உத்தரவுப்படி இளைய தம்புரான் பரிவாரங்களோடு கள்ளிக்காட்டுக்குச் சென்று வலிய மரைக்காயர் அப்பா தர்காவில் வந்து சாங்கிடயாய்க் கிடந்து சத்தியம் செய்தார். “வாழ்நாள் உள்ளவரை திருவாங்கூரில் பறங்கிகளுக்குக் கால்குத்த ஒரு அடி இடம் கூடக் கொடுக்க மாட்டேன். இது சத்தியம்! சத்தியம்! சத்தியம்! . . .”

‘சரி போ!’ கபுருக்குள்ளிருந்து வந்த சத்தம் கேட்டதும் திரும்பிக் கொட்டாரத்தை அடைந்தவுடன் வலிப்பு நோய் பற பறந்தது.

வலிய தம்பி மரைக்காயரப்பா தர்காவுக்கு ஒரு கொம்பன் ஆனைக் குட்டியை நேர்ச்சையாக தம்புரான் அனுப்பிவைத்தார். தர்காவை விஸ்தரிப்பு செய்வதற்கு இடமும் தீறு எழுதிக் கொடுத்தார். தர்காவைச் சுற்றி உடங்காடாய் கிடந்த இடத்தை வெட்ட வெளியாக்கி விரிவுபடுத்தப்பட்டது.

யானைக் குட்டிக்கு தர்கா முற்றத்தில் வைத்து பாங்கு சொல்லி அல்லாபிச்சை என்று முஸ்லிம் பெயர் சூட்டப்பட்டது. வலிய தம்பி மரைக்கார் அப்பா கந்தூரிக்கு ஒருவாரத்திற்கு முன் அரண்மனையிலிருந்து நூறு மூட்டை நெல்லும் 101 தேங்காயும் 5 மூட்டை கோட்டயம் சர்க்கரையும் யானைக் குட்டிக்கு உணவிற்காக வந்து இறங்கும். யானையைப் பராமரிப்பதற்காக பாகனுக்கு நூறு சக்கரம் ஊதியம் வரும். இன்றளவும் எந்த முடக்கமும் இல்லாமல் வந்துகொண்டிருக்கிறது. வலிய தம்பி மரைக்காயர் அப்பா தர்காவுக்கு ராஜ குடும்பத்திலிருந்து செய்யும் மரியாதை.

1 அம்மாவன் – மாமன்

திருவாங்கூர் ஆளுகைக்கு உட்பட்ட தர்மபத்தன் துறைமுகத்திலிருந்து சுக்கு, மிளகு, ஏலம் முதலிய நறுமணப் பொருட்களை வெளிநாடுகளுக்கு ஏற்றிச் செல்வதற்கு விதித்த வரியைப் பறங்கிகளுக்கு கொடுக்காமல் போர் செய்துகொண்டிருந்தனர் உள்ளூர் மரைக்காயர்கள்.

பறங்கிப்படைத் தலைவர்கள் இளைய தம்புரானைச் சந்தித்து முறையிட்டனர். பறங்கிகளுக்கு அனுகூலமாக, உள்ளூர் மரைக்காயர்களில் பெரிய வணிகர்களை அழைத்துப் பறங்கிகளோடு சண்டை வேண்டாம், அவர்களால் நமக்குத் தொல்லை ஏற்படாதென்று பேசிய இடத்திலேயே தம்புரானுக்குத் திடீரென வலிப்பு நோய் வந்து தரையில் விழுந்து துடித்தார். மரைக்கார் பிரதிநிதிகள் தாங்கிக்கொண்டு கொட்டாரத்திற்குள் படுக்க வைத்தனர். அன்று முதற்கொண்டு திடீர்திடீரென்று வலிப்பு நோய் வந்துகொண்டேயிருந்தது.

நோய் சிகிச்சைக்காக கொட்டாரத்தில் வந்த வயது முதிர்ந்த வைத்தியர் ஒருவர் நோயாளியைப் பரிசோதனை செய்துவிட்டுக் கொஞ்ச நேரம் எதுவும் பேசாமல் மௌனமாக உட்கார்ந்தார். இவருடைய மௌனத்தைக் கண்டு பெரிய தம்புரான், "என்ன வைத்தியரே?" என்று கேட்டார்.

"நரம்புத் தளர்ச்சி ஒன்றுமில்லை. சொல்லும்படியான நோயுமில்லை. ஒரு சாபத்தால் வந்த நோய். சாப மோச்சம் வேண்டுமானால் கள்ளிக்காட்டு தர்காவுக்கு சென்று மன்னிப்பு கேட்டு வாருங்கள்," என்று வைத்தியர் சொன்ன இரவு நேரம்தான் மகாராஜா கனவு கண்டு நடுங்கியது.

கிழக்குக் கடலோரங்களில் பறங்கிகளுடைய அட்டகாசத்தால் உள்ளூர் மரைக்காயர்களுக்குக் கடல் வாணிபம் செய்ய முடியாத நிலை ஏற்பட்டபோது அந்நிய சக்திகளான பறங்கிகளோடு போரிட்டுத் தாய் மண்ணிலிருந்து துரத்தியடிக்கக் களம் இறங்கிய மரைக்காயர்களைக் கொலை செய்தனர் பறங்கிகள். அவர்களை எதிர்த்துப் போரிட்ட மரைக்காயர் தலைவர் வலிய தம்பி மரைக்காயருடைய வீரவரலாற்றைப் பற்றிக் கேள்விபட்டு மகாராஜாவுக்கு மயிர்சிலிர்ப்பு உண்டானது. அந்த வீர மகான்தானோ தனக்கு முன்னால் தோற்றமளித்தது. அவருடைய கையிலிருந்த வீரவாள் கண்களைக் கூச வைத்தது.

அசன் பாட்ஷா யானையை நடத்தி மரைக்கான் தெருவைக் கடந்து ஊருக்கு வெளியே செல்லும் வரை வழி அனுப்ப மரைக்கான் தெரு மக்கள் திரண்டிருந்தனர். அவரைக் கட்டுப் படுத்த கையில் கம்புடன் சந்தூக் மைதீன் கூட்டத்தோடு

சேர்ந்து நடந்தான். சில முதியோர்கள் தெருவிலிருந்து போகும் அல்லாபிச்சைக்கு சலாம் சொன்னார்கள்.

'அஸ்ஸலாமு அலைக்கும்.' வழக்கப்படியான சலாம் சொல்லல். யானை தள்ளாடித் தள்ளாடி நடப்பது கண்டு அசன் பாட்ஷா கண்ணில் நீர் உருண்டது. தன்னுடைய வாழ்க்கை ஆதாரமே பாவாதான்! வாப்பா, 'பாவா' என்று பேர் சொல்லிக் கூப்பிட்டது அதைக் கேட்டுதான் தானும் பாவா என்று கூப்பிட்டது.

பாவாவின் அசைவு மொழி அசன் பாட்ஷாவுக்கு நன்கு தெரியும். அசன் பாட்ஷா எழுப்பும் குரலின் அர்த்தம் பாவாவுக்கும் புரியும். பாவாவுடைய நடையில் அசன் பாட்ஷா நம்பிக்கை இழந்தவராக சோகத்தோடு அல்லாபிச்சையைப் பின்தொடர்ந்தார். அல்லாபிச்சையைத் தடவித்தடவிக் கொடுத்துக்கொண்டே இருந்தார். அதன் உடம்பில் வந்து உட்காரும் ஈயை வாலாட்டி அது விரட்டு முன் பாட்ஷா தன்னுடைய மேல்துண்டால் தட்டி ஓட்டிக்கொண்டிருந்தார்.

அல்லாபிச்சை, யானையின் செவிப் பக்கம் நின்று நிரம்பிய கண்ணீரைத் துடைத்துக்கொண்டு அழுகை முட்டிய குரலோடு கேட்டார். "பாவா ஒங்களுக்கு என்ன செய்யுது? என்னை தவிக்க உடுவேளோ பாவா?"

அல்லாபிச்சை தும்பிக்கையைத் தூக்கவோ அசைக்கவோ செய்யவில்லை. அதன் உட்பொருள் அசன் பாட்ஷாவுக்குப் புரிந்துவிட்டது போல் மடமடாவென்று கண்ணீர் கொட்டியதை மேல் துண்டால் துடைத்துக்கொண்டு அல்லா பிச்சையை நடத்தினார். அல்லாபிச்சை யானையைத் தூக்கித் தோளில் வைத்துக்கொண்டு நடப்பதற்குண்டான ஆவதை அல்லா தரவில்லையே என்ற கவலை அசன் பாட்ஷாவுக்கு. அல்லாபிச்சை வேகமாக நடப்பதற்குக் கம்பால் அதன் பின்பக்கம் குத்தி வேகப்படுத்தவில்லை. அது பாட்டுக்கு நடக்கட்டுமென்ற போதுமையோடு பாட்ஷா அதுக்கொப்ப மெதுவாக நடந்தார். அவருடைய நடையும் தளர்ந்திருந்தது.

வழியில் ஆங்காங்கே தங்கி ஓய்வெடுத்துக்கொண்டு மூன்றாவது நாள் காலையில் பெரியதம்பி மரைக்காரப்பா தர்காவிற்குக் கள்ளிகாட்டுக்குச் சென்றதும் தர்காவிற்குள்ளே நுழைந்த அல்லாபிச்சை வலிய மரைக்காரப்பா கபுருக்கு நேராக நின்று தும்பிக்கையை உயர்த்தி மெல்லப் பிளிறியது. கடைசி விடைபெறுவதாக இருக்கலாம். மெல்ல மிக மெல்ல அடிதூக்கி வைத்த அல்லாபிச்சை தானாக கொட்டிலுக்கு நடந்தது. மீண்டும்

கபுருக்கு நேராக திரும்பித் தும்பிக்கையை உயர்த்திக் கொடுத்த குரல் பிளிறிலாக இல்லாமல் மிக சாதாரணமாக சோர்ந்த குரலாகவே இருந்தது.

அந்தக் குரல் வழியாக அதன் இறுதி மூச்சு வெளியேறியது.

அசன் பாட்ஷாவின் பாவா தரையில் சரிந்தது. அசன் பாட்ஷா அதன் அருகில் உட்கார்ந்து தடவித்தடவி அழுது கொண்டிருந்தார்.

"என்னை உட்டுட்டு போயிட்டீளே பாவா."

வலியதம்பி மரைக்காரப்பா தர்காவிலுள்ள அல்லாபிச்சை சரிந்த செய்தி ஊர் ஊராகப் பரவியது. ஓடைக்கரைத் தெரு மக்கள் அழுது புலம்பினர், நட்டி முதல் குட்டி வரை. கள்ளிக்காட்டுக்கு ஆற்று வெள்ளம் போல் ஒழுகினர். ஏழூர் ஜனங்கள் கூடி உயிரற்றுச் சடலமாகக் கிடக்கும் அல்லாபிச்சைக்காக யாசின் ஓதி துஆ செய்தனர் – "யா அல்லாஹ், எங்க அல்லாபிச்சை பாவாக்கு சொர்க்கத்தை குடு!"

அல்லாபிச்சை 'மவுத்[1]தாகி' மூன்று நாட்களாகியும் புதைப்பதற்கான இடம் முடிவு செய்யப்படவில்லை. சிலர் பள்ளிக் காம்பௌண்ட்டுக்குள் என்றும் வேறு சிலர் புறம்போக்கில் புதைக்க வேண்டுமென்றும் வாத பிரதிவாதம் செய்தனர். இந்நேரம் "சவம் பூத்தண்டாமா?" திரளுக்குள்ளிருந்து ஒரு குரல் உயர்ந்து கேட்டது.

"முஸ்லிம் மய்யத்தை எவன்டா சவம்முன்னு சொன்னது," கோப ஆவேசத்தோடு பல குரல்கள் உயர்ந்தன. சந்தனத் திரி பற்றவைத்துக் காற்றில் மரண மணம் பரப்பி அல்லாபிச்சையைச் சுற்றி நின்று யாசின் ஓதியவர்களுக்கிடையில் சிலர் கேட்டனர். கூட்டத்தில் சலசலப்பு.

ஓதி படிச்ச மௌலவிமார்களுடைய கருத்துப்படி அல்லாபிச்சை மிருகமானாலும் முஸ்லிம்தான். ஒரு முஸ்லிம் மய்யத்தை எப்படி அடக்கம் செய்வோமோ அப்படியே நல்லடக்கம் செய்யணும். அதுதான் அல்லாவுக்குப் பொருத்தம். வருசக்கணக்கில் அப்பா தர்காவில் அப்பாவுக்கு சேவை செய்தாங்கோ.

பல ஊர்ப் பிரமுகர்களும் ஓதிப்படிச்ச மௌலவிமார்களும் சொன்ன கருத்துப்படி பள்ளிவாசல் மய்யவாடியில் நல்லடக்கம் செய்யத் தீர்மானிக்கப்பட்டது.

---

1. மவுத் – இறப்பு

கபர்?

கபர் குழி வெட்டுவதற்கு மம்மாட்டிக்காரர்களைச் சட்டம் கெட்டிப் பெரும் குழி ஒன்று தோண்டபட்டது. ஒரு மனித சடலத்தைக் குளிப்பாட்டுவது போல் குளிப்பாட்ட முடியாததால் ஒரு மௌலவி தன்னுடைய இஸ்லாமிய அறிவை வெளிப்படுத்தினார்.

“ஷஹாதத்து கலிமா ஓதி மய்யத்தின் மீது தண்ணி தொளிச்சா போதும்.”

அவர் சொன்னது காதில் விழுந்ததும் அசன் பாட்ஷா உடனே எழும்பினார்.

“எம் பாவாவுக்கு நானே கடைசித் தண்ணி தொளிச்சுக் குளிப்பாட்டுவேன்.”

‘கஃபன்’ பொதியண்டாம். மேலே 18 முழம் புதுத் துணி போட்டா போதும். இதைக் கேட்டதும் முத்தையா செட்டியார் ஜவுளிக்கடை முதலாளி 18 முழம் வெள்ளை சீட்டித் துணி கிழித்துக்கொண்டு இரு கை நீட்டி பக்தியோடு கொடுத்தார், “அல்லாபிச்சை பாவாவுக்கு என் கணக்காக.” தர்கா வாசலில் நறுமணப் பொருட்களும் கேசட்டும் இசுலாமியச் சொற்பொழிவு கேசட்டுகளும் விற்பனை செய்யும் அக்பர் அலி சாகிப் ஒரு பாட்டில் அத்தரை உடைச்சு மய்யத்தின் மீது போட்ட துணி மீது ஊற்றினார். இது என் கணக்காக. சிலர் பற்றவைத்த சந்தனத் திரிக் கூடுகள் கொண்டு குவித்தனர். தர்கா தூத்தள்ளும் லாரன்ஸ் தன்னுடைய கணக்காக புகைக்க குமிஞ்சான்.

மய்யத் அடக்கம் செய்வதற்கான பொருட்கள் அவரவராகவே கொண்டு குவித்தனர்.

அடக்கம் செய்வதற்குண்டான பரபரப்பு.

பத்து இருவது தடியன் ஆட்கள் தலையில் தொப்பி போட்டு குத்து வார் கட்டி ஸஹாதத்து கலிமா சொல்லி மய்யத்தைத் தூக்கி கபுரில் வைத்து மண் போட முயன்றனர். ஒரு இன்ச் கூட கிடந்த இடத்திலிருந்து தூக்கி உயர்த்த முடியவில்லை.

மீண்டும் மீண்டும் முயன்றனர்.

ஆள்மாறி ஆள்மாறித் தூக்கி உயர்த்த முயன்றனர். முடியாமல் பின்வாங்கினார்கள்.

முடியாதப்பா என்ன கனம்!

கம்பா கட்டி இழுப்போம் என்று சிலரது ஆலோசனை.

"வேண்டாம். மூணு நாளான மய்யத்து. அழுகியிருக்கும், சதை பிஞ்சி போகும். மய்யத்தை நோக வைக்கக் கூடாது நம்ம சட்டம்."

திடீரென பட்டாளத்திலிருந்து யானை மவுத்தான துட்டி கேக்க வந்த ஒருவருக்கு ஒரு யோசனை போனது.

"எக்கு ஒரு ரோசனை, நம்மால தூக்கி அடக்கம் செய்ய முடியாதப்பா. பட்டணத்துல ஜே.ஸி.பி. எந்திரம் உண்டு. கொண்டு வாருங்கோ. அது ஒரு செகண்டில் தூக்கி குழியில் போட்டு மூடும். பட்டாளக்காரர் சொன்னது கேட்டு நின்றவர்களுக்குச் சினத்தைத் தட்டி எழுப்பியது.

"எவண்டா, மயிராண்டி குழியின்னு சொன்னது. கபருனு சொல்லு."

'தௌபா! தௌபா! கபர்! கபர்! பட்டாளக்காரர் மன்னிப்பு கேட்டார்.

பத்தாயிரம் நானா ஜாதி ஜனங்கள் கூடி நிற்கையில் மிகபெரியதொரு உருவம் கடாபிடாவென்று பூமியை குலுக்கியபடி பெரும் ஓசையுடன் வந்தது. ஆகாசம் வெடித்துச் சிதறும் ஓசையுடன்!

அது நீட்டிய கையால் யானை சடலத்தைக் கோரி எடுத்து கண் இமைக்கும் நேரத்தில் புதைகுழியில் போட்டு மண் போட்டு மூடியது.

சோக மேகம் சூழ்ந்த முகத்துடன் கூடி நின்றிருந்த ஜனங்கள் கையில் மூணுபிடி மண் அள்ளி கலிமா சொல்லி கபரில் போட்டார்கள். அசன் பாட்ஷா புதைகுழி அருகில் உட்கார்ந்து எக்க பாவா எக்க பாவாவென்று சொல்லி அழுது வடித்தார். அல்லாபிச்சை யானையின் சடலம் மூடிய மண் குவியலில் சந்தன திரி பற்றவைத்துக் கூடி நின்று யாசின் ஓதினார்கள், மக்கள்.

வலிய மரைக்காரப்பா தர்காவிலிருந்து சற்று விலகி நாட்டப்பட்டிருந்த போர்டில் எழுதிய வாசகத்தை தர்காவிற்கு வந்த ஜனங்கள் வாசித்தனர்.

"மஹான் அல்லாபிச்சை அவுலியா தர்கா!"

21

மரைக்கான் தெருவைச் சுற்றி வந்த யானையின் பின்னால் வேலை கிடைக்காமல் நடந்துவந்த சந்தூக் மைதீனை எதிர்பாராமல் பார்த்த கணக்கப் பிள்ளை மஸ்தான், "தம்பி மைதீன், தம்பி மைதீன்," என்று அவர் கூப்பிட்டது யானையின் பின்னால் ஊர்வலமாகப் போன பிள்ளைகளின் கூக்குரலில் அவன் செவியில் விழவில்லை. திரும்பிப் பார்க்காமல் விசில் அடித்து நடந்த அவன் பின்னால் ஓடிச்சென்று அவன் தோளைத் தொட்டதும் திரும்பி அவன் கணக்கப்பிள்ளை மஸ்தானைக் கண்டவுடன் தூக்கிக் கக்குமடி கட்டியிருந்த வேட்டியை அவிழ்த்துப் போட்டுவிட்டு உதட்டிலிருந்த பீடியைத் தூரே எறிந்து சங்கையோடு கேட்டான்.

"என்னண்ணே?"

"ஒன்னையே தேடி நடக்கேன். எத்தனை மைதீனப்பா ஒங்க தெருவுல. மைதீனுன்னு சொன்னா தெரியாதா?"

"மொட்டையா சொன்னா தெரியாதண்ணே. சந்தூக் மைதீனுன்னோ மய்யத் மைதீனுன்னோ சொன்னாதான் தெரியும். இஞ்செ உள்ள விளங்காத பயக்களுக்கு."

மய்யத் மைதீனுன்னு அவன் பெயரைக் கேட்டதும் குபீரென வந்த சிரிப்பை அடக்கி கொண்டார். விசித்திரமான பெயர்!

"என்ன விஷயம் சொல்லுங்கோ."

"சேட்டுக் கடையில ஒரு மெத்தை வாண்டி வச்சிருக்கேன். ஒன் வண்டியில எடுத்து என் சம்பந்த குடியில எம்மகளுக்கு கொண்டு குடு."

"நான் போய்க் கேட்டா சேட்டு தருவானா?"

"மெத்தை வாங்கின பில்லு இன்னா. இதை காட்டினா தருவான்."

"நான் எடுத்துக்கொண்டு குடுக்கேன்,"

பில்லை வாங்கிச் சட்டை உள் ஜேப்பிலிருந்து வெளியே எடுத்த கிழிந்த பர்சுக்குள் வைத்துக்கொண்டான்.

"நான் எடுத்துக்கொண்டு குடுக்கேன். நீங்க போங்கோ."

"பில்லை களஞ்சி போடாதப்பா" எச்சரித்தார்.

"இல்லண்ணே களையமாட்டேன்."

சோர்ந்தயந்து நடந்து சென்ற யானைக்குச் சுறுசுறுப்பூட்டுவதற்காக விசில் அடித்துக்கொண்டு யானையின் பின்னால் நடந்தான். வழி நெடுவிலும் பள்ளிவாசலிலிருந்து வரும் அல்லாபிச்சை யானையைக் கண்டு பெண்கள் தலையில் முட்டாக்கு போட்டுக்கொண்டு யானைக்குக் காசும் நேர்ச்சையும் கொடுத்தார்கள். யானையின் பின்னால் திரண்டு கூப்பாடு போட்டுக்கொண்டிருந்த சிறுவர்களைக் கட்டுப்படுத்த கம்பைக் காட்டி ஓடுங்களா சீக்குட்டிகளே என்று விரட்டும் சத்தத்தோடு அவன் வாயிலிருந்து பீடிப் புகை குப்பென்று வெளியேறியது. அல்லாப்பிச்சை யானை தெருவில் வருவதைக் கொண்டாடுவதற்கு மரைக்கான் தெருவின் வானத்தின்மேலே பிரான்டி நெடி கட்டிநின்றது.

அல்லாபிச்சை யானை மரைக்கான் தெருமுனை திரும்பிச் சென்றதும் சிறுவர்கள் சிதறி ஓடினர். மைதீனுக்குக் கணக்குப் பிள்ளை கொடுத்திருந்த மெத்தை பில் நினைவிற்கு வந்தது. ஊரில் மய்யம் விழாததால் ஒதுக்குப்புறமாக நிப்பாட்டியிருந்த கைவண்டியை இழுத்துக்கொண்டு சேட் கடைக்குச் சென்றான்.

இரண்டு ரப்பர் தலையணையை நடுப்பக்கம் வைத்து மெத்தையைப் புதுவண்ணக் காகிதத்தால் சுருட்டிக் கட்டி கடைக்காரன் கொடுத்ததைப் பதனமாகத் தூக்கி வண்டியில் வைத்து இழுத்தான். வழியில் கண்ட டாஸ்மாக் கடையோடு சேர்ந்துள்ள பாரில் ஏறி ஒரு கட்டிங் போட்டுக் கொஞ்சம் போதையை ஏற்றியபோது எப்போதும் கல்யாணப் பரிசிலுள்ள ஒரு பாடல் உதட்டு முனையில் கால் இடறி நடனமாடியது.

திருமணத்திற்கு முன் பள்ளித் தெரு உஸ்தாதுடைய மகள் ஜமீலாமீது காதல் கொண்டு பாடிய பாட்டு, "கண்ணும் கண்ணும் பேசியதும் உன்னாலன்றோ!" அவளைப் பெண்கேட்டு உம்மா போனபோது, "மரைக்கான் தெருக்காரங்களுக்கு எங்க பிள்ளையைக் கொடுக்கமாட்டோம். வந்த வழியைப் பார்த்து போங்கோ," என்று சொல்லி மறுத்துவிட்டார். திருமணமாகி ரண்டு மூணு குழந்தைகளுக்கு அவள் தாயானபோதும் அவன் அவளுக்காக வேண்டி அன்று பாடித் திரிந்த பாடலை இன்றும் மறக்கவில்லை.

மரைக்கான் தெரு மக்கள் உங்களுக்கு எளக்காரமா? கழிவா?

ஒரு நேரத்தில் தாய் மண்ணுக்காகவும் பெண்களின் மானத்துக்காகவும் உயிரைக் கொடுத்துப் போராடிய மரைக்காயர்கள் ஓங்களுக்கு இன்று தீண்டத்தகாதவர்களாக ஆகிவிட்டார்களா?

ஜமீலாவின் நினைவு வரும்போதெல்லாம் அவனுடைய அடிமனத்திலிருந்து பொங்கிவரும் கேள்வி.

சந்தூக் மைதீன் சேட் கடையிலிருந்து மெத்தையைத் தூக்கிவைத்து வண்டியை இழுத்துக்கொண்டு சின்னமரைக்காயர் லெப்பைத் தெருவுக்குள் நுழைந்தான். சின்னமரைக்காயர் லெப்பைத் தெருவிலிருந்து. 'சின்னமரைக்காயர் சந்து' பெயர் மறைந்து பிரியும் பக்கீரும்மா சந்துக்கு திரும்பினான். அங்கேதான் கணக்கப்பிள்ளை மஸ்தானுடைய சம்பந்தக்குடி பக்கீரும்மா வீடு. மஸ்தான் மகள் அந்த வீட்டில்தான் வாக்கப்பட்டிருக்கிறாள்.

பக்கீரும்மா சண்டை போட்டுத் தெருவை அமளி துமளியாக்கிக் கொண்டிருந்தாள். சேலையைத் தூக்கி இடுப்பில் சொருவிக்கொண்டு தெருவின் விலாஎலும்புகள் நொறுங்கும்படி யாரையோ பார்த்து வாயுவில் கைச் சுட்டி எச்சரிக்கை செய்துகொண்டிருக்கும் நேரம் மைதீன் வண்டியில் மெத்தை கொண்டு வருவதை அவள் பார்த்தாள். பார்த்ததும் அவள் சண்டைக் குரல் ஓய்ந்தது.

இனி அங்கு நடந்ததை பற்றி மைதீனே சொல்லட்டும் – வாக்குமூலம்!

"நான் வண்டியும் கொண்டு தெருவுக்குள் கால் சவுட்டின உடனே தடம் பிரேக் போட்ட மாதிரி பக்கீரும்மா சண்டையை நிப்பாட்டிட்டு என்னை உற்றுப் பார்த்தாள்.

'மய்யத் மைதீனால?'

நான் பதிலே பேசல்ல. வண்டிய பிடிச்சுகிட்டு அப்படியே நின்னேன்.

‘வாயில புண்ணா ஏன் பேயாம நிக்கா?’

‘மெத்தை’

‘மெத்தை யாருக்குடா.’

‘ஓங்க வீட்டுக்கு.’

‘எடு கட்ட வாருயலே மோறயை கழுவி போடுவேன். எவன்பிலே உனக்க வண்டியில ஏத்தி உட்டான்? பொண்ணும் மாப்ளையும் ஒறங்குத மெத்தையை இந்த விளக்கங் கெட்ட வண்டியிலயா மனசாற கொண்டு கொடுக்க சொன்னான் அந்த கணக்கப் புல்லு மயிராண்டி.’

‘ஓங்க ஊட்டுல இறக்கி தரத்தான் கணக்கப் புள்ள காக்கா சொன்னாரு.’

‘அப்படியா சொன்னான். அவன் ஊட்டுல கொண்டு இறக்கி கொடுடா. அவனும் பெண்டாட்டியும் கெடந்து உண்டாக்கட்டும்.’

நான் அப்படியே ஸ்தம்பித்து நின்னேன். பொம்பள இப்படி பச்சையா பேசுவாளா?

‘என்னலே நிக்குதா. வண்டிய திருப்பிக் கொண்டு போவல்லன்னா இப்போ மெத்தையை எரிச்சு ஓன் வண்டியை வெட்டி அடுப்புல வைப்பேன். போடா விளக்கங் கெட்ட நாயே.’

நா உடுவேனா? நானும் சரியா கேட்டேன். அதிகம் கிணாட்டாதே பக்கிரும்மா. நீ புள்ள பெத்த கதை எனக்கு தெரியாமலா இருக்கும். ஏழு கடல் கடந்து வந்த மொஹசின் தங்ஙளுப்பா தர்காவுக்குப் போய்தானே புள்ள உண்டாக்கின. வெள்ள காசிம் லெப்பை எப்பேர்ப்பட்ட எம்டன்னு எனக்குத் தெரியும். தெரு நாறிப் போகும் வாயடக்கு என்று சொன்னதும் அடங்கிவிட்டாள். அங்கே நிக்குதினாலே பயனில்லேன்னு கண்டு வண்டியை இழுத்துக்கொண்டு சின்ன மரைக்காயர் தெருவை விட்டு வெளியேறி ரோட்டுக்கு வந்தேன். மெத்தையெ என்ன செய்யணும்னு ரோசனை செய்தேன். சரி, மஸ்தான் பாய்க்க ஊட்டுக்கே கொண்டுபோய் அங்கே இறக்குவோமுன்னு அங்கே போனா கதை கந்தலானமாதிரிதான். கதவு அடைச்சுக் கிடந்தது. உம்மா, உம்மான்னு தொண்டை கிழிய கத்தித் தட்டினேன். மஸ்தான்பாய் பெண்டாட்டி கதவு தொறந்ததும் என்னையும் என் வண்டியையும் மெத்தையையும் பாத்ததும் நடுங்கி படாரென கதவு அடைபட்டது.

வீட்டுக்குள்ளே பெரும் ரகளை கேட்டது.

'இந்த தவுப்பங்கார மனிசந்தானா இந்த லெட்சணம்கெட்ட மூதேவிக்க வண்டியிலெயா – அனுப்பி வச்சான். அவன் கொண்டு வந்த மெத்தையிலெயா மாப்ள பொண்டாடி கிடந்து ஒறங்குதது. தெருவுல நாலு மனிசங்காணாத வண்டியை திருப்பிக் கொண்டுபோடா. கண்டா என்ன சொல்லுவாங்க? இந்த வர்க்கத்து கெட்ட வண்டியில தூக்கி வந்த மெத்தை நமக்கு வேண்டாம்.'

உடனே வீட்டுக்குள்ளேயிருந்து ஒப்பாரிக் குரல் கேட்டதும் மஸ்தான் பாய் மொவ கதவைத் திறந்து வெளியே எட்டிப் பார்த்து எனக்கு நேராக காறி துப்பிட்டு, 'நிக்காதே கொண்டுபோய் உடப்புல போடு.'

எனக்கே வாப்பா எனக்கு செய்த நன்மையுன்னு கரஞ்சி விளிச்சிட்டு கதவைப் படாரென அடைச்சா. அந்தப் பக்கம் சிம்மம். இந்தப் பக்கம் புலி! என்ன செய்யணும்னு தெரியாம தவிச்சேன். அந்த நேரம் பாத்து சைக்கிளில் மஸ்தான் பாய் வந்திறங்கினார். என்ன பார்த்து கேட்டார்

'என்னப்பா மெத்தைய இறக்கல்ல?'

நானா இறக்கல்ல. பக்கீரும்மா தெருவுக்குப் போனா ஓங்க சம்பந்தக்காரி எடு கட்ட வாருவலேன்னு சீறி என் வண்டிய வெட்டி அடுப்புல வைப்பேன்னு சொல்லுதாங்கோ. இஞ்செ வந்தா ஓங்க மொவ எனக்க முகத்துக்கு நேர காறித் துப்பிட்டுக்கொண்டு உடப்புல போடுன்னு சொல்லுதாங்கோ நான் என்ன செய்யட்டு? என் வண்டி செய்த குத்தமா?"

மைதீனுடைய கேள்விக்கு முன்னால் பதில் முட்டி நின்றார் கணக்குப் பிள்ளை மஸ்தான்பாய்.

சந்தூக் ஏத்திக்கொண்டு போகிற வண்டி என்ற கவனம் முதலில் எனக்கில்லாமல் போச்சு. அந்த கவனம் இருந்தாலும் சந்தூக்கும் மய்யத்தும் ஏத்தி செல்வது எந்த வகையில் முழுத்த கேடு? அவன் செய்வது நன்மையான காரியம்தானே. அவனை மக்கள் சந்தூக் தூக்குவதால் கெட்ட சகுனமாக பார்க்கின்றனர். அவன் எதுக்கே வந்தா கூட பூனையோ நாயோ குறுக்கிட்ட மாதிரி எண்ணுகிறார்கள். சந்தூக் தூக்குவதால் அவனுடைய வண்டிக்கு ஊரில் மய்யத் விழுந்தால்தான் அவன் வீட்டு அடுக்களையிலிருந்து கஞ்சி வைக்கும் புகை உயரும். காற்றில் கஞ்சி மணம் பரவும்.

தீண்டதகாத இழிவான ஒரு இனமாக இன்று சமுதாயம் அவனைப் பார்க்கிறது! இறந்த உடல்களை சுமந்து வாழ்க்கையை ஓட்டும் ஒரு விளிம்பு நிலை ஜென்மமாகிவிட்டான். அவன் மனைவி, பிள்ளைகளின் பசியைப் போக்க வேண்டுமானால் ஊரில் மரணம் நடக்க வேண்டும். மரணத்தை எதிர்நோக்கி வாழ்க்கையை ஓட்டும் இவன் சமுதாயத்திலிருந்து ஓரங்கட்டப்பட்டவனாகி விட்டான்.

"வண்டியைத் திருப்பி மெத்தையை சேட்டு கடைக்கு கொண்டுவா. நான் சைக்கிளிலே முன்னே போறேன்."

மஸ்தான் பாய் சைக்கிள் மிதித்தார்.

22

வடக்குப் பள்ளித் தெருவுக்கும் கிழக்குப் பள்ளித் தெருவுக்கும் கபர்ஸ்தான் முன்பு பொதுவானது. மரக்கான் தெரு மய்யத்துகளையும் அங்கேதான் அடக்கம் செய்வார்கள். ஊருக்கு ஒதுக்குப்புறமாக முன்பிருந்தது, கபர்ஸ்தான். மக்கள் தொகை பெருகி வீடும் கூடும் அதிகமானதால் கபர்ஸ்தானை ஒட்டிப் பல குடியிருப்புகளும் பெருகின.

கபர்ஸ்தான் விசாலமான ஒரு வெளியிடம். பூவரசு மரங்களும் பொங்க மரங்களும் முட்செடிகளும் காட்டு வள்ளிகளும் அடர்த்தியாக வளர்ந்து படர்ந்து நிழல் வீழ்த்துகின்றது கபர்ஸ்தானுக்குள். அதில் யார் பதுங்கி இருந்தாலும் அங்கு என்ன நடந்தாலும் வெளியே தெரியாதபடி மண்டிக் கிடக்கும் பகல் இருட்டு. அந்தப் பகல் இருட்டையும் இரவு இருட்டாக்கி வெளியே தெரியாதபடி பலான விஷயங்கள் அங்கு நடந்தேறுவது சகஜம். தர்ம சிந்தனையுடைய ஏதோவொரு ராவுத்தர் முதலாளி முன்பு அனாதை மய்யத்துகளைக் குளிப்பாட்டி அடக்கம் செய்வதற்காகக் கட்டி வஃக்பு செய்த மண்டபம் ஒன்று கபர்ஸ்தானுக்குள், ஏறிச் செல்லும் இடத்தில். இன்னும் இடிந்துவிடாமல் வெயிலின் நகக்காயம் ஏற்படாமலும் ஆனி, ஆடி பேய் மழையின் அலவாங்கு குத்து ஏற்படாமலும் அப்படியே பாழடைந்து கிடக்கின்ற மண்டபம். இந்தப் பாழடைந்த மண்டபத்தில் காலம் அதன் கைகளால் பெயர்த்துப் போட்ட காரை விழுந்த சுவர்கள். சுவரிலிருந்த ஒரே ஒரு மர ஜன்னலை, பண்டு புடுங்கி எடுக்கப்பட்ட ஓட்டை வழியாக

தோப்பில் முஹம்மது மீரான்

உள்ளே நுழையும் காலை சூரிய ஒளி. சூது விளையாட்டுக்குத் தோதுவான இடமானதால் வேலையில்லாதவர்களுடைய சூதாட்டம் நடைபெறும் இடமாகிவிட்டது. மண்டபத்தைச் சுற்றிக் காலி மது பாட்டில்களும் பிளாஸ்டிக் கப்புகளும் தண்ணீர்ப் பைகளும்.

மண்டபத்தின் முன்பக்கம் தட்டுப்பாடு இல்லாமல் தண்ணீர் கொப்பளிக்கும் ஒரு அடிக்குழாய். அனாதை மய்யத் குளிப்பாட்டுவதற்கென்று முன்பு நிறுவப்பட்டது. குழாய் இன்றும் பயன்பாட்டில் உள்ளது. அதிலுள்ள கைப்பிடியும் மேற்பகுதியிலுள்ள கட்டி இரும்புப் பாகங்களும் பலதடவை திருடப்பட்டு ஆக்கிரிக் கடைகளுக்கு விற்பனைக்குப் போனது. தரகன் மீராஸா அவ்வப்போது ஜமாஅத்தாரிடம் சென்று முறையிட்டு, அடிகுழாய் சீர் செய்யப்படுவதுண்டு, அவருடைய சுயநலத்துக்காக.

மய்யத்துகளை நல்லடக்கம் செய்துவிட்டு கைகால்கள் சுத்தம் செய்ய உதவுமென்றும் கபர் குழி தோண்டிய மம்மாட்டிகளைக் கழுவிச் சுத்தம் செய்ய ஏதுவாக இருக்குமென்றும் எண்ணி நிறுவப்பட்டது. புதுசாய் நம்ம இசுலாத்தில் இணையும் ஆண்களுக்கு சுன்னத் செய்ய ஏழாவது நாள் குளிக்கப் பயன்படுமென்றும் ஜமாஅத்தில் முறையிட்டுக் காரியத்தைச் சாதித்துவிடுவது தரகர் மீராஸாவுடைய திறமை! புத்திக்கூர்மை!

பெண்ணு கட்டுவதற்காக இஸ்லாத்தில் இணைய வரும் மறுஜாதிக்காரர்களுக்கு 'கத்னா'[1] செய்து ஏழு நாள் அவர்களைப் படுக்க வைப்பது இந்த மண்டபத்திலேயாகும். 'கத்னா' செய்த பின் படுக்க வைப்பதற்குத் தோதுவான தனிமையான இடம் அமைந்திருப்பதால் இங்கே வந்து ஏராளம் பேர்கள் இஸ்லாத்தில் இணைந்து தெருவில் ஏழையான இளம் பெண்களை மணம் முடிப்பதும் பிறகு அவர்களைக் கைவிடுவதும் அவ்வப்போதும் உள்ள நிகழ்வுகள்.

தரகர் மீராஸா, பீமாவிடமிருந்து கைப்பற்றிய பணத்தை ஜேப்பிலிருந்து எடுத்துக் கருப்பனிடம் காட்டி, "ரெடி வெள்ளிக்கிழமை குத்பா[2] விட்டதும் சாயலச்ச அஞ்சு மணிக்கு ஒனக்கு சுன்னத்துடேய்."

"எங்கே?"

"மய்யவாடி மண்டபத்தில் வைத்துடேய். குளிச்சிட்டு வா,"

1. கத்னா – விருத்தசேதனம்
2. குத்பா – தொழுகை

“அவ்வளவுதானே,”

“ஆமா,”

“சீதன பணம்?” தயக்கத்தோடு கைபிசைந்து கொண்டு கேட்டான்.

“எனக்கிட்டத் தான் இருக்குதுடேய், பேடிக்காதே. சுன்னத் முடிஞ்சுக் குளிச்சி எழும்பியதும் உன் கையில தருவேன். நான் போய் ஆண்டி ஓசாயெ சட்டங்கட்டட்டு.”

தரகர் மீராஸாவுடைய நடை விறுவிறு என்றது. பண்டாரத்தின் சாயாக் கடைக்கு வந்தார். வெளித் திண்ணையில் குத்தி உட்கார்ந்துகொண்டு தேயிலைத் தண்ணீ ஊதிக் குடித்துக்கொண்டிருந்த ஆண்டி கண்ணில் பட்டான்.

“ஒன்னத்தான்டேய் தேடி துனியாவெல்லாம் சுத்தி அலைஞ்சுட்டு வாரேன். ஒரு தேயிலைத் தண்ணிக்கு சொல்லப்பா.”

இருவரும் கட்டன்சாயா குடிக்கையில் ஆண்டி கேட்டான்.

“ஏதாவது சோலிக்கு வழியிருக்கா நாயனே.”

“இருக்குடேய். கத்தியில துரு இல்லியே?”

“இப்பவே தீட்டி வைக்கேன்.” பக்கத்திலிருந்த தகரப் பெட்டியைத் திறந்து அதிலிருந்து மழுங்கித் தேய்ந்து போயிருந்த சவரக் கத்தியை எடுத்துக்காட்டினான்.

“வேஸான கத்தி,”

“பாருங்க நாயனே. ஜெர்மன் கத்தி.”

“வெள்ளியாச்ச குத்பா தொழுகைக்குப் பிறவு சாயலச்ச 5 மணிக்கு நம்ம பதிவு மண்டபத்தில் வச்சு விறவு வெட்டிக் கருப்பனுக்கு சுன்னத் செய்யணும்.”

“செய்வோம் நாயனே.” முகமலர்ச்சியோடு சொன்னான்.

“தேயிலைக்கு ஒரு கடிக்கு செல்லட்டா நாயனே.”

“வேண்டாம்.”

“காலு புடிக்க இரண்டு கையாள சட்டங்கட்டு.”

“வலுத்த ஆசாமியோ?”

“கொஞ்சம் வலுத்த கேசுதான். ஒனக்குத் தெரியாதா விறவு வெட்டி கருப்பனை.”

“தெரியும், தெரியும், அப்பம் ரண்ட இடிதடிகளை கூட்டிட்டு வரணும்.”

“சரி கூட்டிட்டு வா. வலுத்த ஆளா இருக்கணும்.”

தலை நிரம்ப தேங்காய் எண்ணெய் தேய்த்து பார்பர் சாப்பில் ஏறி முகச் சவரம் செய்து குளித்து முடி சீவி துவைச்சு காயப்போட்டெடுத்த உடுப்பையும் உடுத்திக் கொண்டு மண்டபத்திற்கு வந்தபோது ஆண்டியையும் ரண்டு மூணு இடி தடியர்களையும் அங்கு நிற்பதைப் பார்த்தான் கருப்பன். அவர்களைப் பார்த்ததும் கொஞ்சம் தயங்கி நின்றான்.

“ஏம்பிலே மடிச்சு நிக்க பயமாட்டா இருக்கு?”

மீராஸா எங்கிருந்தோ தூக்கி வந்த ஒரு ஸ்டூலை எடுத்து ஓடி எச்சு எச்சு அங்கே வந்து சேர்ந்தார். ஸ்டூலைப் போட்டதும் உடன் உத்தரவு வந்தது. “தாக்காட்டாம நடக்கட்டு. பொழுது அடையுக்க முன்னே கண்ணுவெட்டத்துல சோலி நடக்கட்டு, ஆண்டி”

ஸ்டூல் மீது கருப்பனை உட்காரவைத்து அவன் போட்டிருந்த சட்டை கழற்றி ஒரு மூலையில் தூக்கி எறிந்தனர். நாலாபக்கமும் கண்ணைச் சுழற்றிப் பார்த்துகொண்டு அவனுடைய முண்டும் உரியப்பட்டது.

இப்போது கருப்பன் நிர்வாணக் கோலத்தில்.

கருப்பன் நிர்வாணமாக ஸ்டூலில் உட்கார்ந்து, என்ன நடக்கப் போகிறதோ என்ற பயப்பாடோடு பேந்தைபேந்தையாய் முழித்தான்.

தலைப்பக்கம் மீராஸா நின்று கருப்பனுடைய பார்வை எட்டாதவாறு கண்ணை மறைத்துத் தலையைப் பலமாகச் சரித்துப் பிடித்துக்கொண்டார். இரு தடியர்களும் இரண்டு கால்களை இருபக்கமாக அகற்றிப் பலமாகப் பிடித்துக்கொண்டனர், குதறி எழும்பிச் சாடாதவாறு.

தரையில் உட்கார்ந்து சவரக்கத்தி எடுத்து நிமித்தி கப்பபாயில் கடைசியாக ஒரு தீட்டுத் தீட்டித் தயாரானான் ஆண்டி. ஆண்டி தயாரானதும் மீராஸாவும் இடிதடியர்களும் ஆண்டியும் சேர்ந்து தக்பீர் சொன்னார்கள். தக்பீரின் கடைசி சொல்லான – “அக்பர் வலியுல்லாஹில் ஹம்து,” என்றதும் ஆண்டியின் கத்தி கருப்பனின் ஆண்குறியின் முகத்தோலை நறுக்கென்று வெட்டிப் போட்டதும், “அய்யோ அம்மோ,” என்ற அலறல் பாழடைந்த மண்டபத்தின் முகட்டில் முட்டி

எதிரொலித்தது. உயர்ந்து கேட்ட அலர்ச்சையின் அர்த்தம் அக்கம்பக்கத்தவர்களுக்கு ஏற்கெனவே தெரிந்ததுதான். எட்டிப் பார்த்தவர்களுக்கு தரகர் மீராஸாவின் தலையும் தொப்பியும் ஆண்டியின் தலையும் தெரிந்தன.

“பீமாக்கா,”

மீராஸா குரல் கொடுத்தார். குடிசை வாசலைத் திறந்து கொண்டு பீமா வெளியே வந்தாள். அவளுடைய முகம் சோர்ந்து போயிருந்தது.

“விஷயம் முடிஞ்சாச்சு. சுன்னத் செய்து ஆளக் கிடத்திட்டு தான் வாரேன்.”

“பெண்ணு சம்மதிக்கியாளில்லியே.”

“அதுக்கு நான் என்ன செய்ய பீமாக்கா? ஆண்டிக்கும் அவன் கூட்டி வந்த தடியன்மாருக்கும் என் கைப்பணத்திலிருந்து சம்பளம் கொடுத்து அனுப்பியாச்சு.”

மீராஸா பேசுவதைக் கேட்டுப் பேச பதிலில்லாமல் முழித்து நின்றாள்.

“கல்யாண விஷயத்தை சொன்னது முதல் கயிறு கம்பனிக்கு வேலைக்குப் போவாம கரைஞ்சுட்டே கிடக்குதா. தண்ணி வெள்ளம் குடிக்கல்ல.”

“அதுக்கு நான் என்ன செய்ய? சீதனப்பணத்தை அவன் கையில கொடுத்த பிறவுதான் சுன்னத் செய்ய சம்மதிச்சான்.”

“சம்மதிக்காத பெண்ண நான் என்ன செய்ய வாப்பா. எவ்வளவோ சொல்லிப் பாத்தேன். கேக்கயாளில்லியே. அக்கம்பக்கத்துக்காரிகளும் வந்து சொன்னாளுவோ. உடும்பு புடியா நிக்கா வாப்பா.”

“ஆனைக்க வாயில போன கரும்பு. அவனிட்ட இருந்து பணம் திருப்பி வாண்ட முடியுமா பீமாக்கா? சுன்னத் செய்த பிறவு நிக்காஹ் செய்துவைக்கலன்னா என்ன வெட்டிக் கொண்ணு போடுவான். கொலைகார பயக்கோ.”

பீமா அசைவற்று நின்றாள். கண்முனையிலிருந்து கண்ணீர் வடிந்தது.

“பெண்ணக் கரையேத்தி விடலாம்னு நாலா பக்கமிருந்தும் இரந்து பெறக்கி சேர்த்த பணம். பணமும் போச்சு. நிக்காஹூம் நடக்காதுபோல் தெரியுது.”

“எல்லா நடக்கும் பீமாக்கா. மட்டை எடுத்து நாலு சாத்து சாத்துங்கோ அக்கா. பெட்டைக் கழுதைக்கிட்ட சம்மதம் கேக்கணுமாக்கும். கழுத்தை நீட்டுட்டி என்னா கழுத்தை நீட்டணும். அவன் அவள் கழுத்தில் கருகமணி கட்டுவான்,” என்று சொல்லி அவசரப்பட்டு மீராஸா போவும்போது இன்னையி லிருந்து பதினஞ்சாவது நாள் நல்ல நாளும் நேரமும் பார்த்து நிக்காஹ் என்றான்.

சுன்னத் எடுத்தவனுக்குப் பசிக்குமில்லையா. பிரியாணியாவது வாங்கிக் குடுக்கண்டாமா. மண்ணெண்ணெய் வாண்டி மண்டபத்தில் விளக்கு கொளுத்தணுமில்லையா. பூச்சிப் பொட்டைகள் உள்ள இடம். ராக்கூட்டுக்கு நான்தான் போய்க் கெடக்கணும். வேறெ ஆளு உட்டா சம்பளம் கொடுக்கணும். இப்ப செலவுக்கு ஏதாவது தாருங்கோ.”

மீராஸா சொல்வதைக் கேட்டு பீமாவுக்குத் தலைசுற்றி வந்தது. கதவால அங்கேயும் போகமுடியல்ல கட்டளயால இங்கேயும் வரமுடியல்ல. நான் இனி என்ன செய்வேன். குடுத்த பணமும் கிடைக்காதே. அவனுக்கு இந்த ஊருல வேற பொண்ணு கிடைக்கும். கையில காயில்லாம நூறுக்கு இனி எங்கே போய் மாப்பிள்ள பாக்க? கையிலிருந்த பணமும் போச்சு. பெண்ணும் பிடிவாதமா இருக்கா –

“ஒரு காஃபிருக்கு நான் வாக்கப்படமாட்டேன்.”

முடிவாகச் சொல்லிவிட்டாள் நூரு

“காஃபிரல்லவுட்டி. கலிமா சொல்லி இஸ்லாத்துக்கு வந்தவன்தான்,” உம்மா சொன்னாள்.

23

உதிச்சுயர்ந்த சூரியன், சாய்ந்து அந்தி மோந்தியை நெருங்கும் நேரம். செய்பக்கா பகல் சுட்டெரிச்ச சூடுதாங்க முடியாமல் அவளது குடிசைக்கு வெளியே மருமகனுடைய மய்யத் கிடத்தியிருந்த கட்டிலில் கால் நீட்டி உட்கார்ந்து கொண்டிருந்தாள். சிந்தனைகள் பல அவளைப் பின்னோக்கி இழுத்தன. ஒருமுறை மாலை நேரம் வயதான கலந்தர் உப்பா சொல்லித்தந்த மூதாதையர்களுடைய கதையையும் நினைத்தாள்.

“கலந்தர் உப்பா, கேட்டியா மோளே நம்முடைய முன்னோர்களின் கதையை.

பறங்கிகளுக்கும் மரைக்காயர்களுக்குமிடையே நடந்த போரில் மரைக்காயர்களுக்கு வெற்றி கிடைத்தாலும் பொருள் சேதம் ஏராளம். அவர்களது கடல்வாணிபம் முற்றிலும் பாதிக்கப்பட்டதென்று சொல்வதைவிட நசித்தது என்றே சொல்லலாம். போரில் பறங்கித் தலைவனான சுவாம் ஃப்ளோரல் முஸ்லிம்களால் கொல்லப்பட்ட பகையைத் தீர்ப்பதற்காக அல்போன்சோ டொமல்லோ கடற்படையுடன் வந்து கரையோரமக்களை நீசத்தனமாக ஒடுக்கி கொலை செய்து குவித்தான். கரையோரத்திலுள்ள மரைக்காயர்களைக் கொளுத்தி அடையாளம் இல்லாமல் ஆக்கினான். பயந்து நடுங்கிய மரைக்காயர்கள் சிதறி ஓடிப் பல ஊர்களில் தஞ்சம் அடைந்து அங்கேயே குடியேறினர். உள்ளூர் பரதவர் மக்களின் உதவி பறங்கிகளுக்குக் கிடைத்தது. இதைக் கேள்விப்பட்டு வெளியூர்களிலிருந்து வீரசூரர்களான மரைக்காயர்கள் உதவிக்கு வந்து பறங்கிகளுக்கு எதிரான போர் செய்து வெற்றி கண்டனர். இருந்தாலும் அந்தப் போரில் வீடு,

தொழில் இழப்புகள், பொருள் இழப்புகள், உயிர் இழப்புகள் ஏராளம்.

அங்கு பெரும் வணிகராகத் திகழ்ந்தவர் சேமு மரைக்கார். பல அரபு நாடுகளுடன் அவருக்கு வாணிபத் தொடர்பு இருந்து வந்தது. சொந்தக் கப்பல் வைத்திருந்ததால் வாணிபம் கொடிகட்டிப் பறந்தது. ஜேஜே என்று. ஒரு கப்பல் ஏடன் துறைமுகத்தில் சரக்கு இறக்கிக்கொண்டிருக்கும். அங்கு சரக்கு இறக்கியதும் அதில் அங்கிருந்தே அரேபியப் பொருட்கள் ஏற்றிப் புறப்படும். இன்னொரு கப்பல் அரபிக் கடலில் சரக்குடன் வேறுநாட்டுக்குப் போய்க்கொண்டிருக்கும்போது இங்கே துறைமுகத்திலிருந்த இன்னொரு கப்பலில் சரக்கு ஏற்றப்பட்டுக்கொண்டிருக்கும். இந்தக் கப்பல் பஹ்ரைனுக்குப் புறப்படத் தயாரானதும் ஏடனிலிருந்து சரக்கேற்றிய கப்பல் இங்கு துறைமுகத்தை வந்தடையும். அரபிக் கடலில் எப்பவும் பயணத்தில் சேமு மரைக்காயரின் சரக்குக் கப்பல் இருந்துகொண்டே இருக்கும்.

மூன்று கப்பல்களுக்குச் சொந்தக்காரரான சேமு மரைக்காயரின் ஏற்றுமதி, இறக்குமதி வாணிபம் கண்டு பொறாமைப்பட்டனர் பறங்கிகள். கடல் வாணிபத்திலிருந்து அவரை ஒழித்துக்கட்டப் பல சூழ்ச்சிகள் செய்தனர். அவர் கப்பல்மீது பல தாக்குதல்கள் நடத்தபட்டன. அவற்றையெல்லாம் சேமு மரைக்காயரின் மாலுமிகள் முறியடித்தார்கள். அவர் ஒரு மரைக்கார் படையைத் தன்னுடைய வியாபாரப் பாதுகாப்புக்காக வைத்திருந்தார். கடலோரங்களில் கட்டியிருந்த பண்டகசாலைகள் நிரம்ப சுக்கு, மிளகு போன்ற வாசனைப் பொருட்கள். அவருடைய மரைக்கார் படை பண்டகசாலையைப் பாதுகாத்தது. அவருக்குத் தெரியும், பறங்கிகளுக்கு தம்மீது இருக்கும் பொறாமையும் தன் வியாபாரத்தை வீழ்த்துவதற்குப் பறங்கிகள் செய்யும் சூழ்ச்சிகளும்.

சேமு மரைக்காயரின் வாசனைப் பொருட்கள் ஏற்றிய கப்பல் ஓமானை நோக்கிப்போகும்போது அந்தக் கப்பலைத் தாக்கி அதிலிருக்கும் பொருட்களைச் சூறையாடிக் கப்பலையும் மூழ்கடிக்கும் திட்டத்தோடு பறங்கிக் கப்பல்கள், கடலில் நம் கப்பல்களை நெருங்கி வருவதை உணர்ந்த மரைக்கார் படைத்தலைவன் அலி அல்ரூமி போருக்குத் தயாரானார். தங்கள் கப்பலைத் தாக்கிப் பறிமுதல் செய்து கப்பலை மூழ்கடிப்பார்கள் என்று எண்ணிய அல்ரூமி எச்சரிக்கை செய்தார். நம் கப்பல் மாலுமிகளை உஷார்படுத்தினார். மரைக்கார் படைவீரர்களையும் போருக்குத் தயாராகும்படி உத்தரவிட்டார். நடுக்கடலில் இரு தரப்பினருக்கும் கடும் சண்டை நடந்தது. வீரரான அல்ரூமி

தலைமையில் சென்றவர்கள் பறங்கிகளின் 22 கப்பல்களையும் பிடித்துக்கொண்டார்கள். அதிலிருந்த பறங்கிகளைக் கொலை செய்து சடலங்களைக் கடலில் தூக்கி வீசினார்கள்.

இந்தக் கடற்போர் நடக்கும்போது சேமு மரைக்காயர் ஊரிலில்லை. புனித ஹஜ் செய்வதற்காக மக்கா சென்றிருந்தார்.

சேமு மரைக்காயர் ஊரிலில்லாதபோது வியாபாரத்தைத் திறம்பட நிர்வகித்து வந்தது அவருடைய மனைவி மறியம் பீவி உம்மா. கணவனுக்கேற்ற மனைவி. பெரிய துணிச்சல்காரி. சேமு மரைக்காருடைய அதே மதிநுட்பம். கணவனில்லாத நேரம் கப்பல் மாலுமிகளையும் மரைக்கார் படைகளையும் தன் கட்டுப்பாட்டில் வைத்திருந்தாள்.

நபிகள் நாயகத்தின் காலத்தில் இசுலாம் தென்னாட்டுக் கடலோரப் பகுதிகளில் பரவியபோது எழுப்பிய ஒரு பழைய பள்ளிவாசலுக்கு அருகாமையில் இருந்தது சேமு மரைக்காயரடைய மாளிகை. ஊரிலுள்ள சிலர் மதிப்புடன் அதை அரண்மனை என்றும் சொல்வதுண்டு. மூன்று நிலைகளுள்ள பிரம்மாண்ட மான மாளிகை. மூன்றாவது நிலைக்கு மேற்பகுதியில் ஒரு சின்னக் கூண்டு. அந்தக் கூண்டு போன்ற கட்டடத்தில் நின்று பார்த்தால் கடலில் புகைதுப்பித் தொடுவானத்தைத் தொட்டுப்போகும் சிறு கப்பல் கூட பார்வைக்கு எட்டும்.

மறியம் பீவி உம்மாவே தான் கூண்டில் ஏறி நின்று பைனாகுலர் மூலம் கடலிலுள்ள அசைவுகளைக் கவனித்துக்கொண் டிருப்பாள். இந்தக் கூண்டைக் கண்ணாடிக் கூண்டு என்று மக்கள் சொல்வார்கள்.

“அலி!”

மறியம் பீவி உம்மா, தங்களது மரைக்கார் படைத் தலைவரை அழைப்பது ஒரு பெரும் படைத் தளபதியின் கூப்பிடல் தோரணையில்.

ஹஜ்ஜுக்குச் சென்ற சேமு மரைக்காயர் ஊருக்குத் திரும்பிவராத செய்தியைப் பறங்கிகள் ஒற்றர்கள் மூலம் தெரிந்து கொண்டனர். தோல்வியுற்றுச் சோர்ந்து போயிருந்த பறங்கிகளுக்கு லிஸ்பன்னிலிருந்து வந்த தகவல் உற்சாகமூட்டியது. முப்பது கப்பல்களில் பீரங்கிப் படை வீரர்களை அனுப்பியிருப்பதாகவும் திறமையான படைத்தளபதிகள் புறப்பட்டு வருவதாகவும் ஹஜ்ஜு செய்துவிட்டு வரும் வழியில் கடலில் வைத்தே சேமு மரைக்காயர் ஏறி வரும் கப்பலுக்கு நெருப்பூட்டி அவரைக் கொலை செய்யவும் லிஸ்பனிலிருந்து வந்த தகவலில் இருந்தது.

கரை சேர்ந்த 30 கப்பல்களில் வந்த பீரங்கிப் படை வீரர்கள் ஊரில் இறங்கிய பிறகுதான் சேமு மரைக்கார் ஊரில் இல்லை என்பதைத் தெரிந்துகொண்டனர். கோபம் தணியாத பீரங்கிப் படை சேமு மரைக்காருடைய மாளிகையையும் அவருடைய கிட்டங்கிகளையும் பீரங்கிக் குண்டுகளால் இடித்து தரைமட்டம் ஆக்கியது. துறைமுகத்தில் வாசனைப் பொருட்களும் கடற் சங்குகளும் ஏற்றிக்கொண்டிருந்த அவருடைய கப்பலிலுள்ள சரக்குகளைக் கொள்ளைப் போட்டுக் கப்பலையும் கொளுத்தினார்கள். கடலில் சென்று கொண்டிருந்த சேமு மரைக்காரின் கப்பலை மடக்கிப் பிடித்து அதிலிருந்த பொருட்களைச் சூறையாடிவிட்டு கப்பலைக் கடலில் மூழ்கடித்தனர். கப்பலிலிருந்த தொழிலாளிகள் அனைவரும் மூழ்கி இறந்தனர். சடலங்கள் கடலோரம் ஒதுங்கிக்கிடந்தன.

ஹஜ் செய்துவிட்டு சேமு மரைக்கார் ஏறிவந்த கப்பலைப் பறங்கிகள் அடையாளம் தெரிந்து வழிமறித்துப் பிடித்து அவரை வெட்டிக் கொலை செய்து கடலில் வீசினார்கள். அவர் ஏறிவந்த கப்பலும் நடுக்கடலில் தீக்கிரையாக்கப்பட்டது.

கரையில் நடந்த சண்டையில் வீரப்பெண்மணியான மறியம் பீவி உம்மாவை உயிருடன் பிடிப்பதுதான் பறங்கிகளுடைய நோக்கம். பிடித்து அவளை லிஸ்பனில் போர்ச்சுகீசிய மன்னன்முன் கைதியாக நிப்பாட்ட வேண்டும்.

மறியம் பீவி உம்மாதான் கடல் வியாபாரம் செய்வதற்கும் கடலில் பயணிப்பதற்கும் தடையாக இருந்தவள். அவளுடைய மரைக்கார்படை பறங்கிகளின் சட்டங்களை மீறியது. அந்நிய நாட்டவரான பறங்கிகளிடமிருந்து நம்நாட்டுச் சரக்குகளை வெளிநாட்டுக்கு அனுப்புவதற்கு அனுமதிச்சீட்டு பெறவேண்டுமென்ற பறங்கிகளின் கண்டிப்பான சட்டத்தை எதிர்த்து மீறியவள் மறியம் பீவி உம்மா. அனுமதிச்சீட்டு பெறாமலே கடல்வாணிபம் செய்யத் துணிந்த வீரப்பெண். நம்நாட்டுப் பொருட்கள் ஏற்றிச்செல்ல அந்நிய நாட்டவனுடைய அனுமதிச்சீட்டு பெறவேண்டுமென்பது நம்முடைய கோழைத்தனமாகுமென்றாள்.

பீரங்கிக்குண்டு துளைத்து தரைமட்டமாக்கப்பட்ட மாளிகையின் இடிபாடுகளில் நின்றுகொண்டு, “வெள்ளை நாய்களே,” என்று கூரிய வாளை உயர்த்திக் காட்டி அறைகூவல் விட்டாள். முன்னால் குதித்தாள். அவளுக்கு நேராக வந்த ஒரு பறங்கிப் படையாளியை ஓங்கி வெட்டித் தலையைத் துண்டித்தாள். ஏகப்பட்ட கூப்பாடு உயர்ந்து கேட்டது. வேறு சில படையாளிகள் அவளை உயிருடன் பிடிக்க முன்வந்ததை

தெரிந்ததும் உருவிய வாளுடன் அவர்களுக்கு முன் அலறிக் குதித்தாள். பம்பரம் போல் சுழன்று கையில் கிடைத்தவர்களை வெட்டிப்போட்டுக்கொண்டிருக்கையில் வாளால் ஒரு வெட்டு அவளுடைய மார்பகத்தில் விழுந்தது. வெட்டுண்ட ஒரு மார்புத் துண்டு தரையில் கிடந்து துடித்தது – 'யா அல்லாஹ்' என்று கூறித் தரையில் நெடுமரம் போல் விழுந்தாள்.

கடற்கரை மணலில் மரைக்காயர்களின் துடித்தடங்கிய சடலகங்கள் ரணம் புரண்டு சிதறிக் கிடந்தன. வீடுகள் எரிந்து சாம்பலாயின. மறியம் பீவி உம்மாவின் பிள்ளைகள் பறங்கிகளின் கையில் அகப்படாமல் ராய்கு ராமானம் ஓடித் தப்பினார்கள். யார்யார் எங்கே போய்த் தஞ்சம் அடைந்தார்களோ?

வெட்டுண்டு கிடந்த மறியம் பீவி உம்மாவின் சடலத்தையாவது பறங்கிகள் அரசவையில் காட்சிப்படுத்தும் நோக்கத்தில் சில பறங்கிப் படையாளிகள் சடலத்தை கங்கணம்கட்டித் தூக்க முயன்றனர். உடன் தலையில்லாத ஒரு கைவந்து அவர்களைத் தடுத்தது.

"தொடக் கூடாது. இவள் புனிதவதி. உங்கள் கைகள் கறைபடிந்தது."

பறங்கிகள் கண்ணஞ்சிப் பின்வாங்கி நின்றனர்.

மழையைச் சூல்கொண்ட மேகக் கூட்டம் வந்து தெளி ஆகாசத்தை மூடி, கட்டிப் பரப்பிய இருட்டில் மறியம் பீவி உம்மாவின் மய்யத்தைப் பார்வைக்குப் புலப்படாத கை ஒன்று வந்து தூக்கி மேல்நோக்கிப் போனது. பேறு ஒழிந்த வானத்துக்கு நேராக வெண்மேகத் துண்டு ஒன்று பறந்து போவதையும் கண்முன் கிடந்த சடலத்தைக் காணாததையும் பார்த்துத் திகைத்துப் போய் நின்றனர் பறங்கிப் படைகள்.

பார்வைக்குப் புலப்படாத அந்தக் கை ஷஹீது வலிய தம்பி மரைக்காயருடையதா? கன்னி பீவி உம்மாவுடையதா? புரியாமை இன்றளவும் எஞ்சியிருக்கின்றது.

செய்பக்காவுடைய கண்ணும்மா[1]வின் பெத்தாமா கடற்கரையிலிருந்து உயிரும் கொண்டோடி வந்து சேர்ந்த அந்தக் கதையை, சொல்லி கண்ணும்மா கேட்டதை கலந்தர் உப்பாவே செய்பக்காவுக்குச் சொன்னார். கடற்கரையிலிருந்து நீசப் பறங்கி களிடம் அம்பிடாமல் ஓடித் தப்பிய மறியம்பீவி உம்மாவின் பிள்ளைகளில் ஒரு பெண் வாரிசு வழிதவறி இனையத்தில் தஞ்சமடைந்தாள். அந்தப் பருவப் பெண்ணைப் பள்ளியில்

1. கண்ணும்மா – அம்மாவின் அம்மா.

தங்கியிருந்த ஒரு புலவருக்கு, அவள் தஞ்சமடைந்திருந்த வீட்டிலுள்ள உம்மச்சா நிக்காஹ் செய்து வைத்தாள். அவள் ஒரு ஆண்குழந்தையைப் பெற்ற ஆறு மாசத்தில் இளம் விதவையானாள். அவள் பெற்றெடுத்த அந்த ஆண் குழந்தையின் வம்ச பரம்பரையில் வந்த கன்னியாக்கும் நான் – செய்பக்கா.

நாலு கால் குடிசையில் வெற்று வயிற்றுடன் கால் நீட்டி உட்கார்ந்து கலந்தர் உப்பா சொல்லிக் கேட்ட முன்னோர்களின் மாளிகை வீடும் மறியம் பீவி உம்மாவின் வல்லமையும் எண்ணி, விடும் பெரும் மூச்சு குடிசை ஓட்டைகளை மறைத்துக் கொண்டிருக்கும் பிளாஸ்டிக்குள் போய் மோதியது. வெயில் கடுமையால் 'பெருமழையின் வருகை இல்லாதபோது தன்னந்தனியாகக் குடிசையில் கால்நீட்டி உட்கார்ந்துகொண்டு கலந்தர் உப்பா சொல்லித்தந்த முன்னோர்களின் கதை மஞ்சத்தில் பயணித்துக் கொண்டிருந்தாள் செய்பக்கா.

நமக்கா இன்று இந்த நிலைமை?

24

இப்போது மரைக்கான் தெருவில் மட்டுமல்ல பள்ளித் தெருவிலும் செய்பக்கா மருமகனுடைய நடமாட்டம் தெரிவதாக தெருப் பெண்கள் குழாயடியில் பேசிக்கொண்டனர். ராமானமானால் பெரும்பாலோர் வீடுகளில் முடங்கினர்.

அவன் பல உருவங்களில் வந்து ரத்தம் குடிப்பான். ஆடு, எருமை, காளை, பன்றி, கழுதை என்று பல மிருகங்களின் உருவத்திலும் வருவான். துர்மரணமடைந்து தெருவில் நாறிக் கிடந்தவனுடைய சடலம் ஷஹாதத்து[1] கலிமா சொல்லாமலும் பள்ளிவாசல் மய்யத்தாங்குழியில் அடக்கம் செய்யாமலும் முள்க்காட்டில் ராய்க்கு ராமானம் யாரோ தூக்கிக் குழியெடுத்து மூடப்பட்டவனுக்குச் சொர்க்கம் இல்லையென்றும் எந்த உருவம் எடுத்தும் அவனால் நடமாட முடியுமென்றும் ஊரை விட்டுப் போகும்போது அந்துரோத் பாவா சொல்லி மக்கள் மனங்களில் பயத்தை விதைத்துச் சென்றார்.

அதிகாலைச் சிறு பனிக் குளிர் பரவிய சுற்றுச்சூழலில் மோதினுடைய பாங்குச்சத்தம் காதில் விழுந்ததும் குடிசை அய்மக்கண்ணு எழும்பிக் குற்றாலம் துண்டால் உடம்பைப் போர்த்திக்கொண்டு பள்ளியை நோக்கி நடந்தார். அவருக்கு முன்னால் மடிகனத்த ஒரு வெள்ளைப் பசு, மடி அதன் தொடையில் தட்டத்தட்ட அசைந்து அசைந்து அவருக்கு வழித்தடையாக முன்னால் சென்றது. பள்ளிப் படிக்கல்லை மிதித்ததும் திரும்பிப் பார்த்தார். அவருக்கு முன்நடந்த மடி கனத்த வெள்ளைப் பசு நின்றிருந்த இடத்தில் ஒரு கறுப்பு நாய் வால்சுருட்டி அவரை முறைத்துக்கொண்டே

1. ஷஹாதத்து கலிமா – மய்யத் கொண்டு போகும் போது ஓதக் கூடியது.

நின்றது. அதன் கண்கள் மினுமினுத்ததைக் கண்டு ஈரக்குலை நடுக்கத்தோடு பள்ளிக்குள் குதித்தேறித் தலைகால் நடுநடுங்கி நின்றார்.

நாயில்லை அவனேதான்! செய்பக்கா மருமகன். நாய்க் கோலத்தில் வந்து நிற்கின்றான்.

சுபுஹ் தொழ வந்தவர்களுக்கு இதைக் கேட்டதும் நெஞ்சில் கலக்கம். "இந்த ஊரையும் மக்களையும் வலியதம்பி மரைக்காரப்பாதான் காப்பாத்தணும் வாப்பா!" தொழுகை முடித்தவர்கள் நேரம் விடிந்து பள்ளித் தெரு தரையில் பொழுதுவெட்டம் பரந்த பிறகும் சாயா குடிப்பதற்குச் செல்லப் பயந்து சோம்பிச் சோம்பி நின்றனர்.

அந்தவார வெள்ளிக்கிழமை குத்பா தொழுகைக்கு உடுத்து ஒருங்கி காதில் அத்தர் பஞ்சு வைத்துவிட்டு வீட்டுக்கு வெளியே கால் தூக்கிவைத்த பள்ளித்தெரு சாலமீது சாஹிபுடைய வீட்டுக்கு முன்னால் ஒரு பெரிய கொம்பு வளர்ந்த எருமை நின்றுகொண்டிருப்பதையும் அவருக்கு நேராக கொம்பு நீட்டியதையும் கண்டு பயந்து நின்றார். அவருக்குச் சந்தேகம், ஊரில் யார் வீட்டிலும் மாட்டுத்தொழுத்து கிடையாதே. செலையானுக்கு ஒரே ஒரு குட்டி ஆடு உள்ளதைக் கட்டிப்போட்டு அகத்திக்கீரை போட்டு வளர்க்கிறான். அப்படி இருக்கையில் இந்த ஆனையைப் போலுள்ள எருமை யாருடையதென்று சிந்தித்து நிற்கையில், எருமை நின்றிருந்த இடத்தில் புண்பிடித்து வண்ணான் அடிச்சு பத்திய ஒரு கழுதை நிற்பதைக் கண்டு திகிலில் உறைந்து போய் நின்றார். எருமை இல்லை, கழுதையும் இல்லை அவனேதான் செய்பக்கா மருமோன்!

வெள்ளிக்கிழமை ஜும்ஆ தொழுகை நேரம் அல்லாஹ் எல்லா ஷைத்தான்கயும், மலக்குகளை ஏவிச் சங்கிலியில் கட்டிப் போடுவான். தொழுகைக்குப் பின் கட்டவிழ்த்து விடப்படும். இவன் சங்கிலியை அறுத்தெறிந்து கொண்டு வந்திருக்கானோ?

ஊர் மக்கள் சொல்வதில் உண்மை இல்லாமல் இல்லை. அவன் ராத்திரி மட்டுமல்ல பகலிலும் நடமாடத் தொடங்கிவிட்டான். ஊருக்கு பலாய்[1] வந்துவிட்டது. சாலமீது குத்துவா தொழுகைக்கு செல்லப் பயந்து வீட்டிலே முடங்கிவிட்டார். வெளியே இறங்கினால் காண்பது எல்லாம் கெட்ட விலங்குகள்.

"ஏன் குத்துபா தொழுவ போவல்லியா?"

"போவத்தான் போனேண்டி. மத்தவன் நம்ம ஊட்டுக்கு முன்னே எருமைக் கோலத்தில் நிக்கான். அடுத்த நிமிஷத்துல

1. பலாய் – நாசம்

பாத்தா வண்ணானுக்க கழுதையா நிக்கான். பயந்து ஊட்டுக்குள்ளே வந்துட்டேன்."

"பதரீங்களே!"[1] பதறிப் போய் பதறு போரில் மடிந்த ரத்த சாட்சிகளானவர்களைக் கூப்பிட்டுக் காவல் தேடினார். "கெட்ட ஷைத்தான்கள் எங்க வீட்டை அண்டாமல் இருக்கணுமே. அவுலியாக்களே! வலியதம்பி மரைக்காரப்பாவே உங்க தர்காவுக்கு வலிய பழக்குலை நேர்ச்சை கொண்டு வருவேன். எங்கள இந்த ஷைத்தானிட்ட இருந்து காப்பாத்துங்கோ."

சாலமீதும் செலையானும் அவனுடைய நடமாட்டத்தை ரண்டு திருட்டியால் கண்ட விஷயம் ஊரில் எல்லோருக்கும் போய் எட்டியது. செய்பக்கா ஊட்டில் இன்ன நேரம் என்றில்லாமல் அந்திப் பாதி ராவுக்குப் போய் அவளுடைய குடிசை செத்தை வாசலைத் தட்டி, "பதறே, எக்க பதறே! கதவத் தொற நா உள்ளே வாரேன்," என்று அடிக்கடி வந்து கூப்பிடுவதை ஓடைக்கரைத் தெரு பெண்களிடம் அழுது சொல்லாமலிருக்க முடியவில்லை. அவளுக்கும் ஈரக்குலைக் கலக்கம்.

முத்தத்துக்கு (மூத்திரம் பெய்ய) இருக்க செத்தை வாசலை பதறு திறந்தாள். தொலைவில் நிர்வாணமாக அவன் நிற்பதைப் பார்த்துக் காறித் துப்பினாள். கூர்ந்து பார்ப்பதற்குள் நிர்வாணமாகக் காட்டுக்குள் மறைந்துவிட்டான். முத்தத்துக்கு இருக்காமலே வீட்டுக்குள் வந்து செத்தை வாசலைக் கயிறு கொண்டு இறுக்கக் கட்டுவதைப் பார்த்து செய்பக்கா கேட்டாள்,

"ஏங்குட்டி முத்தத்துக்கு இருக்கலியா?"

"அவர் நிர்வாணமா நிக்காரும்மா. கைக்காட்டிக் கூப்பிடுதாரு, கண்ணடிக்காரு. பயந்துட்டேன்."

"ஓதி நெஞ்சுல ஊதிட்டுக் கிட. நேரம் வெளுக்கட்டு. பள்ளி மோதினுட்ட போய் தலப்பிடிச்சு ஓதி வெள்ளம் குடிக்கணும். பலாய் முசீபத் போக."

செய்பக்கா பழந்துறப்பா[2] தேடி எடுத்து வாசலில் வைத்தாள். ஷைத்தான் ஊட்டை அண்டாமலிருக்க.

"வா துறப்பா எடுத்து சாத்துதேன்," உறக்கச் சடவில் தானாகச் சொன்னாள்.

அன்று, அவள் துறப்பா எடுத்து சாத்து சாத்துன்னு சாத்திய கேவலந்தாங்கமுடியாமத்தானே அன்னு நாண்டு செத்தான்.

---

1. பதரீங்களே – பதர் போரில் மடிந்தவர்கள்
2. பழங்துறப்பா – விளக்குமாறு

ஓடைக்கரைத் தெருவில் பள்ளிப் புறம்போக்கில் குடிசை கட்டித் தரைவாடகைக் கொடுக்காமல் தங்கி வருகின்ற செய்பக்கா மருமகனுடைய தொல்லையை முஹல்லா[1] வாசிகளால் பொறுத்திருக்க முடியவில்லை. பெண்களுக்குப் பயம் விலகித் தெருவில் நடமாட முடியாத நிலை ஏற்பட்டுவிட்டது. பள்ளித் தெருவில் சக்கரைச் கஞ்சு காய்ச்சிக் கிராமத்து தெருத்தெருவோரம் விற்று நடக்கும் சேக்னா பெண்டாட்டி பேய் கூடி ஆடத்தொடங்கினாள்.

முஹல்லா வாசிகள் ரண்டு விதமா பேசினார்கள். சேக்னா கிராமம்கிராமமாக நடந்து சர்க்கரைக் கஞ்சி விற்பதால் ஏதோ கிராமத்துப் பேய் சர்க்கரைக் கஞ்சி மணம் முகர்ந்து அவன் பின்னால் தொத்தி வந்து பெண்டாட்டியிடம் கூடிவிட்டதென்று ஓடைக்கரைத் தெரு ஜனங்கள். அவள் பேயாட்டம் போடும்போது சொல்லும் பெயர்களெல்லாம் கிராமத்துப் பெயர்களாக இருக்கிறதென்று வேறு ஒரு கூட்டம்.

பள்ளித்தெரு ஜனங்கள் இந்தக் கூற்றை நம்ப மறுத்தனர். செய்பக்கா மருமகனுடைய நடமாட்டம்தான் தெருவில் காணப்படுகிறதென்று ஆணையிட்டுச் சொன்னார்கள். குமரிப் பெண்கள் வாசலைக் கட்டி அடைத்துக்கொண்டு தனியாக உட்கார்ந்து பீடி சுற்றும் போது வாசலில் தட்டிக் குரல் மாற்றிக் கூப்பிடுவது வழக்கம். வாசலைத் திறந்து பார்த்தால் யாரும் காணப்படுவதில்லை. ஒரு ஆடு மட்டும் முற்றத்தில் அசைபோட்டுக்கொண்டு நிற்கும். அது நிச்சயமாக கிராமத்துப் பேயல்ல. அவனேதான்! செய்பக்கா மருமகன்!

சேக்னாவுக்குச் சினம் வந்துவிட்டது. ஊர்க்கூடி இதுக்கொரு முடிவு கட்டவேண்டும் என்று தெருவில் நின்று தனியாகத் தெருமக்கள் கேட்க கத்தினான். பள்ளித் தெருவிலுள்ள மந்திரவாதிகளை அணுகியபோது ஒவ்வொருவரும் ஒவ்வொரு காரணம் சொல்லி தலை உருவி எடுத்தனர். சிலர் தலைமறைவானார்கள். செய்பக்கா மருமகன் வஞ்சம் தீர்க்கத்தான் நடமாடுகிறான் என்று வேறு வழி தெரியாமல் சேக்னா தவிச்சார். பெண்டாட்டியைத் தனியாக வீட்டில் விட்டுவிட்டு சக்கரைக் கஞ்சு விற்கப்போக முடியாமல் வீட்டுச் செலவிற்குக் காயில்லாமலும் சோத்துக்கு நாக்கில் தொட்டு வைக்க கருவாடு வாங்கக்கூட வழியில்லாமலும் பதைபதைத்தார்.

சில நேரம் பெண்டாட்டிக்காரி சேலையை அவிழ்த்தெறிந்து விட்டுத் தெருவில் வந்து தலைப் பிரித்து ஆட்டம் போடுவாள்.

---

1. முஹல்லா – ஊர்

"வாடா நான் தனியாக இருக்கும்போது மட்டும் என் வீட்டுக்கு வாறியே இப்ப வா. சேலை இல்லாமல்தான் நிக்கேன். வா இப்ப வா. நீ செத்தாலும் என்னவிட மாட்டியா?"

ஓஹோ சேக்னாவுக்கு இப்பம் சந்தேகம் வலுத்துவிட்டது. அவனேதான் இவள் மீது கூடியிருக்கிறான். அவன் உயிரோடு இருந்தபோது என் பெண்டாட்டிக்காரியிடம் மறைவாகக் காட்டுப்பக்கம் நின்று பேசுவதைக் குண்டனிப் பாத்து என் காதுக்குப் போட்டுத் தந்தபோது நான் நம்பவில்லை. குண்டனி பாத்துக்கு தெருத்தெருவாய்ப் போய் குண்டனி சொல்லிப் பசிக்கு ஏதாவது கஞ்சி வாங்கிக் குடிப்பதுதான் அவள் வேலை. என்னிடமிருந்து சர்க்கரைக்கஞ்சு ஓசியில் வாங்கிக் குடிப்பதற்காக என் காதில் போட்டுத் தந்த குண்டனியாக இருக்குமென்று எண்ணியதால் அவள் சொன்னதை அன்று வகைக்கு எடுக்கவில்லை. அன்று பெண்டாட்டியைக் கண்டித்து செவிட்டில் ரண்டு கொடுத்திருக்கலாம். கொடுக்காததால் ஏற்பட்ட வினை.

தெருப் பெண்கள் கூடி அவளைப் பிடித்து உரிஞ்செறிஞ்ச சேலையை எடுத்து அவளுக்குக் கட்டிக் கொடுத்தனர்.

ஜமாஅத்தில் இளவட்டங்கள் சென்று ஆவலாதி பட்டபோது –

"பேயுமில்லை, பிசாசுமில்லை ஜோலிய பாருங்கப்பா. ஊட்டுல குர்ஆன் எடுத்து ஓதச் சொல்லுங்கோ," என்று சொல்லி அவர்களை மடக்கிவிட்டார்கள் ஜமாஅத்தார்கள்.

ஆவலாதி சொல்லச் சென்ற இளவட்டங்கள் நிராசையோடு திரும்பிவிட்டார்கள். முஹல்லாவாசிகளிடையே பயமும் பாதுகாப்பின்மையும் ஏற்பட்டிருப்பதைப் பற்றி ஜமாஅத்தாருக்குக் கொஞ்சமும் கவலையில்லை. மக்களைப் பற்றிய சிந்தனையே ஜமாஅத் நிர்வாகத்துக்கு வரவில்லை. ஊர் வரிப்பணம் பிரிப்பதிலேயே குறியாக இருப்பதாக இளசுகளுக்கிடையே பேசிக் கொண்டனர். பொறுப்பில்லாத ஊழல் புள்ளிகள் நிர்வாகத்தைக் கையடக்கி வைத்திருப்பதாக மு.எ.க. இளவட்டங்கள் சுவர்களில் காவி மண்ணால் எழுதிவைத்து மக்களின் கவனத்தை ஈர்த்தார்கள்.

ஊரில் மந்திரவாதிகள் யாருமே தென்படவில்லை. செய்பக்கா மருமோனின் பிரேதம் நடமாடுவதைக் கேள்விப்பட்டுச் சிலர் தலைமறைவாகி விட்டார்கள். இவர்களுடைய கள்ள மந்திர வித்தைகள் எடுபடாதென்பது மு.எ.க. தொண்டர்களுக்குத் தெரியும்.

ஊரில் மந்திரவாதிகள் தலைமறைவானதால் மு.எ.க. இளவட்டங்கள் பிரேத நடமாட்டத்தை அடக்க அந்துரோத் பாவாவை கூட்டிவர முடிவு செய்தார்கள். பாவா இருக்குமிடம் தெரிந்தவனான வெட்டி செய்தம்மதை அனுப்பி அவரை அழைத்து வர வழிச்செலவுக்குக் காசு வசூல் பண்ணத் துவங்கினார்கள்.

"நான் போனா பாவா ஊரில் இருக்கணுமே? பாவா வாப்பா எங்கேயிருக்கிறாருண்ணு எப்படித் தெரியும்? காலையில் துபாயில் இருப்பார், மத்தியானம் கத்தாரிலிருப்பார், இப்போது மஃரிபு நேரத் தொழுகைக்கு ஏமனிலிருப்பார், ராத்திரி இஷாவுக்கு கோழிக்கோட்டிலிருப்பார். அவருக்கு ஊணும் உறக்கமும் இல்லை. அவரைக் கண்டாலே பேய்கள் கடல்கடந்து தலைதெறிக்க ஓட்டம் பிடிக்கும். பேயை விரட்டிப் பிடிக்க இவர் ஏழு கடல் தாண்டிப் போகக்கூடிய புனிதமான பாவா!

"அவரை நான் எங்கே போய்ப் பாக்க!"

"எங்களுக்கு அது ஒண்ணும் தெரியாது. பாவா கூட்டிக் கொண்டு வரவேண்டியது செய்தம்மது காக்காவுக்க பொறுப்பு."

"பாவா ஏழு ஜின்கள் காவல். ஜின்னுகளை ஓரோ திசைக்கும் அனுப்பிவிட்டு ஆரு கண்ணுக்கும் படாம பாவா மறைஞ் சிருப்பார். அவரை நான் எங்கே போய்த் தேடிக் கொண்டு வர?"

"கொண்டு வரணும். செய்பக்கா மருமோனுக்க அட்டகாசம் தாங்க முடியல்ல. பேய், நாய், கழுதைக் கோலத்தில் வந்து சிலரைக் கடிச்சான். ராத்திரி நேரம் நிர்வாணமாய்த் திரியிறான். அவனைக் கூசில் அடைச்சு கடல்ல தார்கணும். அதுக்கு அந்துரோத் பாவா தான் வரணும். நம்ம ஊருக்கு இந்த ஒரு உபகாரம் செய்யுங்கோ செய்தம்மது காக்கா," கெஞ்சினார்கள்.

"நீங்க மு.எ.க. வாலுவக்காரப் பிள்ளைகள் சொல்லுதுனால போய்க் கூட்டிட்டு வாரேன். நீங்க பேய் பிசாசுகளை நம்பாத முற்போக்குவாதிகள். மந்திர தந்திரங்களை நம்பமாட்டீங்க. இப்போ உங்களுக்கு நம்பிக்கை வந்து சொல்லூதனாலே போறேன்."

வெட்டி செய்தம்மது போறதுக்கு ஒப்புக் கொண்டதுனால மு.எ.க. தொண்டர்களுக்குப் பெரும் நிம்மதி.

"யா அல்லாஹ்! பாவா வருவாரு, இனி நிம்மதிதான்."

வெட்டி செய்தம்மது முதலில் போனது பாவா மூன்றாவது கல்யாணம் கட்டிய மனைவி வீட்டில்.

அங்கு பாவா இல்லை. அண்மையில் திருமணம் முடித்த ஐந்தாவது மனைவி வீட்டில் இருக்கக் கூடுமென அக்கம் பக்கத்துக்காரர்கள் சொன்னார்கள். பஸ் ஏறி அங்கேயும் சென்றார். அங்கேயும் இல்லை.

பாவா அல்லவா, ஒரு இடத்திலும் தங்கியிருக்கமாட்டார். செல்லும் இடமெல்லாம் நிக்காஹ் செய்துவிட்டு அங்கே ஒண்ணு, ரண்டு மாதங்கள் இருந்தபின் அவளை 'முத்தலாக்' சொல்லிவிட்டு வேறு இடம் போவார். பாவாக்களுக்குச் சட்டப்படி அது கூடும். யாரும் குறை கூற மாட்டார்கள் என்பது எனையம் மம்மாலிக்குத் தெரியும். வவுத்துப் பிழைப்புக்கு வேறு வழி காணாமல் தங்ஙளின் போர்வையில் ஊர்ஊராக வலம்வந்த மம்மாலி தந்திரமாக வெட்டி செய்தம்மதை சீடனாக்கிக் கொண்டார். போகிற இடமெல்லாம் மம்மாலிக்குச் சீடர்களுண்டு தங்ஙளின் மதுஹு (புகழ்) சொல்லி நடப்பதற்கு.

வெட்டி செய்தம்மதை தங்ஙளுக்கு ரொம்பவும் புடிச்சுப் போச்சு. பாவா முதலில் ஊரைவிட்டுப் போனபிறகும் தங்ஙளுடைய மத்ஹைப் பற்றி வெட்டிப் பேசி நடந்தார். பாவா போவும்போது மேடைவீட்டு பக்கீர்ராவுத்தர் முதலாளி பாவாக்களுக்கு கைமடக்கிய (அன்பளிப்பு) தொகையில் ஒரு சிறு பகுதி காகித கூடுக்குள் போட்டு யார்கண்ணிலும் படாமல் செய்தம்மதின் ஜேப்பில் திணித்தார் நன்றிக்காக, "நம்ம மத்ஹு ஊரெல்லாம் சொல்லணும்."

"செல்லுவேன் தங்ஙளே," வெட்டி ஒப்புகொண்டான்.

பாவா போன பிறகு செய்பக்கா மருமகன் ஊருக்குள் நடமாடிக் கொண்டிருந்தான். பலர் கண்களுக்கு அவன் நடமாட்டம் தெரிந்தன.

ஜனங்களுக்குச் சந்தேகம் வலுத்தது.

உண்மையான பாவாதானா? உண்மையான மந்திரவாதி தானா? தெரிந்துகொள்ள இளவட்டங்கள், சைக்கிளில் தெருவழி பாய்ந்து வந்த வெட்டி செய்தம்மதை பிடித்து நிப்பாட்டினார்கள். ஒருவன் அவனுடைய மடிக்குத்தைப் பிடித்துக்கொண்டு கேட்டான்.

"செல்லுடா பாவா மந்திரவாதிதானா? இன்னும் செய்பக்கா மருமகனுடைய நடமாட்டம் தெரியுதே."

"எனக்கென்ன தெரியும்? கூப்பிட்டு வர சொன்னியோ, கூப்பிட்டு வந்தேன். அவ்வளவுதான்."

அவன் சைக்கிளை மிதித்து அவர்கள் பிடிப்பிலிருந்து தப்பினான்.

“எடேய் இவனுட்ட பேசி காரியமில்ல. செய்பக்கா குடிசை இருந்தாதானே அவன் நடமாட்டம் இஞ்சே இருக்கும். வாருங்கடா அவெொ குடிசையை பிரிச்சு எறிவோம். அவளை தெருவிலிருந்து விரட்டுவோம்.”

இதைச் சொன்னதும் இளவட்டங்கள், கெழடுகள் இளகிக் கொந்தளித்தனர். ஊர்கூடி செய்பக்கா குடிசையைப் பிரித்து எறிய ஊர்வலமாக ஆரவாரத்துடன் புறப்பட்டனர்.

அந்நேரம் செய்பக்கா குடிசையில் இல்லை. வெளியே இரந்து பெறுக்க போயிருந்தாள். ஆவேசமாக அலை கடல் போல் இளவட்டங்கள் குடிசைக் காலைத் தூக்கிப் புடிங்கி எடுத்தார்கள். வீட்டுக்குள் மால் முடிந்து கொண்டிருந்த பதறு குடிசை கால் இளகி ஆடுவதை உணர்ந்த அவள் பூமி குலுக்கமாயிருக்கும் என்று பயந்து உள்ளிருந்து வெளியே பாய்ந்து குதித்தாள்.

கண்முன்னாள் வீறுடன் நிற்கும் இடிதடிகள்!

“எதுக்கு?” பயந்து நடுங்கியவாறு கேட்டாள்.

“ஒன்ன தேடித்தானே ஒன் மாப்பிள்ளை பேயா வாரான்.”

ஒரு குரல் உயர்ந்து கேட்டது, “பிரிச்சு எறியங்கடா.”

நொடி இடையில் குடிசை தரைமட்டமானது.

குவிந்துகிடந்த பழைய செத்தையில் ஒருத்தன் தீப்பெட்டி குச்சி உரசி எறிந்தான். செய்பக்காவின் குடிசை பற்றி எரிந்துயர்ந்த நெருப்பு நாக்கு வழியாக அவள் மருமகனுடைய ஆவி ஊரை விட்டே உயரே உயரே பறந்து போனது, திசை தெரியாமல். புகலிடம் கிடைக்காமல் காற்று மண்டலத்தில் வட்டம் கறங்கியது அவனுடைய ஆவி.

ஒரு பிடி சாம்பலாக சுருங்கிய குடிசையை நோக்கி பதறு விம்மிப் பொட்டினாள்.

“நாங்கள் பாவங்கள்! எங்கே தலை சாய்ப்போம்?”

25

உடங்காட்டில் ஒரு பெண் சடலம் கிடப்பதாக ஊரில் பரபரப்பு. யார் பெற்ற பிள்ளையோ? வீச்சத்தால் யாரும் கிட்ட அண்டத் தயங்கினதால் சிவப்புச் சேலையை வைத்து அது பெண் சடலம் என்று தெரிந்துகொண்டனர். திருமணம் ஆனவளா ஆகாதவளா குமரியா கிழவியா? கிட்ட நெருங்க முடியாததால் மரைக்கான் தெருவாசியா, ராவுத்தர் தெருவாசியா, குடிசைவாசியா, வெளியூர்வாசியா என்றும் தெரியமுடியாத குழப்பம் நிலவியது.

தரகன் மீராஸா கருப்பனையும் கூட்டி பீமாக்கா வீட்டுக்குப் போனபோதெல்லாம் செத்தை வாசல் கயிற்றால் கட்டப்பட்டு அடைத்தே கிடந்தது. கருப்பன் கையில் சுண்ணாம்பு கரண்டவம் வாட்சும் கட்டி பறபறத்த தலைமுடியில் பச்சைத் தேங்காய் எண்ணெய் தேய்த்து முடி சீவி, கோடி (புது) உடை அணிந்து புதுமாப்பிள்ளைத் தோரணையில் தரகன் மீராஸாவுக்குப் பின்னாலயே வாலாகச் சுற்றிச்சுற்றி நடந்தான். சொன்னபடி கல்யாண தேதி நெருங்கிவருகிறதே.

“பாய் வரும்போயெல்லாம் வீட்டு வாசல் அடைச்சே கிடக்குது. ஊட்டுல ஆள் உண்டா இல்லையா என்னு தெரியலல. இது இல்லைனா வேறு ஒண்ணைப் பாருங்கோ. பேசினபடி சீதனபணமும் தரகு ரூபாயும் ஒங்க கையிலே தந்துட்டேன்.”

“நீ கவலப்படாதிலே. இவோ இல்லேன்னா இவளுக்கு மேலானவோ உண்டு. ஊரில் பெண்ணுக்கா பஞ்சம்? பேசாம வாலே என் பின்னாலே.”

கருப்பன் விறகு வெட்டப் போகாததால் அவன் கைச்செலவுக்குக் காசில்லாமல் பல்லைக் கடித்துக் கொண்டு திரிந்தான்.

திருமண நாள் நெருங்கிவிட்டதால் கருப்பன், தரகன் மீராஸாவை நச்சரித்துக்கொண்டே இருந்தான். அவனுடைய நச்சரிப்பு தாங்க முடியாம, உண்டு இல்லேன்னு முடிவாகக் கேட்டு பார்ப்பதற்கு பீமாக்கா குடிசை வாசலைத் தட்டும் நேரம் மாலை இருட்டு பரவியிருந்தது. செத்தை வாசல் திறக்கப்படவே யில்லை. மூக்கில் விரல் வைத்து ஆலோசனை செய்தபடி எங்கே உம்மாவும் மொவளும் போயிருப்பாளுவோ? அவருடைய யோசனைப் பொறியில் எதுவும் அகப்படவில்லை.

தரகன் மீராஸா போகும் இடமெல்லாம் அவர் பின்னால் அலைந்ததால் அவன் போட்டிருந்த சட்டை வியர்வையில் நனைந்தது. பூசியிருந்த மலிவான அத்தர் வாடையும் போய், உடையிலிருந்து வியர்வையின் புளித்த வாடை கிளம்பியது. தரகன் மீராஸாவுக்கு மூக்குக் கொடுத்து நிற்க முடியவில்லை. பொறுக்காத கூத்துக்கு தரகன் கோபத்தை வெளிக்காட்டினார்.

“நல்லாயிருப்பா, எனக்க சூத்துக்குப் பின்னாலே வராதே. அவோ இல்லைன்னா வேறு ஆள பாத்து உனக்கு கட்டி வைக்கேன். கட்டி வச்சாதான் நீ தரவேண்டிய ரூவாய ஈடாக்க முடியும். நீ பழையபடி விறவு கடைக்குப் போய் வேலையப் பாரு,” என்று சொல்லித் திரும்பிப் பார்க்காமல் தரகன் ஒரே நடை பள்ளிவாசலைப் பாத்து –

“தொழுகைக்கு நேரமாச்சு,”

மீராஸா போன வழியைப் பாத்து பீமாக்கா குடிசை முன் நின்று ஜேப்பியிலிருந்து ஒரு பீடியை எடுத்துப் பற்றவைத்துப் புகையை மேல்நோக்கி ஊதினான். சுழன்றுசுழன்று போன புகையில் அவன் சிந்தனையும் சுருள்சுருளாக சுருண்டு உயர்ந்த புகைக்குள் கலந்து மேல் நோக்கிப் போனது. நிராசையுடன் மெல்ல அடிதூக்கி வைத்துக் கால்போன போக்கில் ஏமாந்தவனாக நடந்தான்.

ஏமாற்றி விட்டானோ.

ஏமாற்றுக்காரன்தானே. இஞ்ச நட்டால் அங்கே குருக்குவான். எடுபட்டவன்!

பழைய சைக்கிள் வாண்டி தாரேனு சொல்லிக் கொடுத்த ரூவாயை முழுங்கி ஏப்பம் விட்ட எடுபட்ட ஆசாமி. இருந்தும் பெண்ணு கெட்டும் ஆசையில் அவனை நம்பாமல் இருக்க முடியவில்லை.

உடங்காட்டில் ஒரு பெண்சடலம் கிடப்பதாக ஊருக்குள்ளே பேசிக்கொண்டார்களே? எட்டிப் பாப்போம். அவளாக

இருக்குமோ என்று அவனுக்கு மனதுக்குள் சந்தேகம். உடங்காட்டை நோக்கி மெல்ல அடியெடுத்து வைத்தான். உடங்காட்டை நெருங்கவில்லை. தொலைவிலேயே உடங்காடு திசையிலிருந்து நழுவி வந்த அந்திக் காற்றில் அழுகிய சவத்தின் துர்வாடை அவனுடைய மூக்கைத் துரந்தேறியது. மூக்கைப் பொத்திக்கொண்டு திரும்பி நடந்தான்.

அவளாகத்தான் இருக்குமோ? அவனுக்குச் சந்தேகம். பீமாக்காவின் செத்தைக் குடிலில் இப்போது ஆள் தங்கல் இல்லை என்று தோன்றுகிறது. உம்மாவும் மகளும் எங்கே போனார்களோ? அக்கம் பக்கத்துக்காரரிடத்தில் சந்தேகக் கோடுகள் முகத்தில் தென்படவில்லை. துக்க முகமும் இல்லையே? உம்மாவின் இம்சை தாங்க முடியாமல் தன்னைத் திருமணம் செய்ய விருப்பம் இல்லாது தன்னைத் தானே உயிரை மாய்த்திருப்பாளோ? ஆட்கள் அதிகம் நடமாட்டம் இல்லாத உடங்காட்டுக்குள் இருட்டுப் பகுதியை அதனால்தான் தேர்ந்தெடுத்தாளோ? சிந்தனைவாட்டிய முகத்தோடு விறகுக் கடைப் பக்கமாக நடந்தான்.

"என்னடா வா கருப்பா." கருப்பனின் முகம் இருண்டது. ஓங்கிக் கன்னத்தில் அறைந்தது போல் சொன்னான் – "நான் இப்பம் கருப்பனில்ல, அப்துல் மஜீது பாய்."

"என்னடா சொல்லுதா,"

"ஆமா நான் இப்போ சாயிபு ஆயிட்டேன்,"

சட்டை ஜேப்பிலிருந்து ஒரு வெள்ளைத் தொப்பியை எடுத்துக்காட்டினான். "இன்னா பாருங்கோ."

தரகன் மீராஸா சோப்புப் போட்டுக் கொடுத்த தொப்பி!

"இனி என்ன வாடா போடான்னு விளிக்கப்படாது. வாங்க பாய், போங்க பாய் என்னுதான் இனி சொல்லணும். தெரியுதா?"

சுன்னத் செய்த ஏழாவது நாள் குழாயடியில் குளித்துவிட்டுக் கோடி உடுப்புடுத்தி வந்தவனுக்குப் பேர் போட்டு, மோதின் பள்ளியில் வைத்து இஸ்லாத்தின் மூல மந்திரமான கலிமா சொல்லிக்கொடுத்தபடி வாயில் நுழையாத அரபிச் சொற்களை எப்படியோ தத்தக்கப் பித்தக்கானு குழறியபடி சொல்லிச் சமாளிச்சான். மோதின் சொல்லிக் கொடுத்த கலிமா வாசகத்தில் ஒரு சில சொற்கள் அவன் நினைவிலிருந்து தேடியெடுத்து விறகுக் கடை முதலாளிக்குச் சொல்லிக்காட்டினான் – "சூலுள்லா!"

தொப்பியைத் தலையில் கவிழ்த்து வைத்துக்கொண்டு பள்ளிக்கு நேராக நெஞ்சு நிமிர்ந்து துணிச்சலுடன் நடந்தவனுக்குத் திடீர் சந்தேகம் ஏற்பட்டு வழியில் நின்றுவிட்டான்.

நான் மரைக்காரா, ராவுத்தரா?

அப்துல் மஜீது ராவுத்தரா அல்ல. அப்துல் மஜீது மரைக்காரா? கேட்டால் எப்படிப் பெயர் சொல்ல வேண்டுமென்ற மனச் சஞ்சலம்.

அச்சப்பட்டு வழியில் தங்கிநின்ற கருப்பனைப் பார்த்ததும், "வாங்க அப்துல் மஜீது பாய்," என்று பள்ளி முற்றத்தில் நின்றுகொண்டிருந்த தரகர் மீராஸா வரவேற்றார்.

"இவன் விறவு வெட்டுத கருப்பனில்லையா?"

"அது நேத்து. இன்னு அப்துல் மஜீது பாய். நான் நூற்றுக்கணக்கானவங்களை இஸ்லாத்தில் சேர்த்துவிட்டு சுன்னத் செய்து ஊரிலேயிருந்து நிக்காஹ் செய்து கொடுத்து குமரை இறக்கிவிட்டிருக்கிறேன்," என்று வீராப்புப் பேசினதைக் கேட்டதும் பக்கத்தில் நின்றுகொண்டிருந்த மொட்டப் பட்டாணி பளிச்சென ஒரு போடு போட்டார்.

"ஆமா, நீரு வந்தவனையும் போனவனையும் புடிச்சு இஸ்லாத்தில் ஆக்கி நிக்காஹ் செய்துவைத்த லட்சணம் தெரியும் கூவா. அந்தப் பெண்களுடைய நிலைமை என்னாச்சு? எல்லாவனும் பெண் சுகம் அனுபவிச்சுட்டு ஒன்று ரண்டு பிள்ளையும் கொடுத்துட்டு ஒழிஞ்சு போனானுவோ. பெண்களை வாழாவெட்டியாக்கி அவங்க நடுத்தெருவில் கிடக்குதுவோ. ஒரு பயலாவது குடும்ப நடத்துவானுவளா? பெரிய மயித்தின வீராப்பு பேசி நடக்குதான், நூற்றுக்கணக்கானவங்களை இஸ்லாத்துக்கு கொண்டு வந்தேனு! மகாபாவி பெண் பாவம் உம்மெ சும்மா உடாதுவோய். ஒன் பிள்ளைகளை அனுபவிச்சு தொலைக்கும்."

பட்டாணி காறித் துப்பிவிட்டு அங்கேயிருந்து புறப்படும் போதும் சொன்னார் –

"உடங்காட்டில் ஏதே ஒண்ணு கிடந்து நாறுது. தூக்குவாருமில்லை, எடுத்து அடக்குவாருமில்லை." மொட்ட பட்டாணி சொன்னது ஏதோ மய்யத் வீட்டுக்கு சந்தூக் தூக்க வந்த மைதீனுடைய காதுக்கு எட்டியது. சந்தூக் பிறவு தூக்கலாமென்று உடங்காட்டுக்கு நேராக நடந்தான். பீமாக்கா வீட்டு வழியாக காட்டுக்குப் போகும்போது பீமாக்கா குடிசை வாசல் அப்போதும் திறக்கவே இல்லை.

கன்னி பீவி உம்மா மக்பராவில் (சமாதி) நிறைபிறைக்கு (பௌர்ணமி) மௌலுது உண்டுண்ணு பக்கத்துவீட்டு பீர்பாத்து, பீமாவிடம் சொன்னாள். கன்னி பீவி உம்மா பேருக்கு யாஸீன்(குர்ஆன் அத்தியாயம்) ஓதி நேர்ச்சை கொடுத்தால்

நினைச்சது நடக்குமென்றும் புண்ணியம் கிடைக்குமென்றும் பீமாவுக்குத் தெரியும்.

கன்னி பீவி உம்மா தாய்க்க கருணையினால பெண்ணுக்க மனசு மாறினாளோ, தரகன் மீராஸாவுடைய தொல்லை தாங்க முடியவில்லை. அவ்வப்போது வந்து கருப்பனுக்குச் சுன்னத் செய்த வகையில் செலவான காசைக் கேட்டு தொல்லைப் படுத்துகிறார். கேட்டபடி பத்தாயிரம் ரூபாய் கொடுத்தாச்சு. பின்ன எதுக்கு ரூபாய்? பெண்ணுக்க மனசு மாறி, தரகன் மீராஸா சொன்ன மாப்பிள்ளைக்குக் கட்டி வச்சா அவனுடைய தொல்லை நீங்குமே.

பெண்ணு சம்மதிக்கணுமே?

இரவு உம்மாவும் மகளும் குடிசையில் உறக்கம் வராமல் வாழ்க்கையில் ஏற்பட்டிருக்கும் கசப்புகளை அசைபோட்டுக் கொண்டிருக்கையில் பீமா மகளிடம் சொன்னாள்.

"மக்கா, இன்னைக்கு புதன், நாளே வியாழன், விடிய ரெண்டு பேரும் கன்னபீவி உம்மா தாய்க்க இடத்துல போய் நம்ம வாழ்க்கை கசப்புகளுக்கு ஒரு முடிவு கிடைக்க கேப்போம்."

கொஞ்சநேர மௌனத்திற்குப் பின் போவோம் என்றாள். இருவரும் காலை பஸ்ஸில் ஏறிக் கன்னி பீவி உம்மா இடத்துக்குச் சென்றனர். போய் இறங்கும் நேரம் உடம்புத் தோலை நக்கியெடுக்கும் நட்டுச்சித் தீ வெயில். காட்டுப் பக்கம் ஆனதால் அதிகம் ஆட்கள் காணப்படவில்லை.

அங்கே ஒரே ஒரு பெண் மட்டும் தனியாக உட்கார்ந்திருந்தாள். தர்காவின் வெளிப்புற ஓட்டுச் சாய்ப்பில், ஒரு ஓதுக்குப்புறமாக தலையில் துணி போட்டுக்கொண்டு ஓதி துஆ செய்துகொண்டிருந்த போது சற்று விலகிச் சிவந்த சேலை கட்டிய அந்தப் பெண் கண்ணீர் சிந்த வேண்டிக்கொண்டிருப்பது இவர்களுடைய கவனத்தில் பட்டது. தலை நிமிராமல் குனிந்தவாறு உட்கார்ந்திருந்த அந்தப் பெண்ணையே நூர் கூர்ந்து நோக்கியபடியே உட்கார்ந்திருந்தாள்.

அவள் எதற்காகக் கண்ணீர் சிந்த வேண்டும், துணைக்கு யாருமில்லையா? தன்னந்தனியாக இந்தக் காட்டுக்குள் இருக்கும் தர்காவுக்கு வந்திருக்கிறாளே? பயமில்லையா? கன்னிபீவி உம்மாவின் பாதுகாவல் உண்டுமென்ற துணிச்சலாக இருக்கும்.

"மக்கா வந்தது வந்தோம். ஏழு நாள் போரிசையான கன்னிபீவி உம்மாகிட்ட உட்கார்ந்து ஓதித் தொழுது உறங்கி எழும்பி ஊட்டுக்குப் போவோம். ஊட்டுல கள்ளன் தூக்கிட்டுப்

போவ என்ன இருக்கு? ரண்டுமூணு மண் சட்டியும் ரண்டு கீறப் பாயும் கிடக்குது. போனனா போட்டும்."

அம்மா சொன்னபடி மகள் ஏழு நாட்கள் அங்கு தங்கி உறங்கி எழும்பிச்செல்ல ஒப்புக்கொண்டாள். இங்கேயாவது மனசுக்கு அமைதி கிடைக்கட்டும். தன்னுடைய வேண்டுதலைக் கன்னிபீவி உம்மச்சா ஏற்றுக்கொண்டு எனக்கு ஒரு நல்ல வரன் கிடைக்கட்டும். அந்த காஃபிருட்ட இருந்து என்ன காப்பாத்துங்கோ தாயே! கன்னிகளுக்கு மேல் இரக்கங்காட்டும் தாயே! கண்ணுமணியான தாயே!

அந்தி மோந்தி சாய்ந்து தர்கா கபுரில் விளக்கு வைக்கும் நேரம். அந்தப் பெண் உட்காந்திருந்த இடத்திற்கு விளக்கொளியின் நாவு நீளவில்லை. அவள் குனிந்த தலையாகவே உட்காந்திருந்தாள். பார்வைக்குக் கைவிடப்பட்டவளைப்போல் தெரிந்தாள்.

மாலை தொழுகைக்குப் பின் மௌலுது மஜிலிஸுக்[1]குச் சில ஆட்கள் வந்து கூடினார்கள் மௌலுது ஓதி முடித்த பின் துஆ. கன்னிபீவி உம்மா தாய் பேருக்குத் தனி துஆ. பிறகு கூடியிருக்கும் சபையோர்களின் வேதனைகளும் கவலைகளும் விலக துஆ. துஆவிற்குப் பின் பூந்தி நேர்ச்சை.

பணவசதி படைத்த வீட்டிலுள்ள சில பெண்கள் ஆடு வெட்டி நெய்ச்சோறு நேர்ச்சைக் கொடுக்க நேமிசம் செய்திருந்தார்கள். பொதுவாக யார்கொடுக்கும் நேர்ச்சை என்பதை வெளிப்படுத்தமாட்டார்கள். தேவையான சாமான்கள் வாங்கி தர்கா நிர்வாகிகளிடம் ஒப்படைத்தாலே போதும், தங்கள் குறைகளுக்கு நிவர்த்தி தேடி வருவோரில் பலரும் அழுது அழுதே ஆமின் சொல்லுவார்கள்.

அந்தப் பெண் மௌலுது மஜ்லிஸுக்கு வராமல் உட்கார்ந்திருந்த இடத்தை விட்டு நகரவே இல்லை. அவளுடைய கண்கள் கலங்கிச் சிவந்திருந்தன. சொட்டிப் போயிருந்த காய்ந்த கன்னத்தில் கண்ணீர் வடிந்திருந்த தடயங்கள் காணப்பட்டன.

மவுலுது ஓதி முடிந்ததும் சபையோர்கள் அனைவரும் தர்காவைவிட்டு வெளியேறிய நேரம் பாத்து நூர் அவள் அருகில் சென்றாள்.

"என்ன தாத்தா[2] தனியாட்டா?"

"ஆமாவென்று தலையசைத்தாள்."

---

1. மஜிலிஸ் – சபை
2. தாத்தா – அக்கா

"கூடெ யாரும் வரல்லியா?"

"நான் தனி மனுசி."

"குழந்தை குட்டிகள்?"

"கணவனால் சவுட்டி வெளியே தள்ளிக் கைவிடப்பட்டவளுக்கு ஏது குழந்தைக் குட்டிகள்."

"வீடு?"

பதில் இல்லை.

"இஞ்செ எப்போ வந்தியோ?"

"ஒரு மாசம் ஆச்சு."

"ஓங்க புருஷு எங்கே?"

"இருக்கானா செத்தானா தெரியாதம்மா. கன்னிபீவி உம்மா இடத்துல வந்து அழுதும் பிரோஜனமில்லை. இனி மன்றாட வேறு ஆருமே இல்லை. ஆண்டவனே என்னை கை உட்டுட்டான். அழுது வடித்துக் கேட்க கண்ணீருமில்லை. தகப்பனில்லாத என்னை ஒரு புரோக்கரை நம்பி அவன் கூட்டிவந்த ஒருத்தனுக்கு கல்யாணம் பண்ணிக் கொடுத்தாள் உம்மா, என் கன்னி அழிய. ஒரு வருஷம் என் கூட இருந்தான். காரணமில்லாம ஒரு அநியாயப் பெரும் பழியை எனக்க மேல போட்டுட்டு தலாக், தலாக், தலாக்னு மூணு முறை சொல்லிட்டு, "நீ எனக்கு வேண்டாண்டி. அவொன் கூட போடின்னு சொல்லிட்டு இறங்கிப் போனவன்தான். எனக்கு ஒரு கதியுமில்லை. உம்மாவும் மவுத்தாயிட்டா. வாழ வழியில்லாம நிர்க்கதியா நிக்கேன். எனக்கு முன்னால் ஒரே கும்மிருட்டு. உடுத்திருக்க கூடிய இந்த ஒரே கந்தல் சேலைதான் கதி,"

கிழிசல்களில் ஆயிரம் தையல் போட்ட சிவப்புச் சேலை.

அவள் சொன்னதைக் கேட்டதும் நூர் இடி வெட்டேற்று உட்காந்திருந்தாள்.

எனக்கும் புரோக்கர்தான் மாப்பிள்ளை கொண்டு வந்திருக்கிறான்.

26

கன்னிபீவி உம்மா தர்காவில் நல்ல வரன் கிடைப்பதற்கு ஏழுநாள் வேண்டுதலுக்குப் பிறகு அவள் குடிசை வாசல் கட்டவிழ்ந்தது. வாசல் கட்டு அவிழ்க்கும் நேரம் பக்கத்துக் குடிசைவீட்டுக்காரி பாத்துமுத்து சொல்லித்தான் பீமாவுக்கு காட்டில் சிகப்புச்சேலை கட்டிய ஒரு பெண் சடலம் கிடப்பதைப் பற்றிச் சொன்னதும் வானிடி நெஞ்சில் விழுந்ததுபோல் அதிர்ந்து நின்றாள் பீமா. 'தூறம்'[1] முடுத்ததால் காட்டுக்கு ஓடிப்போன நூர் ஓடிப்போன வேகத்தில் பதறி அடிச்சுக் குடிசை முன்வந்து பேச நா எழாததால் பேய்முழி முழிச்சபடி உம்மாவைப் பார்த்தாள்.

"என்னடி ஒரு மாதிரியா பாக்கா?"

"கன்னி பீவி உம்மா தர்காவில வச்சு பாத்த பெண்ணப் போல தெரியுது."

"நீ பாத்தியாவுட்டி?"

"கிட்ட போவல்ல. நாத்தம். பாக்க வந்தவங்களெல்லாம் மூக்கப் பொத்திட்டு ஓடிப் போனாங்கோ. நின்னு பாக்க முடியல்ல. ஓடி வந்துட்டேன். நம்ம தர்காவில வச்சு பாத்த அதே பெண்தானும்மா. அதே கந்தலான சிவப்புச் சேலை."

மௌலூது ஓதும்போது ஓதுமிடத்தில் வராமல் தலை குனிந்த வண்ணம் தனித்திருந்து அழுது கொண்டிருந்தவளுடைய சித்திரம் பீமாவின் கண்முன்.

குடிசைக்குள் உம்மாவும் மொவளும் தனித்தனர். குமரை இறக்கி விடமுடியாமல் போன கவலை பீமாவின் நெஞ்சில் எரிந்தது.

1. தூறம் – மலம் கழிக்க

காட்டில் கிடக்கும் சடலத்தின் நிலை தனக்கு ஏற்படாமல், கருப்பனின் கையிலிருக்கும் கருப்புக் கயிறு தன் கழுத்தில் ஏறாமல் காப்பாற்றிய கன்னிபீவி உம்மாவுக்கு மௌனமாக நன்றி சொல்லிக் கொண்டிருந்தாள் நூர்.

இருவருடைய மனங்களும் இரு திசையை நோக்கி. சில பெரிய மனிதர்கள் தெருக்களுக்கு உயரே அலையும் காற்றின் நாற்றம் தாங்க முடியாமல் ஜமாஅத்தாரிடம் போய்ச் சொன்னார்கள்.

அடையாளம் தெரியாத ஒரு பெண் மய்யத் காட்டுக்குள் தூக்கி அடக்குவாரில்லாமல் கிடந்து நாறுது. நம்ம ஊரில உள்ளதுபோலத்தான் தெரியுது. ஆக்கின ஓஜிபன[1]த்தை தின்ன முடியல வாப்பா, ஏதாவது செய்யுங்கோ.

பெரியவர் சிலர் ஆவலாதிபட்டனர்.

முஸ்லிம் மய்யத்தா? காஃபிர் மய்யத்தா? கேட்டது கணக்கன்.

"குடிசை பீமாக்கா பெண் மய்யத்துன்னு சொன்னாங்கோ."

"எந்த தெரு?"

"தெரியல்லண்ணாங்கோ."

"அப்படியானா நம்ம கபர்ஸ்தானுல அடக்க முடியாது. போலீஸ்ல போய்ச் சொல்லுங்கோ." போலீஸ் என்றதும் போனவர்கள் பயந்து பின்வாங்கினர். போய்ச் சொல்லுபவர்களை போலீஸ் பிடிச்சு விசாரணை செய்வார்கள். கெட்ட நேரத்துக்கு லாக்கப்பில் போட்டாலும் போடலாம். துப்பு துலங்கும்வரை கிடக்கணும். போனவர்கள் பயந்து நமக்கெதுக்கு வம்பு என்று அங்கிருந்து போய்விட்டார்கள்.

ஊர் பேரு தெரியாத மய்யத்தை அடக்கம் செய்ய யாரும் முன்வராததை நினைத்து சந்தூக் மைதீனுக்கு ரோசம் பொங்கியது. மய்யவாடிக்கு முஸ்லிமினும் காஃபிரினும் வேறுபாடு இருக்கா? இரண்டு உடலும் புழுத்து நாறும்.

ஜமாஅத் கிடக்காவே. அவன் ஒரு வாசனை பினாயில் பாட்டிலும் மம்மட்டியும் கொண்டு வந்தான். வீச்சம் தாங்கமுடியல்ல. கிட்ட அண்ட முடியாதபடி வீச்சம். இப்படியே போட முடியாது. ஒரு முஸ்லிம் மய்யத், அதிலும் பெண் மய்யத், நாயும் காக்கையும் குதறிக் கிடக்கும் சடலம்.

திடீரென கைவந்த துணிச்சலால் பினாயிலைத் தெளித்துக் கொண்டு மய்யத்தை நெருங்கினான். தலையில் வட்டமாகக்

---

1. ஓஜிபனம் – உணவு

கட்டியிருந்த குற்றாலம் துண்டால் மூக்கை மூடிக் கட்டினான், நாற்றம் அடிக்காமலிருக்க.

மய்யத்தைத் தூக்கமுடியாதபடி அழுகிப்போயிருந்தது. துணைக்கு அழைத்தும் யாரும் வரவேயில்லை. நாயும் கழுகும் காக்கையும் கொத்தி மிச்சம் போட்ட எலும்புக் கூடு. விலகிக்கிடக்கும் சிவப்புச் சேலை.

அவன் துணிச்சலோடு காட்டிலேயே ஓதுக்குப் புறமாகக் குழி வெட்டி மம்மாட்டியால் மய்யத்தை இழுத்துக் குழியில் போட்டுச் சுற்றிலும் பினாயில் தெளித்துக்கொண்டு, காலி பாட்டிலை ஒரு புதரில் எறிந்துவிட்டுக் கரையேறினான்.

ஏதோ ஒரு பெரிய நல்ல காரியத்தைக் கச்சிதமாகச் செய்து முடித்துவிட்ட மனத்திருப்தியோடு மம்மாட்டியைத்[1] தோளில் வைத்துக்கொண்டு காட்டைவிட்டுக் கைவீசி வெளியேறினான். 'நான் செய்யூதுக்கு என்னப் படைச்ச அல்லா எனக்குக் கூலி தருவான். இந்த உலகத்தில் ஆரும் தரண்டாம் ஓய்' தானாகப் புலம்பிக்கொண்டு நடந்தவனைச் சிலர் வழிமறித்தனர்.

"ஏன்டா மடப்பயலுக்குப் பிறந்த பயலே, ஒனக்கு அறிவு இருக்காடா தாயளி? செய்பக்கா மருமோனைக் குளிப்பாட்டி ஷஹாதத்து கலிமா சொல்லி அடக்கம் செய்யாததுனாலே அவன் பேயாக ஊரில் வந்து காட்டுற அட்டூழியம் போதாதாலே? ஏண்டா நீ அனாதச் சவத்தெ தூக்கி நம்ம காட்டுல பூத்தினா? போலீஸ்ல போய்ச் செல்லப்பிடாதா? அவனுவளே வந்து தூக்கிட்டு சர்க்கார் ஆஸ்பத்திரிக்குக் கொண்டு போவானுவளே. எதாவது சுடுகாட்டுல கொண்டுபோய் எரிக்கவோ பூத்தவோ செய்வானுவளே." அவர்கள் சொன்னதை அவன் வகைக்கு எடுத்துக்கொள்ளவில்லை.

"காலரா பிடிச்சு மரிச்ச மய்யத்துகளை குளிப்பாட்டக்கூட வராம சனங்கோ ஒதுங்கிப் போனாங்கோ. அப்போ ஒத்தைக்கு எத்தனை மய்யத்துகளை நானே குளிப்பாட்டி என் வண்டியில தூக்கிக் கொண்டு போய் அடக்கம் செய்தேன். எந்தப் பையன் துணைக்கு வந்தான் ஓய்? நான் பணத்துக்கு ஆசப்பட்டா செய்தேன். அல்லா தருவாண்டா கூலி எனக்கு என்னுதானே செய்தேன். இது ஒரு பெண் மய்யத்! ஊரும் பேரும் தெரியாத மய்யத். இது காட்டில நாறிக் கிடக்கவா சொல்லுதியோ. நான் சீவனோடு இருக்கும் காலம் வரைக்கும் முஸ்லிம் மய்யத் ஆகட்டும் வேறு மய்யத் ஆகட்டும். அடக்கம் செய்யப்படாம இந்த காட்டுல கிடக்காது. ஒங்க சோலி மயிர பாருங்க

1. மம்மாட்டி – மண் வெட்டி

ஓய்," என்று சொல்லி சந்தூக் மைதீன் விறுவிறுன்னு நடந்து மய்யவாடிக்குள்ளே சென்று குழாயடியில் கைகால் கழுவி மூக்கை மூடிக் கட்டிருந்த குற்றாலம்துண்டை எடுத்து முகத்தையும் உடம்பையும் துடைத்துக்கொண்டு வீட்டுக்குப் போனான்.

வயிற்றைக் கவ்விய கோரப் பசியை அடக்க ஏதேனும் இருக்காடி? பெண்டாட்டியிட்ட கேட்ட கணம் அவோ சீறிப் பாய்ந்து வந்து கத்தினாள். ஊட்டுக்குள்ளே ஏறப்படாது. கடித்துக் குதறினாள்.

"எங்கேயோ உள்ள எவளோ ஒரு செறிக்கி செத்து நாறிக் கிடந்தவள தூக்கிப் பூத்திட்டுக் குளிக்காம ஊட்டுக்குள்ளே ஏறினா பழந்தொறப்பா கிடக்குது. கஞ்சியா வேணும் உமக்கு? இந்த ஊட்டுல பட்டினி கிடந்து புள்ளியோ சாவுது. அதுவொளுக்கு கா காசுக்கு உழைக்காம தர்ம வேலை செய்திட்டு வெறுங்கையும் வீசின கையுமா கஞ்சி குடிக்க வாறீராக்கும். அடுப்பப் பாரும். தீ எரிஞ்சு எத்தனை நாளாச்சு தெரியுமா? கிட்டுத காயக்கொண்டு குடிச்சிட்டுப் புள்ளைகளைப் பட்டினி போட்டுட்டு ஊதாரித்தனமா திரிஞ்சுட்டு வந்து கஞ்சி குடிக்கவா வந்தீரு? பழந்தொறப்பா கிடக்குது."

"தெருவுல ஆராவது மரிக்கண்டாமாவுட்டி மரிச்சாதானே கையில சக்கரம் கிடைக்கும்."

துண்டை உதறிக்கொண்டு இறங்கி நடந்தான் ரோட்டைப் பாக்க. காயுத வயித்துல ஒரு டீ தண்ணீ ஊத்தி காளல் அடக்கலாமென்னு.

வெறிச்சோடிக் கிடந்தது ரோடு. கடைகள் ஒண்ணுமே திறக்கவில்லை. ஆள் நடமாட்டம் காணப்படவில்லை. எங்கேயோ இறை இல்லம் இடிக்கப்பட்டதற்குக் கண்டனம் தெரிவிக்க மு.எ.க. பசங்களின் அழைப்பின் பெயரில் பந்து. போலீஸ் நடமாட்டம் காணப்பட்டது. யாரையும் கூடி நின்று பேச அனுமதிக்கவில்லை. போலீஸ்காரர்களின் பார்வை மைதீன் மேல் இருப்பதாக அவனுக்குத் தோன்றியது. பம்மிப் பம்மி நடந்தான். அவன் பம்மல் போலீஸுக்குச் சந்தேகம் கொடுத்தது. பிடித்து விசாரித்தபோது ஆடிப் போனான்.

"நான் கைவண்டி இழுத்துப் பிழைக்கேன் யாமானே."

"யாம்பிலே கண்ணு சிவந்திருக்கு."

வாய் பொத்திக்கொண்டு குரலடக்கி, "கொஞ்சம் தண்ணீ போட்டேன்," பணிவாகச் சொன்னான்.

"எதுக்குல? பஸ்ஸ கல்லைவிட்டு எறியவா?"

"இல்லை யாமானே. நாறிக்கிடந்த ஒரு அனாத பொணத்த அடக்கம் செய்யூதுக்கு."

போலீஸ், மைதீனைப் பிடித்து விசாரணை செய்வதைக் கண்ட மு.எ.க. தொண்டன் ஒருவன் போலீஸ்காரரின் அருகில் சென்றான். அந்த போலீஸ்காரர் அவனுக்குப் பரீட்சயமானவர் போல் தெரிஞ்சது.

"இவன் நீங்க நினைக்குது போல இல்ல சாரே. பாவம்! இறந்துபோன சடலங்களை வண்டியவச்சு இழுத்து மய்யவாடிக்குக் கொண்டு போவான். அதுதான் இவன் சீவீதம். அடக்கம் செய்ய நாதி இல்லாத அனாதப் பிரேதங்களை இவன் எடுத்துப் பூத்துவான். நாத்தம் தெரியாம இருக்க கொஞ்சம் தண்ணி போட்டுருப்பான். இவனுக்கும் இந்த பந்துக்கும் ஒரு சம்பந்தமும் இல்ல. பாவத்த உடுங்க சார்."

"ஒன்ன ரோட்டுல காணப்பிடாது. ஊட்டுல போய்த் தூங்கு." மு.எ.க. தொண்டரின் சிபாரிசின் பெயரில் மைதீன் தப்பினான்.

'ரோட்டுல நிக்கக் கூடாதுன்னு போலீஸு. செலவுக்குப் பைசா கொடுக்கலைன்னு ஊட்டுக்குள்ளே ஏறப்பிடாதுன்னு பெண்டாட்டிக்காரி. என்னடா உலகம் இது!

நான் எங்கே போவ?,

அவன் உடங்காட்டைப் பாக்க நடந்தான், உறங்கிப் பசியை மறப்பதற்காக.

மேடைவீட்டு பக்கீர் ராவுத்தர் முதலாளியின் ஒரு உறவிலுள்ள அண்ணன், வெகுகாலமாக வாத நோயால் அவதிப்பட்டுக் கிடந்த பீருகண்ணு ராவுத்தர் மவுத்தாகி விட்டார். பள்ளியில் கூப்பிட்டுச் சொன்னது அவன் காதில் விழுந்தது. கூர்ந்து கேட்டவன் காதில் வாங்கிக் கொள்ளாததுபோல் சுருண்டு படுத்துக்கொண்டான். பீருகண்ணு ராவுத்தரின் பெயர் இறக்கப் போவோர் லிஸ்டில் அவன் டைரியில் குறித்திருந்தான்.

பள்ளிவாசலிலிருந்து சந்தூக் எடுத்துவர மைதீனைத் தேடியபோது மேடை வீட்டு முதலாளி தடுத்தார்.

"வேண்டாம். அந்தக் குடிகாரச் செறுக்கிப் புள்ளை சந்தூக் எடுத்து வரண்டாம். கேட்டியளா. லட்சணங் கெட்டவன். சாதிகெட்ட பயன்."

"அப்பம் ஆரு சந்தூக் எடுத்து வருவா?"

"நம்ம புள்ளியோ நாலு பேரு போங்கடா." யாரைப் பார்த்து சொன்னாரோ தெரியவில்லை.

சந்தூக் எடுத்துவர சொந்தபந்தங்களைத் தேடினார்கள். யாரும் தென்படவில்லை. தலைமறைவாகிவிட்டனர். சந்தூக் தூக்கி எனும் அவப்பெயர் வேண்டாம்னு.

குளிப்பாட்டி கஃபன் பொதிந்து வச்ச மய்யத்தை ரொம்ப நேரம் போட்டுவைக்கக் கூடாது. உடனே அடக்கம் செய்யணும். யாரோ இஸ்லாமியச் சட்டம் சொல்லி பக்கீர் ராவுத்தர் முதலாளியைச் சமாதான படுத்திவிட்டு வெட்டி செய்தம்மதை அனுப்பி மைதீனை சந்தூக் எடுத்து வரச்சொன்னார்கள்.

வெறிச்சோடிக் கிடந்த ரோட்டில் அவனைக் காணவில்லை. டாஸ்மாக் கடை, மைதீன் வீடு, தெருவான தெருவிலுள்ள குடிசைகளெல்லாம் தேடிப் பார்த்துவிட்டுக் காட்டுக்குள் சென்ற வெட்டி பார்த்தது. சுருண்டு, உடுத்திருந்த வேட்டியால் மூடிக்கொண்டு கிடந்த மைதீனை வெட்டி தட்டி எழுப்பினான்.

"மாப்பிளே மாப்பிளே. பீருகண்ணு ராவுத்தர் மண்டையைப் போட்டது தெரியாதா? மாப்பிளே. சந்தூக் எடுத்துட்டு வாருங்கோ"

"பக்கீர் ராவுத்தருட்ட சந்தூக் எடுத்துட்டு வந்து அடக்கம் செய்ய சொல்லு. என்ன ஒறங்க உடு ஓய்."

"வரமாட்டியா?" வெட்டி கொஞ்சம் உரத்த குரலில் கேட்டான்.

"வரமாட்டேன் ஓய்." பதில் சொன்னான். "ஆனால் நீ சொல்லூதனால் வாரேன். ஒரு கன்டிஷன். காட்டில கிடந்த அனாதை மய்யத்தை தூக்கி அடக்கம் செய்ததுக்கு ஆரும் கூலி தரல. எனக்கு அல்லாவுக்க கூலி கிடைக்கும். இந்த பணக்கார மய்யத்தை என் வண்டியில் ஏத்திக் கொண்டு இறக்க பணக்காரன் தருத கூலி வேண்டாம். அல்லாக்க கூலி போரும். கேட்டுட்டு வா மாப்பிளே."

27

சந்தூக் மைதீனுடைய மகன் வகாபுக்குத் தாலிகட்டு நடந்து ஒருவாரம்தான் இருக்கும். நாராயணசாமி மெட்டலில் தினக்கூலிக்குச் சுமைதூக்கப் போய்க்கொண்டிருந்த அவனுக்கு மேலே ஓடைக்கரைத்தெரு பாத்தகண்ணு மகள் காமீலாதான் பெண்ணு. காமீலா பெண்ணு பிளாஸ்டிக் கம்பெனி விட்டு வரும் வழியில், வளர்ந்தோங்கி நிற்கும் அடர்ந்த மரங்கள் நிறைந்த சோலையில் ஒரு மரத்தடியில் சாய்ந்து நின்று நகம் கடிச்சபடி இவள் மெல்ல நடந்துவருவதைப் பார்த்து நிப்பான். அவள், அவனிடம் வெளிக் காட்டாமல் மனப்பூரிப்போடு ஒரு சிறு சிரிப்பைத் தன் உதடுக்குள் ஒளித்துக்கொண்டு தலை குனிந்தவாறு நடந்துவிடுவாள். அவனைக் கடந்து செல்லும்போது நடை கொஞ்சம் மெதுவாகத்தான் இருக்கும். ஏதாவது பேசுகிறானா, அது தன்னுடைய மனத்தில் இன்பம் கோரிவிடாதா என்ற உள் நோக்கத்தில். அவன் எதுவும் பேசுவதில்லை. அதற்கான மனஉறுதி அவனிடத்தில் இல்லை. கொஞ்சகாலமாக நீண்டுநீண்டு போன அன்புப் பார்வையோடு சரி. இருவருக்கும் இடையில் ஒருவரையொருவர் உள்ளால் நேசித்தார்களே தவிர அதை வெளிப்படுத்துவதற்குண்டான துணிச்சல் இருவருக்கும் இல்லை. ஒருவரையொருவர் கனவுகண்டு மெய்சிலிர்ப்புடன் உருண்டு புரண்ட ராக்கள் விடிந்து வெளுத்தன.

மய்யம் விழாத ஒரு பகலில் வீட்டு வறுமை நிலையைப் பற்றிச் சிந்தித்தபடியே சந்தூக் மைதீன் வீட்டு முற்றத்தில் வேப்பமர நிழலில் பழையக் கயிற்றுக் கட்டிலில் மலந்து கிடக்கையில் ஒரு

அந்நியக் குரல் கேட்டு சடாரென எழும்பினான். பாத்தா மேலே ஓடைக்கரைத் தெருக்காரி பாத்தகண்ணு.

இவ எதுக்கு இங்கே? யாராவது மண்டையை போட்டாங்களா? அவொ வீட்டுல ஒரு கிழவி கிடந்தாளே. அவள்தானோ, வந்தவளுடைய முகத்தில் மரணத்தின் பரபரப்பு காணவில்லை.

“என்ன தாத்தா? திடீர்னு?”

“ஓங்கள பாக்கத்தான்”

“என்ன விஷயமோ?”

“எனக்க மொவளுக்கு ஓங்க மொவனக் கேக்கலாம்னுதான் வந்தேன். புரோக்கரெல்லாம் நமக்குள்ள எதுக்கு? வேண்டாம். புரோக்கர் வேண்டாம். மீராஸா இருக்கானே எழுபது ஹராத்துல[1] பிறந்தவன். அவன கைகொண்டு தொட்டா கை நாறிப் போவும்.”

பாத்தகண்ணுவின் குரல் கேட்டு மில்லுக்குப் போக ஒருங்கி கொண்டிருந்த மைதீன் பொண்டாட்டி வெளியே வந்தாள்.

பாத்தகண்ணு.

“பாத்தகண்ணு தாத்தா, வந்த விஷயம் என்னேனு என் காது கேட்க பேசுங்கோ.”

“எனக்க மொவளுக்கு நிஞ்ச மோனே கேட்கலாம்னு வந்தேன் மைனி.”

“அதுக்கு அவனுக்குக் கல்யாண செய்யதுக்குள்ள வயசு ஆவலையே.”

“என்ன வயசு ஆவல குட்டி. 19 வயசு போராதா? அவன் வல்ல வப்படக்காரியையோ தேங்கா புண்ணாக்கு விக்கவரிய செட்டிச்சியோ கெட்டிட்டு ஊட்டுல கொண்டு வாரதுக்கு முன்னே பயலுக்கு பெண்ணு கெட்டி வைக்கணும். ஒலகம் கெட்டுக் கிடக்குது. ஊரப் பாத்தியா. எவன் எவனெல்லாம் வந்து தொப்பி போட்டு பாவப்பட்ட பெண்ணுவள தாலி கட்டிட்டு அம்போன்னு உட்டுட்டுப் போரானுவளே. அவளவளுக்க கண்ணீருதாண்டி ஆறா ஓடுது.” மைதீன் அறுத்துமுறிச்சுச் சொன்னான். அவன் தொடர்ந்து பேசினான்.

‘பாத்தகண்ணு தாத்தாக்க மொவோ நல்ல பிள்ளை. குனிந்ததலை நிமிராத அதபான[2] பிள்ளையடி, எக்கு தெருவிலிருந்து.

1. ஹராத் – தீயவழி

2. அதபு – ஒழுக்கம்

பல சம்பந்தம் வந்தப்போ எக்க உம்மா சம்மதிக்கலடி. 22 வயசான என்ன பிராயம் ஆவல்லேன்னு சொல்லி வந்தவங்களையெல்லாம் அனுப்பிட்டாள். பிறவுள்ள கதையை நான் செல்லண்டாம் உடு. அப்படித்தான் இன்னா நிக்குத சிதேவிய எனக்க தலையில வச்சு கட்டினாவோ. வந்த சம்பந்தத்த விடக்கூடாது'ன்னு அவன் மனசில். சந்தூக் வண்டியிழுக்கும் வாப்பாக்க மொவனுக்கு எவன் பொண்ணு கொடுப்பான்டி? வந்தத விடப்பிடாது. அவன் மனசில எண்ணினான்.

"சரின்னு சொல்லுங்க தாத்தா," கெஞ்சுனது போல் நின்றாள்.

"நீ என்ன சொல்லுதா" மைதீன் பெண்டாட்டிய பாத்துக் கேட்டான்.

"தகப்பனுக்கு இஷ்டமானால் எனக்கும் இஷ்டம்தான்."

"சீதனம்?" மைதீன் பெண்டாட்டி கேட்டாள்.

"நான் சீதனம் வாண்டியா இவள கொண்டு வந்தேன். இருந்தா கொடுங்கோ இல்லைன்னா உடுங்கோ. ஒரு நாள நிச்சயிச்சு நிக்காஹ் செய்வோம்."

நோம்பும் ஆறு நோம்பும் முடிந்து ஆறு நோன்பு பிறையில் ஒரு நல்ல நாள் பாத்து எளிய முறையில் வீட்டில் வைத்து நிக்காஹ் நடந்தது.

நிக்காஹுக்கு அவனது நண்பர்கள் யாரையும் வகாப் அழைக்கவில்லை. பெண் வீட்டார் மிகவும் ஏழையானவர்களான தால் சிக்கனமாகத் திருமணம் நடந்தது. திருமணம் நடந்த மறுவாரம் அவன் வெளியே வந்தவுடன் நண்பர்கள் புதுமாப்பிள்ளையைச் சூழ்ந்துகொண்டனர். டீக்கு சொல்லுடே என்று மொச்சினர். 5 டீக்கு ஆர்டர் கொடுத்தான் வகாப். டீயை உறிஞ்சு குடிச்சுக்கொண்டு டீ ஸ்டால் முன் உட்கார்ந்து கூட்டாளிகள் வகாப்பை சவேல் அடித்தனர். "ஒத்துழைச்சாளா பெண் எப்படிடேய்," என்று கேட்டனர் சிலர். எந்த நடிகையைப் போல் இருப்பாள்?

வகாப் சிரித்துக்கொண்டே நண்பர்களின் கேலிப் பேச்சைக் கேட்டுக்கொண்டிருந்தான்.

மாப்பிள்ளை உடையான கோடி வேட்டி, பட்டுச்சட்டை கசங்காமல் போட்டிருந்தான். பட்டுச் சட்டையிலிருந்து மாப்பிள்ளை மணம் விலகவில்லை. கப்பென வாசம் அந்த மாலைக் காற்றில் பரவியது.

“என்ன அத்தருடேய்? நல்ல வாசம். ஒனக்க புதுப் பொண்ணுக்கு புடிச்ச வாசமாடேய்.”

“டேய் நேரம் இருட்டி வருது. அவள் காத்திருப்பாள். அவன் போட்டுடே உடுங்கடா. நீ நேரங்காலம் ஊட்டுக்குப் போய்ச் சேரு.”

நண்பர்கள் கூடிச்சேர்ந்து சவேலடித்தனர்.

வகாப் எழும்பிக் கோடி வேட்டியைத் தூக்கிக் கக்குமடி கட்டியதும் டீ ஸ்டால் முன் திடீரென ஒரு போலீஸ் வேன் வந்து நின்றது. வந்த வேனை ஆச்சரியமாகப் பார்த்துக்கொண்டு நின்ற அவனையும் அவனோடு சேர்ந்து டீ குடித்துக் கொண்டிருந்த இளைஞர்களையும் வேனில் ஏற்றி சென்றார் போலீஸ் அதிகாரி.

“சார்?” புரியாமல் கேட்டனர்.

“அப்புறமா சொல்லுதேன்டே,” போலீஸ் அதிகாரி பதில் சொன்னார்.

டீ ஸ்டாலுக்கு முன் நின்ற பையன்களை போலீஸ் வேனில் எதுக்காக ஏற்றிச் செல்கிறார்கள் என்று புரியவில்லை. புரியாமல் முழித்து நின்றனர்.

“பாவம் சின்ன பயக்கள்!” சிலருடைய அனுதாபம்!

புதுமாப்பிள்ளை வகாப், சாவல், பட்டாணி, நூவம்மது, செய்னுல்லாஹ் இவர்களை ஏற்றிக் கொண்டு போன வேன் எங்கு போனதென்று தெரியாத மனக்கலக்கம் பிள்ளைகளுடைய தவப்பன்மார்களுக்கு. பக்கத்திலுள்ள போலீஸ் நிலையத்திற்குச் சென்று விசாரித்தபோது அங்கு அவர்கள் இல்லை. போலீஸ் நிலையத்தில் உட்காந்திருந்த ரைட்டர் இங்கு யாரும் இல்லையென்று கைவிரித்தார்.

அப்படியானால் எங்கு கொண்டு போயிருப்பார்கள்? இரவு முழுவதும் பெற்றோர்களுக்கு உறக்கமே இல்லை. புதுப்பெண் காமீலா கவிழ்ந்து கிடந்து அழுத கண்ணீரால் தலையணை நனைந்தது.

“எனக்க வகாப் மச்சான்!!”

காலையில் ஊரிலுள்ள அரசியல்வாதி ஒருவரைப் பார்த்துப் பிள்ளைகளை வெளியே கொண்டுவர கைச்செலவுக்குப் பணம் கொடுத்தார்கள். பாத்த கண்ணுவின் திருமண வீடு சோகத்தில் மூழ்கியது. சந்தூக் மைதீன் பேய் பிடிச்சது போல் போலீஸ் நிலையங்களில் ஏறி இறங்கினான். ஒரு துப்பும் கிடைக்கவில்லை.

கிழக்குதிச்ச சூரிய வெட்டத்தில் பத்திரிக்கைகளில் கொட்டெழுத்தில் வெளியான செய்திகளை சிலர் தெருவில் கூடியிருந்த ஜனங்களுக்கு வாசித்துக் காட்டினர்.

ஐ.எஸ். தீவிரவாத இயக்கத்தோடு தொடர்புடைய 5 பேர் பிடிபட்டனர். தலைமறைவாக இருந்த இடத்தில் வைத்து அவர்கள் கைது செய்யப்பட்டனர். விசாரணைக்காக வேறு ரகசிய இடத்திற்குக் கொண்டு செல்லப்பட்டது. பத்திரிக்கை செய்தி கேட்டதும் சந்தூக் மைதீன் வெடுக்கென விம்மிவிம்மி அழுதான்.

"புதுமாப்பிள்ளை மணம்மாறாத என் புள்ளை லாக்கப்பிலா? எந்தத் தப்பும் செய்யாத அப்பாவி அவன்! கல்யாணம் நடந்து 6 நாள்தானே ஆச்சு! அவனுக்கா இந்த நிலைமை. ஒரு எறும்பைக்கூட நோவிக்காத அவனா தீவிரவாதி? இருட்டைப் பாத்தாலே பயந்து நடுங்கக்கூடியவனா பயங்கரவாதி?

யாரோ கொடுத்த ரகசியத் தகவலின் பேரில் இந்த ஏழைப் பிள்ளைகளை போலீஸ் சந்தேகத்தின் அடிப்படையில் தூக்கிச் சென்றிருக்கலாம் என்ற பேச்சு மரைக்கான் தெரு ஜனங்களுக்கு. ராவுத்தர் தெரு இளைஞர்கள் மரைக்கான் தெருவிலுள்ள இளைஞர்களைப் போலீஸ் பிடித்து சென்றது பற்றிக் கேட்டு கதிகலங்கினர்.

போலீஸாருக்கு இப்போது தேவை இளைஞர்கள். இளைஞர் களைக் கண்டாலே அவர்களுக்குச் சந்தேகம். அவர்களை அடித்து உதைத்துக் குற்றம் செய்ததாக ஒப்புக்கொள்ள வைப்பார்கள்.

இளைஞர்கள் டீக்கடைக்கு முன் கூடுவதைத் தவிர்த்தனர். தெருவில் சண்டை போடுவதில்லை. எதுவும் தெரியாத அப்பாவிகளைப் போலி வழக்குகள் போட்டு சிறையில் அடைத்து விடுவார்கள் என்ற குலை நடுக்கம்.

வகாபும் மற்ற இளைஞர்களும் தீவிரவாத இயக்கத்திற்கு ஆட்களைச் சேர்ப்பதாக பரந்த வதந்தியால் எல்லாத் தெருவும் நிசப்தமானது. எப்போதும் கைது செய்யப்படலாம். யாரை வேண்டுமானாலும் கைது செய்யலாம். ஜாமீன் கிடைக்காது. இந்தக் கைதுக்குப் பிறகுதான் தீவிரவாத இயக்கங்கள் பற்றி மக்கள் கேள்விப்படுகின்றனர்.

"ஐ.எஸ். என்று சென்னா என்ன மக்கா?" இந்தப் புதிய இங்கிலீஷ் பேரு நமக்கென்ன தெரியும். ஐ.எஸ். தீவிரவாதம் பற்றித் தெரிந்த பிறகு தெரு அப்படியே அடங்கிவிட்டது. உயிரோட்டமான மற்ற தெருக்களும்.

கைது செய்யபட்டவர்கள்மீது குற்றப்பத்திரிக்கை தாக்கல் செய்யாமல் விசாரணைக் கைதியாக சிறையில் அடைத்தனர். ஜாமீன் மறுக்கப்பட்டது.

சூறாவளி மம்மதுக்குப் புல்லுவிளை ஆசானுடைய தப்பளத்தில் சுய உணர்வு ஏற்பட்டது. பைத்தியம் இப்போது விலகியது. நெருங்கிய உறவினர்கள் யாருக்கும் பைத்தியம் விலகியது தெரியவில்லை. வாழ வேறு வழி தெரியவில்லை. பைத்திய சிகிச்சைக்காக வீடும் நிலமும் அந்நியப்பட்டுவிட்டது. பைத்தியமாக இருக்கையில் அவராகவே சில கடைகளில் ஏறி விரும்பிய பொருட்களை எடுத்துச் சென்றாலும் கடை உரிமையாளர்கள் பயந்து ஏதும் பேசுவதில்லை. திடீர்திடீரென்று ஹால் இளகித் தாக்கினாலோ என்ற பயமே. சில வீடுகளில் அடுக்களைக்குள் ஏறி, "சோறு தாருங்கோ," என்று அதிகாரக் குரலில் கேட்கும்போது கிடுகிடா நடுங்கிய பெண்கள் ஆக்கி வச்ச சோறும் கறியும் அவர் முன்னால் கொண்டு வைத்துவிடுவார்கள். வயிற்றில் கொள்ளும் அளவு வாரிக் கப்பிவிட்டு எழும்பிப் போவார். கையை வேட்டியில் துடைத்துவிடுவார். சிலரை வழிமறித்து, "எனக்கு ரூவா தாடா," என்றால் உடன் ரூபாய் கிடைக்கும். பைத்தியமாக இருக்கும் போது அவருக்கு எந்தக் குறைவும் ஏற்பட்டதில்லை. தனக்குப் பைத்தியம் விலகிவிட்டது என்று அவருக்குத் தன்னுணர்வு வந்தபோது சிந்திக்கும் ஆற்றலும் கிடைத்துவிட்டது.

குடியிருந்த இல்லம் போச்சு, நிலம் போச்சு. பைத்தியக்காரன் கூட வாழாண்டாம் என பெண்டாட்டிகளும் பிள்ளைகளும் அவரை விட்டுப் போய்விட்டார்கள்.

ஏறிக் கிடக்க இல்லடம் இல்லை. இனி தெருவும் திண்ணையும்தான் தனக்கு. பள்ளிவாசலில் தலை சாய்க்கப் போனால் மோதின் உள்ளே விடமாட்டார். வீடுகளில் சோறு கிடைக்காது. ஜனங்களுக்கிடையில் பயம் விலகிவிடும். கடைகளில் முன்போல் ஏறி விருப்பமான சாமான்கள் எடுக்க முடியாது. தொட்டால் அடி கிடைக்கும்.

தனக்கு இனி முன்னால் திறந்துகிடப்பது ஒரே வழிதான். பைத்தியம்போல் நடிப்பது. பைத்தியம் போல் நடித்து எஞ் சியிருக்கும் வாழ்க்கையைக் கடத்துவதுதான். ஒரே வழி. மக்களிடம் பயம் இருக்கும். சமூகம் தன்னைக் கண்டு பயப்படும். அந்தப் பயத்தில்தான் இனி எஞ்சியுள்ள வாழ்க்கையை ஓட்ட முடியும்.

சூறாவளி மம்மது இப்போதும் மக்கள் முன் பைத்தியக்காரன்தான். பைத்தியம் தெளியாத முழுப் பைத்தியம்.

முன்னே மாதிரி கம்பை வீசிக்கொண்டு அதிவேகமாகத் தெருவில் பாய்ந்து நடக்கும் தருணத்தில் மக்கள் பயந்து வழி ஒதுங்கிவிடுவார்கள். சிலநேரம் கண்ணை முழக்கி பார்க்கும்போது சிலருடைய ஈரக்குலை அற்று விழுந்துவிடும். சூறாவளி மம்மது தெருவில் நடமாடுகிறான் என்று கேட்டாலே வீட்டு வாசல்கள் எல்லாம் அடைபட்டுவிடும். பைத்தியார மம்மது வாரான் என்றாலே உறங்காமல் அடம்பிடிக்கும் குழந்தையும் உறங்கிவிடும்.

ஆறடிக்கு மேல் உயரம். கால் முட்டுக்குக் கீழே தொட்டு நிற்கும் கைகள். பருமனாக இருந்த உடல் சுருங்கிவிட்டது. இருந்தாலும் குரலில் முழக்கம் குறையவில்லை பயமூட்டும் பார்வை.

சூறாவளி மம்மதுக்கு முன்னே விட பைத்தியம் முத்திவிட்ட தென்று தெரு ஜனங்களுக்கிடையில் பேசிக்கொண்டார்கள்.

ராவுத்தர் தெருவில் மேடை வீட்டு பக்கீர்ராவுத்தர் வீட்டை மம்மது கண் வைத்தே நடந்தான். பல தடவை அந்த வீட்டைச் சுற்றிச்சுற்றி வந்தான். ஓடு வேய்ந்த உயரமான வீடு. வீட்டுக்கு மேலே ஏறுவதற்கான வழியை ஆராய்ந்துள்ள நடை. வீட்டின் பின்பக்கம் திறந்துகிடக்கும் ஜன்னல் கம்பியில் மிதித்து மேலே ஏறலாமென்று புரிந்துகொண்டது. பைத்தியம் விலகிய பின் ராவுத்தர் தெருவில் கம்பு வீசி நடக்கையில் எதிரே வந்த பக்கீர் ராவுத்தர் முதலாளியைக் கண்டதும் கள்ள டாவு வச்சு கம்பைக் காட்டி மிரட்டினான். பயந்து மிரண்டுபோன பக்கீர் ராவுத்தர், மம்மது கொஞ்சம் விலகிச் சென்றதும் தானாகச் சொன்னார்.

“இந்த பைத்தியக்காரனை ஊளம் பாறையில் கட்டிக் கொண்டு போறதுக்கு ஆருமில்லையா. அங்கே கொண்டு போட்டா அங்கே கெடக்குத பைத்தியகார பயனுவளுக்க அடியும் இடியும் மிதியும் கொண்டு பைத்தியம் தெளிஞ்சிடும். அல்லது அங்கே செத்தொழிவான்.”

பக்கீர் ராவுத்தர் சொன்னது சூறாவளி மம்மதின் காதில் விழுந்தது. தான் இதுவரை யாரையும் அடிக்கவோ தாக்குனதாகவோ இல்லையே. சும்மா பயங்காட்டி பைத்தியமா நடித்தேன். என்னை கையும் காலும் கட்டி ஊளம்பாறையில் கொண்டு போடவா சொல்லுதா. கொண்டு போடு பாப்போம். அந்த வைராக்கியம் தீர்ப்பதற்காகத்தான் அவர் வீட்டைக் குறிவைத்தது.

நடுச்சாம நேரம் மம்மது பின்பக்கம் திறந்துகிடந்த சன்னல் கம்பியில் மிதித்து ஓட்டுக் கூரைமேல் ஏறினான். ஓடை இளக்கி எடுத்தான். உள்ளே இறங்கினான். தட்டுப் பலகை

பாவியிருந்ததால் வீட்டுக்குள் இறங்க வழி தெரியாமல் திணறி நின்றான். இருட்டில் தடவித்தடவி பார்த்தபோது வீட்டுக்குள் இறங்கிப் போவதற்குண்டான படிகள் தெரிந்தன. அதுவழியாக வீட்டுக்குள் இறங்கினால் பக்கீர்ராவுத்தர் உறங்கிக் கிடக்கும் அறைக்குச் செல்லுகிறது. ஒரே கட்டிலில் படுத்திருக்கும் அவருடைய இரண்டாவது இளம் மனைவியுடன் குறட்டை போட்டு உறங்கிக்கொண்டிருக்கிறார். திரி தாழ்த்திய அரண்ட ராந்தர் வெளிச்சத்தில் பக்கீர் ராவுத்தர் பணம் வச்சுப் பூட்டும் மர அலமாரியின் வாயில் சாவிக்கொத்து இருந்தது.

கொஞ்ச நேரம் அலமாரியையும் சாவிக் கொத்தையும் பார்த்தார். திறந்து உள்ளே இருப்பதை அள்ளிச் செல்லவா? வேண்டாம். திருட வேண்டாம். திருடன் என்ற அவப்பெயர் வேண்டவே வேண்டாம். பலவந்தமாக மக்களிடம் கேட்டு வாங்கிப் பிழைக்கலாம். பக்கீர் ராவுத்தரிடமே கேட்டு வாங்கலாம். மரப்படி ஏறினான். கூரையிலிருந்து எடுத்து மாற்றிய ஓட்டை பழையபடி பரப்ப முயலும்போது கிழக்குத் திசையிலிருந்து பின் நிலா தலை நீட்டி வெளிச்சம் துப்பி பாத்தது.

‘கள்ளனோ கள்ளனோ’ என்று ஏதோ ஒரு குரல் உரக்கக் கேட்டது, அந்த நிலா காட்டிய வெட்டத்தில். அவன் மேலிருந்து கீழே குதித்துவிடவில்லை. நிதானமாக ஓட்டை இருந்தபடிப் பரப்பிவிட்டு சன்னல் கம்பியைச் சவுட்டிக் கீழே இறங்கினான். கீழே இறங்கியதும் ஒரு அலறல்.

“எவன்டா கள்ளனோனு கள்ளனோனு விளிச்சது?” சுற்றிலும் பார்த்தான். எவனும் இல்லை. வானத்தில் ஒரு மேகச் சுருள் பறந்தது அல்லாமல்.

28

மோட்டார் சைக்கிள் விபத்தில் சிக்கிய இளைஞன் ஒரு வாரத்திற்குப் பின் சிகிச்சை பலனின்றி மவுத்தானான். ஆம்புலன்ஸ் மூலம் ஞானி வீட்டடியில் கொண்டு வந்தார்கள். பள்ளி ஒலிபெருக்கியில் மோதின் சொல்லி மரணச் செய்தி லேசாகக் கேட்டு உடங்காட்டில் சுருண்டு படுத்திருந்த மைதீன் சாடி எழும்பி மரண வீட்டுக்கு வேகமாக நடந்தான். ஒரு கோளு அடிச்ச மகிழ்ச்சியில்.

“அடக்கம் எப்போ?”

“ஆக்ஸிடண்ட் ஆனதுனாலே உடனே இருக்கும்,” கூடி நின்றவர்களில் ஒருவர் சொன்னார்.

பள்ளி மோதினைத் தேடிப்பார்த்து சந்தூக் அறையைத் திறந்துவைக்கச் சொல்லி, மோதீனுக்கு ஒரு டீ வாங்கிக் கொடுத்தான் மைதீன்.

மய்யத்துக்கு உரிமைப்பட்டவர் சொன்னால் விரைந்து சென்று சந்தூக்கைத் தூக்கி வரலாம். மோதினைத் தேடி நடக்க வேண்டாம். அவர் ஏதாவது பாத்திஹா[1] வீட்டில் இருப்பார்.

ராவுத்தர் தெருவின் கடைசியில்தான் ஞானி வீடு. வீடு ஒரு கையாற்றின் கரையில் ஆற்றுக்கு அக்கரையில் பக்கீர் ராவுத்தருடைய தென்னந்தோப்பு. மொண்ண மொண்ண தேங்காய் வெட்டும் தென்னைகள் நிறைந்த தோப்பு. தோப்பைக் கடந்தால் கலுங்கு. வலிய வாய்க்கால் பாலம் வழியாக வரும் குளிர்ச்சியான தண்ணீர் ஓடிவந்து கலுங்கில் குத்தென விழும் தண்ணீரில் தலைக்காட்டிக்

1. குர் ஆனில் உள்ள முதல் அத்தியாயம்

குளித்தால் சூடு தணியும். அது வலிய ஆற்றின் கையாற்றோடு ஓடிச் சேருகிறது. கலுங்கின் அக்கரையில் காணப்படுவது சாத்தான் கோவில், கேட்பாரற்றுக் கிடந்த சிலைகளுக்குப் பூஜை செய்து, அந்தப் புத்தமதக் கோவிலை ராமைய்யன் இந்துக் கோவிலாக மாற்றிக் கொடை நடத்திவருகிறான். காலையிலும் மாலையிலும் மணி ஓசையும் இன்பமான பக்திப் பாடல்களும் அங்கிருந்து சங்கோசையும் ஒலிக்கும்.

சந்தூக் மைதீன் பசி தாங்காமலும் போதை ஏற்றாமலும் கிடந்ததால் உள்ள சக்கரம் வாங்கலாம் என்ற நினைப்பில் சந்தூக் தூக்கி வர அவசரபட்டான். யாரும் சொல்லாமல் அவனாகவே சந்தூக் தூக்கி வந்து மரண வீட்டு முற்றத்தில் இறக்கிவைத்தான்.

வெளியூரில் இருந்து சொந்தக்காரர்கள் சிலர் வர வேண்டியிருப்பதால் குளிப்பாட்ட உடன் மய்யத்தை எடுக்க மாட்டார்கள் என்ற செய்தி அவன் காதில் விழுந்தது. சோர்ந்து போனான். ஆற்றின் கரையில் கட்டிய சுவர்மீது உட்கார்ந்து பீடி குடித்துப் புகை ஊதினான். சற்றுத் தொலைவில் அந்தி மயங்கிய வெளிச்சத்தில் புன்னை மூட்டு ஆற்றுக் கடவில் பெண்கள் குளிப்பதை இடங்கண்ணிட்டுப் பார்த்தான். பெண்களின் திரண்ட தொடைகளையும் தூக்கிக் கட்டிய துணியின் இறுக்கலில் திமிறி நிற்கும் முலைகளையும் பார்த்து ரசித்துக்கொண்டிருக்கையில் இருட்டு வந்து பார்வையை மங்க வைத்தது. இருட்டைச் சாபம் போட்டுவிட்டு குடித்துக்கொண்டிருந்த பீடியை சுவரில் குத்தி அணைத்தான். பொழி[1] ஓடவில்லை. ஆற்றில் கழுத்தற்றம் நிரம்பிக் கிடக்கும் தண்ணீர். வலிய ஆற்றின்மீது தட்டி, குளிரும் கொண்டுவரும் காற்று. உடலில் உராவிய சுகத்தில் முட்டுக் கட்டி உட்கார்ந்திருந்தவனுக்குக் கண்ணில் உறக்க மயக்கம். ஆற்றோரச் சுவர்மீது கொஞ்சம் சாய்ந்தான். ஒரு கனவு அவனைத் தட்டிக் கிச்சம் காட்டி உசுப்பியது. ஆகாச விதானத்தில் பறந்து திரியும் கன்னிகள். கையில் மதுக் கிண்ணம் ஏந்தியபடிப் பறக்கின்றனர்.

விழித்தெழும்பிய இவனுக்குச் சாத்தான் கோவில் நினைவு வந்தது. ராமைய்யன் விளக்கு கொளுத்திவைச்சுட்டு வீட்டுக்கு இந்நேரம் போயிருப்பான். அங்கிருந்த கோயில் சிலைகள்தான் கன்னிகளாக ஆகாசத்தில் பறந்து தன் கனவில் வந்ததோ? குருத்திளம் காற்றில் கொசுவம் போட்டுக்கொண்டு கிடக்கும் ஆற்று நீரைப் பார்த்தவனுடைய கண்ணுக்கு ஆற்றில் ஒற்றால்[2] குத்தி மீன் பிடித்துக் கொண்டிருக்கும் சிலர் தெரிந்தனர். தீப்பந்தம்

1. பொழி – கடலும் ஆறும் சேரும் இடம்
2. ஒற்றால் – மீன் பிடிக்கும் பிரம்பு கூடை

கொளுத்தி உயர்த்திப் பிடித்துக்கொண்டு மெல்ல நகர்ந்து ஒற்றால் குத்தி செல்லும் ஒற்றால்காரர்கள். ஒற்றாலில் பிடித்த ரண்டு ஆற்று மாலா மீன் கிடைத்தால் வீட்டில் கொண்டு போய் பொரிச்சுத் தின்னலாம்.

மனம் நிறைய ஆசை மாலா மீன் தின்பதற்கு. போய்க் கேட்டுப் பாக்கலாம்.

எழும்பினான். எரியும் தீப்பந்தம் கையில் பிடித்துக்கொண்டு ஒற்றால் குத்தியவர்கள் இப்போது காணப்படவில்லை. ஆற்றுத் தண்ணீரில் ஒற்றால் குத்தி நடந்துகொண்டிருந்தவர்கள் பார்வையில் படவே இல்லை. எங்கே போய் மறைந்தார்கள், வளைவுகள் இல்லாமல் நீண்டு கிடக்கும் ஆறு. மறைவதற்கு இடமே இல்லையே.

பார்த்து நிற்கையில் டார்ச் வெளிச்சம் இருட்டைக் கீறியது. இருட்டைக் கீறிய அதிசய வெளிச்சம் அவன் காலடியில் வந்து விழுந்தது.

“ஒன்னை எங்கேயெல்லாம் அப்பா தேடுவது? குளிப்பிச்சு கஃபன் பொதிஞ்சாச்சு. வண்டியை எடுத்துட்டு வாடா,” வந்து சொன்னது ஊர் பலாய் அசன்.

சந்தூக் இழுத்துக்கொண்டு நடந்தவனுக்கு ஒரு உற்சாகமின்மை. ஒற்றால் குத்தி மறைந்தவர்களுடைய கையிலிருந்து எரிந்த தீப்பந்தத்திலிருந்து எட்டி விளாசிய நெருப்பு நாக்குகள் அவனுடைய தலைக்குள் பளிச்சிட்டது.

எல்லோரும் மய்யத்தைத் தூக்கி சந்தூக்கில் வைத்தனர். அவன் மிகப் பதனமாக வண்டியை இழுத்தான். வண்டிக்கு முன்பின்னாக மக்கள் சஹாதத்து கலிமா சொல்லி மய்யவாடியை நோக்கி நடந்தனர். அடக்கிமுடிய சாமத்தோடு நெருங்கிய நேரம் மைதீனுக்கு நிற்க முடியவில்லை. கண்ணில் எரிச்சல். தலைக்குப் பாரம் உடல் சுட்டுப் பொள்ளியது. நிற்க முடியாமல் பள்ளியின் முன்பக்கம் வந்து சந்தூக் அறைக்கு முன்னால் துண்டு விரித்துப் படுத்துக்கொண்டான். உறக்கத்தில் இடுப்பிலிருந்த வேட்டி விலகி நிக்கர் வெளியே தெரிந்தது. காடு பிடிச்ச தலைமுடி சவரம் செய்யாமல் முகம் மயிர்க் காட்டுக்குள் பதுங்கியது.

உறக்கத்தில் இறந்தவர்கள், அவனுடைய டைரியிலுள்ள இறக்கப் போவோர்களுடைய பெயர்களையெல்லாம் வாய் உளறிச் சொன்னான்.

நாங்கோ மரைக்கான்மார்கள் வீர சூரர்களாகும். எனக்கு முப்பாட்டன் ஆரு தெரியுமா? சஹீது வலிய தம்பி

மரைக்காரப்பாவாகும். அவருடைய வாரிசு நான் ஓய். கள்ளிக்காடு சந்தனக்குடம் பிரிவில் எனக்குப் பங்கு தராம சில மரைக்கான்மார்கள் எல்லாருமே தின்னுட்டு இருக்கானுவோ. சஹீது சின்னதம்பி மரைக்கார், கன்னிபீவி உம்மா எல்லாரும் என் சொந்தக்காரர்கள். இன்னைக்கு நான் பட்டினி. போதை ஏற்ற வழியில்லை. குடிக்க பீடியில்லை. வாய் உளறிக்கொண்டே இருந்தான்.

புல்முனைப் பனித்துளிகளில் சூரியக் கதிர்கள் வந்து விழும் நேரம். பள்ளிக்கு முன்பக்கம் சுபுஹ்[1] தொழுதுட்டு கூடிய சிலர் அவனைத் தட்டி எழுப்ப முயன்றனர். அவனால் எழும்ப முடியவில்லை. சாத்தான் கோவில் ராமையன் ஒற்றால் குத்தியவர்களுடைய கையிலிருந்த தீப்பந்தம் மீன் என்றெல்லாம் புலம்பிக்கொண்டே இருந்தான்.

தட்டி எழுப்பினர்; எழும்பவில்லை.

சாத்தான்கோயில்ல ஒற்றால்ல பிடிச்ச மீன பொரிச்சாளா பாறுகாலி. தின்னனும்.

எழுப்ப முயன்றவர்களுக்கு ஒன்றும் பிடிபடவில்லை. சாத்தான்கோயில்ல உள்ள ஏதோ பேயைப் பாத்துப் பேடிச்சானோ?

“பள்ளிக்கு முன்னே கெடக்கப்பிடாது. தூக்கி அவன் ஊட்டுல கொண்டு போடுவோம்.” கூடி நின்றவர்களில் ஒருவர் கருத்து சொன்னார்.

நாலு பேர் தூக்கி மரைக்கான் தெருவுக்குக் கொண்டு போனார்கள். அவனுடைய சுவர் இடிந்த கூரை வீட்டில் போதிய இடவசதி இல்லாமலிருந்தது. குழந்தைகள் ஆங்காங்கே வெறுந்தரையில் நனைச்சுப் போட்ட கந்தல் துணி போல் தரையோடு ஒட்டிப் படுத்துறங்கிக் கொண்டிருந்தனர். பட்டினி வாட்டி முதுகு எலும்போடு ஒட்டிக் கிடக்கும் வயிற்றுத் தோல். ஒரு பெண் குழந்தை மட்டும் ஒரு ஓரமாக ஒதுக்கத்தோடு படுத்துக்கிடந்தாள்.

மைதீனைக் கொண்டுசெல்லும்போது வீட்டில் அவன் பெண்டாட்டி இல்லை. வெளியே காட்டுக்குப் போயிருந்தாள். மைதீனைத் தூக்கிக்கொண்டு வருவதைப் பார்த்த ஒரு பெண்ணாப் பிறந்தவள் மைதீனின் வீட்டு வாசலில் ஓடிவந்து எட்டிப் பார்த்தாள்.

மய்யத்தல்ல!

---

1. சுபுஹ் – வைகறைத் தொழுகை.

வாய் உளறிக்கொண்டே இருந்தது. "ஒற்றால் மீன், பொரிச்சுத்தாடி, சாத்தான் கோயில் கலுங்குத் தண்ணீ."

"நீக்கம்புல போவானுக்கு ஒடுக்கத்த குடி. கிட்டுத சக்கற[1]த்தையெல்லாம் குடிச்சு மண்ணாக்கிப் போடுவான். கையில் செழிப்புண்டானா மட்டும் புள்ளியளுக்கு அரிவாண்டி போடுவான்." அவள் சொல்லிக்கொண்டு நிற்கையில் வீட்டு முற்றத்தில் நாலஞ்சு ஆணா பிறந்தவங்கோ நிற்பதைக் கண்டு சந்தூக் மைதீன் பெண்டாட்டிக்கு என்னவோ ஏதோவென்ற கூடுகலக்கம். வட்டிக்காரன் பாண்டியனின் ஆட்கள் வந்து வீட்டுச் சாமான்களைப் பெறுக்கிக்கொண்டு போவத்தான் வந்திருக்கானுவளோ?

மைதீன் பெண்டாட்டி நெஞ்சிடிப்புடன் வீட்டை நெருங்கிச் செல்லும்போது மைதீன் வீட்டுக்கு முன் நின்ற பெண்ணாப் பிறந்தவள் கூப்பிட்டுச் சொன்னாள்.

"ஏய் புள்ளே பயப்படாத. ஒண்ணுமில்ல குடிதான். பதறாத வா."

குடியானதால் அவளுக்குப் பதற்றம் இருக்காது என்பது தெரியும்.

வீட்டில் அடுப்பெரிந்து நாட்களாகிவிட்டன. நித்தியவறுமை துப்பி வைத்த வீடு அது.

அவள் வீட்டுக்குள்ளே வந்தாள். நிப்பது தெருக்காரங்கதான். அவள் முகத்தைப் பார்த்து ஒருவர் சொன்னார்.

"குடிக்கல்ல,"

"நல்லது" அடுப்பைச் சுட்டிக்காட்டி வேறொருவர் கேட்டார், "ஊட்டுல ஆக்கவும் அவிப்பும் இல்லியோ?"

"ஏதாவது கொண்டு தந்தாதானே அடுப்பில் வேவும். நான் வேலைக்குப் போற மில்லு ஒரு வாரமா பூட்டிக் கிடக்குது. ஊருல அடிக்கடி மவுத் இல்லாததுனால இவருக்கு வருமானமும் இல்ல. சந்தூக் தூக்குத வண்டியானதுனால மத்தவங்க ஆரும் லோடு கொடுக்க மாட்டாங்கோ. எங்க அடுப்பு எரியனுமானா ஊரில மவுத் நடக்கணும்."

அவளுடைய வறுமையான நிலைமையைக் கேட்டு நிற்க முடியாமல் எல்லோரும் நகர்ந்தனர்.

"பாத்துக்கம்மா,"

---

1. சக்கறம் – பணம்

அவர்கள் போனபின் அவன் வாய் உளறலைக் கேட்டு அந்தப் பெண்ணாப் பிறந்தவோ அவன் பெண்டாட்டியிடம் சொன்னாள்.

"மேல தொட்டுப் பாரு."

அவன் பெண்டாட்டி விலாவிலும் கழுத்திலும் நெற்றியிலும் கைவைத்துப் பார்த்தாள்.

சுட்டுப் பொள்ளுது

அந்த பெண்ணாப் பிறந்தவளும் தொட்டுப் பார்த்தாள். "தீப் போல சுட்டு பொள்ளுதேவுள்ளே."

"இது சாதா காய்ச்சல் இல்ல. பயந்து பேடிச்ச காய்ச்சலாக்கும். சாத்தான் கோயில்ல உள்ள மலந்தேவு கூடியிருக்கும்."

"என்ன செய்யலாம்? எலப்பைய விளிச்சு ஓதிப் பாத்தாலோ."

"நம்ம எலப்பைக்க கம்பைக்கு ஒண்ணும் அடங்காது. சூ மந்திரம் ஒண்ணுக்கும் போவாது."

ஆறுகாணிக்குப் போயி காணிக்காரன விளிச்சு வந்து காட்டணும். காணிக்காரனுக்க மந்திரமும் உடுக்குக் கொட்டுற சத்தமும் கேட்டாதான் புள்ளே தேகத்துல பூந்து குடிகொண்ட மலந்தேவு சாத்தான் கோயிலுக்கே ஓடிப்போயிக் குடியிருக்கும். ஒரு சாவல் பலி கொடுக்கணும். ஒரு படலை ரசகதளி வாழைப் பழம் கொடுக்கணும். காணிக்காரனுக்கு வண்டிக் கூலியும் கைமடக்கும் கொடுக்கணும். காயிருக்கா?"

"எனக்க கையில சக்கறமில்லியே தாத்தா."

"அப்போ நம்ம எலப்பைய விளிச்சு ஓதித் தண்ணீ அடிப்போம்."

எலப்ப வந்து ஓதிப் பாத்து தண்ணீ அடிச்சு எழுப்பிவிட்டார்.

"அவனுக்க வவுறு ஒட்டிக் கெடக்குது. சூடு கஞ்சி தண்ணீ இருந்தா கொடுங்கோ. மசக்கம் தெளியும்," சொல்லிவிட்டு இறங்கி நடந்தார். ரப்பர் செருப்பு உப்புக்குற்றியில் அடிக்கும் தாள ஒலி தெருவில் உயர்ந்து கேட்டது.

நேரங்கெட்ட நேரத்துல மோதினாரின் செருப்புச் சத்தம் கேட்டதும் தெருக்காரிகள் வெளியே தலைநீட்டிப் பார்த்தார்கள். மோதின் மைதீன் வீட்டுத் திசையிலிருந்து போறாரே என்ன விஷயமோ தெரியல்லியே. அங்கலாய்ந்தார்கள். மைதீனின்

மேல் சாத்தான் கோயில்ல உள்ள மலந்தேவு கூடிவிட்ட செய்தி மரைக்கான் தெருவில் காட்டுத்தீயைப் போல் பரந்தது. குமரிப் பிள்ளைகளை வெளியே இறக்காதிங்கோவுட்டின்னு சொல்லிவிட்டு கரலுறப்பு இருந்தும் சில லெங்கிடிச்சுகள் தெருவில் பம்மிப்பம்மி நடந்து தெருமுனையிலுள்ள சப்பக்காலன் கடையில் போயி கருவாடும் கத்திரிக்காவும் உச்சப்பாட்டுக்கு வாங்கிவிட்டு மைதீன் வீட்டுத் திசைக்கு முகந்திருப்பாமல் பறந்தடிக்க ஊடு போய்ச் சேர்ந்தார்கள்.

யாரும் கைத்தட்டிக் கூப்பிட்டாலோ குரல் கொடுத்தாலோ பெயர் சொல்லிக் கூப்பிட்டாலோ திரும்பிப் பார்ப்பதில்லை. செய்பக்கா மருமகன் இப்போது தனியாகச் செல்லும் பெண்களைக் கைத்தட்டிக் கூப்பிடுவதும் பெயர்சொல்லிக் கூப்பிடுவதும் வழக்கமாகிவிட்டது. திரும்பிப் பார்த்தால் யாரும் கண்ணுக்குப் புலப்படமாட்டார்கள். திரும்பிப் பார்த்தவர்களுக்கு அதற்குண்டான பலனும் கைமேல் கிடைத்தது – காய்ச்சல், வாய் புலப்பம், மவுனம், கண்ணை முழக்கிப் பார்ப்பது. சாளை சேகுக்க பெண்டாட்டி, செய்பக்கா மருமகன் கண்ணடிச்சு அவளைக் கூப்பிட்டதை மாப்பிள்ளையிடம் சொன்னாள். சாளை சேகு இடுப்புல சொருவி வச்சிருந்த மடக்குக் கத்தியை நிமித்திக் காட்டி செய்பக்கா வீட்டுக்கு முன் சென்று தானக்கேடு பேசி ஆளைக் கூட்டினான். செய்பக்கா பயந்துபோய் செத்தை வாசலை அடைத்துக்கொண்டு பதறையும் அணைத்துப் பிடித்துக்கொண்டு பயப்பாடோடு வீட்டுக்குள் குத்தி இருந்தாள்.

செய்பக்கா மருமகனுடைய தொல்லை ஒருபுறம் இருக்க, இப்போது ஒரு எலும்புக்கூடு நடமாடுவதைப் பள்ளி மோதின் இஷா தொழுதுட்டுப் போவும்போது இருட்டில் கண்டதாகப் பள்ளியில் தொழுகைக்கு வந்தவரிடத்தில் சொன்னார். மோதின் சொன்னதாகச் செய்தி அடிபட்டது. சிலர் எலும்புக்கூட்டைக் கண்டு பயந்து பள்ளிக்குத் தொழப்போவதை நிப்பாட்டிவிட்டனர்.

பிளாஸ்டிக் குடம் தயாரிக்கும் கம்பெனிக்கு வேலைக்குப் போய்விட்டு ஒற்றையடிப் பாதையில் தனியாக வந்துகொண்டிருந்த அறுதலி அலிமாவைத் தொடர்ந்து பின்னாலிருந்து கூப்பிடுவது போல் அவள் செவியில் ஒரு சத்தம் வந்து விழுந்தது.

“தாத்தா, ஒங்க மாப்பிள்ள ஏன் ஒங்க தாலியை அறுத்தான். நடந்ததை எனட்ட சொல்லுங்கோ.” அறுதலி அலிமா பரீட்சயமான குரல்போல் இருக்குதே என்று திரும்பிப் பார்த்தாள். பின்பக்கம் ஒரு எலும்புக் கூடு!

பயந்து ஈரக்கொலை கலங்கி அலிமா 'ஆயத்து'[1] குர்ஷீ' ஓதத் துவங்கியதும் எலும்புக்கூடு எங்கே போய் மாயமானதோ தெரியவில்லை. ஒரு சிரிப்பொலி மட்டும் கேட்டது.

பள்ளியிலும் தெருவிலும் ஆவிகளின் நடமாட்டச் செய்தி பரவி மரைக்கான் தெரு ஜனங்கள் வாழ்க்கையில் நிம்மதியிழந்தவர் களாக இருக்கும் தருணத்தில்தான் சந்தூக் மைதீன் சாத்தான் கோவிலில் மலந்தேவைக் கொண்டு வந்திருக்கிறான்.

பாவிப் பயன்.

கெட்ட சாதிப் பயன்.

சந்தூக் மைதீனின் பெண்டாட்டி வீடுவீடாகச் சூடு கஞ்சி தண்ணி கேட்டு நடந்தாள். மரைக்கான் தெருவில் பெரும்பாலும் வீடுகளில் மதிய உணவுக்கு அடுப்பில் அரிசி போடுவதில்லை. குழந்தை பிள்ளைகளுக்கு முந்தைய நாள் இரவு சமைத்த எஞ்சிய சோற்றில் தண்ணீர் விட்டுக் காலையில் குழந்தைகளின் பசியை அடக்கிவிடுவார்கள். ஓடைக்கரைத் தெருவெங்கும் நடையா நடந்து சூடு கஞ்சி தெளிவு கிடைக்கவில்லை. வீட்டுக்காரனின் நிலைமையை நினைத்துப் பொறுக்காத கூத்துக்கு மைதீன் பெண்டாட்டி பள்ளித் தெருவிலுள்ள ஒரு வீட்டிலிருந்து கொஞ்சம் சூடு கஞ்சி தெளிவு கிடைத்ததை வாங்கி வந்தாள்.

வாய் புலம்பிக்கொண்டு கிடந்த மைதீனைப் பெண்டாட்டிக்காரி நிமித்தி தாங்கிச் சுவரோடு சாய்த்து உட்கார வைத்துக் கஞ்சித் தெளிவை வாயில் விட்டுக் கொடுத்தாள். ஒரே இழுப்பில் அவ்வளவு தெளிவும் வயிற்றுக்குள் போனதும் மூடியிருந்த கண்ணை மெதுவாகத் திறந்தான். மனைவியைப் பார்த்தான். அவனுடைய பார்வை பயமூட்டுவதாக இருந்தது. இருந்தும் அவன் உடம்பில் கை வைத்துப் பார்த்தாள். தேகச் சூடு கொஞ்சமும் தணியவில்லை. பழையபடி அவனைத் தரையில் படுக்கவைத்துவிட்டு அவனுடைய சட்டை ஜேப்பில் கைப்போட்டுத் தப்பினாள்.

பணமில்லை.

மரண வீட்டுக்கு சந்தூக் தூக்கிக்கொண்டு போன பணம்? அவன் இடுப்பில் கட்டியிருந்த பச்சை பெல்ட் ஜேப்பைத் திறந்து பார்த்தாள். அதிலும் பணமில்லை. மரணம் நடந்த வீட்டிலிருந்து கூலி எதுவும் கிடைத்ததாகத் தெரியவில்லையே.

குழந்தைகளைத் தட்டி எழுப்பி, "வாப்பாய பாத்துகிடுங்க மக்களே," என்று சொல்லிவிட்டு மரண வீட்டுக்கு நடந்தாள்.

1. ஆயத்து – குர்ஆனில் உள்ள அத்தியாயம்.

வீட்டின் முன்பகுதியில் ஆண்கள் சோகமாகக் கூடியிருந்து பைக்கில் வாலிபர்கள் பாயும் வேகத்தைப் பற்றிப் பேசிக்கொண்டிருந்தனர். இவள் தலைவாசலில் ஒதுங்கி நின்று உள்ளே தலையை நீட்டிக் காட்டினாள், நான் வந்திருக்கிறேன்.

“எதுக்குள்ளே வந்தா?” கேட்டது அவளைப் பார்த்துவிட்ட வீட்டுக்காரர். மவுத்தானவனுடைய வாப்பா.

“எம்மாப்பிள்ள காய்ச்சலா கிடக்காரு. நேற்று சந்தூக் தூக்கி வந்த கூலி முதலாளி,” மெல்லிய குரலில் பணிவுடன் கேட்டாள்.

“கூலியா? நேத்தே குடுத்தாச்சே. அவன் டாஸ்மாக் கடையில் கொண்டுபோய்க் குடிச்சு அழிச்சிருப்பான்.”

“நேத்து அவரு குடிக்கல்ல முதலாளி. சந்தூக் கொண்டு வச்சிட்டு சந்தூக் பிரைக்கு முன்னாடி காய்ச்சலின் அகோரத்தில் தரையில் கிடந்து உறங்கிட்டார். தொழ வந்தவங்கோ கைத்தாங்கலா தூக்கி ஊட்டுல கொண்டு போட்டாங்கோ.”

“அவன் குடிச்சான். குடிக்கலன்னு நீ சொல்லுதுதெல்லாம் பொய். அறுநூறு ரூபாய் கூலி நானல்லவா கொடுத்தேன். நிக்காத போ.”

மறுபேச்சு இல்லாமல் வீட்டுக்கு நடந்தாள். சொல்லுவது முதலாளி.

ஆறுகாணிக்குப் போய் காணிக்காரனக் கூட்டி வர, பஸ் கூலி, அவனுக்குக் கைமடக்கு . . . எல்லாத்துக்கும் காய் கொடுக்கணுமே. காய்? கையில் கா காயில்லயே. உசிரு கிடந்தாதானே என்னைக்காவது பிள்ளைகளுக்குக் கஞ்சி வைக்க வல்லதும் கொண்டு தருவார். சுமடு எடுத்து வல்லதும் கொண்டு தரும் எம்புள்ள வகாபு போலீஸ் லாக்கப்பில், எங்கு கெடக்கானோ எந்த ஊருல கெடக்கானோ? தெரியாது.

அவருக்கு காய்ச்சலா? இல்லை சாத்தான் கோயில் மலந்தேவா? என்ன ஏதென்று தெரியவில்லை. சிந்தனை செய்தபடி வீட்டுக்கு வந்தாள்.

புருஷன்காரன் அப்படியே கெடக்குறான். வாய் உளறிக் கொண்டே இருக்கிறது. ‘சாத்தான் கோயில் கலுங்கு, ஒற்றால் மீன், பொரிச்சு தாடி.’

29

சந்துரக் மைதீனுக்கு உடல் சூடு குறைந்தது. அது வழியே போன ஆயானைக் கூப்பிட்டு தண்ணீ மந்திரிச்சு முகத்தில் தொடர்ந்து மூணு நாள் அடிச்ச பிறகு நினைவு திரும்பியது. மைதீனின் பெண்டாட்டிக்குப் பெருத்த மகிழ்ச்சி. வீடு தேடிப் போய்க் கூட்டி வந்தவரல்ல ஆயான். ஒரு பச்சிலை மருந்து தேடிக் காட்டுப் பக்கம் போனவர் அவள் கண்ணுக்கு ஆயானாகத் தென்பட்டார்.

"ஆயானே, எனக்க வீட்டுக்காரருக்கு மேலே என்னதோ கூடியிருக்கு. ஒண்ணு கை பாருங்கோ ஆயானே." கெஞ்சினாள். சின்னானாயான் அவன் அருகில் சென்று பார்த்தார். அவன் அவரைக் கண்ணை முழக்கிப் பார்த்தான்.

"வல்லாத்த முழி" ஆயான் யாரிடமுமில்லாமல் சொன்னார்.

"ஒரு செம்புத் தண்ணீ கொண்டா."

அவள் வீட்டு முற்றத்திலிருந்த மண் குடத்திலிருந்து, விளக்கி வைத்திருந்த செம்பில் தண்ணீர் சரிச்சுவிட்டு ஆயானிடம் கொடுத்தாள். தண்ணீர் நிறைத்த செம்பின் வாய் மூடாமல் ஆகாசத்திற்கு நேராகக் காட்டி வீட்டை மூணு வட்டம் வலம் வந்தார். சொம்பிலிருந்து கொஞ்சம் தண்ணி எடுத்து மந்திரிச்சி ஆகாசத்தை நோக்கி வீசினார். வாய் மந்திரிச்சபடியே சொம்பிலிருந்த தண்ணீரை மைதீனுடைய முகத்தில் ஓங்கி அடித்தார். மூணு வட்டம்.

மைதீன் வெடுக்கென்று முகத்தை வெட்டித் திருப்பினான். எதுவும் பேசாமல் காட்டுக்கு நேராக நடந்தார் சின்னானயான். அவர் உடுத்திருந்த மெல்லிய முண்டு மேலே ஒரு ஜெயக்கொடி துண்டு. கோவண வால் தொங்கிக்கொண்டிருந்ததைப் பார்த்து மைதீனின் சிறுசுகள் சிரித்தனர்.

"சிரிக்காதிங்கடா ஆயானாக்கும்."

குவளைப் பூ, குப்பை மேனி, காக்கலம் நகரைப் போன்ற பச்சிலைகளைப் பிடுங்கிக்கொண்டு திரும்பி ஓடைக்கரைத் தெரு வழியாக ஆயான் போகும்போது வீட்டு நடையில் நின்றுகொண்டிருந்த அவள் ஆயானின் தலையைக் கண்டாள்.

"ஆயானே ஒருக்கா மந்திருச்சா போருமா?" பணிவுடன் கேட்டாள். "இன்னும் ரண்டு நாள் தண்ணீ அடிக்கணும். நாள வாறம்புள்ளே," சொல்லிக்கொண்டு திரும்பிப் பார்க்காமல் ஒரே நடை. மூன்று நாள் தொடர்ந்து தண்ணி மந்திரிச்சு அடித்த பிறகு நினைவு திரும்பிய மைதீன் ஆயான் போன வழியைப் பார்த்து நின்றான். ஆயானின் பின்னால் ஒரு நிழல். அவரைப் பின்தொடர்ந்து போவதுபோல் அவன் கண்ணுக்குத் தெரிந்தது.

மூன்றாவது நாள் தண்ணீர் மந்திரிச்சு முகத்தில் அடிச்சப் பின் ஆயான் அந்த வழி நடக்கவே இல்லை. தெரு வழியாக ஆயான் போகிறாரா என்று மைதீன் பெண்டாட்டி கண்ணெடுக்காமல் பார்த்துக்கொண்டிருந்தாள். கூப்பிட்டு இன்னும் மூன்று வட்டம் தண்ணீரடிச்சா நல்லது என்ற நினைப்பில். ஆனால் முதல் மூணு வட்டம் தண்ணி அடிச்சப் பிறகு மைதீனுக்கு நினைவு திரும்பியது. பயமூட்டும் பேய் முழி இப்போது இல்லை. முகம் சாந்தமானது. ஆனால் யார் என்ன கேட்டாலும் பதில் இல்லை. ஒரே முழிதான். மௌனம். வீட்டை விட்டு வெளியே இறங்கவில்லை. குளி நனைவில்லை. மூலையில் குத்தியிருந்து முட்டுகட்டியபடி ஒரே இருப்பு. சோறு முன்னால் வச்சுக் கொடுத்தால் ஒரு பிடி அள்ளி வாயில் போடுவது அபூர்வம். வயிறு முதுகெலும்போடு ஒட்டியே காணப்பட்டது. மூத்திரம் முட்டும்போது தெருவில் இறங்கி மூத்திரம் பெய்வான். சில நேரம் அவனே அறியாமல் அவன் இருந்த இடத்தில் மூத்திரம் பெய்வது பெண்டாட்டிக்காரிக்குப் பெரிய தலைவலி. செம்மண் தரையில் தண்ணீர் விட்டுக் கழுவிச் சுத்தம் செய்ய முடியாததால் வாயில் வந்தபடி திட்டுவாள்.

"ஏளவுடுப்பா காலொடிஞ்சா கெடக்கியா, வெளியில இறங்கி மோளுததுக்கு." அவன் எதையும் காதில் வாங்கிக்கொள்வதில்லை.

அவளை மௌனமாகப் பார்த்தான்.

திடீரென யாரையோ நெஞ்சில் ஓங்கிக் குத்துவது போல் தரையில் ஓங்கிக் குத்தினான். உறுமிப் பல்லைக் கடித்தான். இப்போது அவன் கண்ணுக்குள் ரத்தச் சிவப்பு கூடியது. கட்டி ரத்தம்!

அவன் கண்களையும் ஓங்கிக் குத்துவதையும் கண்டு நடுங்கி விலகி நின்றாள். பெருவிரலிலிருந்து பயம் மேல்நோக்கி ஊர்ந்தது.

வாப்பாவின் கிட்ட பிள்ளைகளைப் போகக் கூடாதென்று பயங்காட்டி விலக்கினாள்.

"கிட்ட போவாதிங்க மக்களே."

"என்ன படைச்ச றப்பே ஆருமில்லியே எனக்கு!"

அவள் மனத்தில் ஆயான் ஓடி நடந்துவந்தார். தன்னை மறந்து கண்மூடிக்கொண்ட நிலையில் ஆயானே என்று அவள் வாயிலிருந்து குரல் வெளியே வந்தது.

கண்ணைத் திறந்து பார்த்தாள். முற்றத்தில் ஆயான் நின்றுகொண்டிருந்தார். பல்லில்லாத வாயில், வெற்றிலை குதப்பிக்கொண்டு சிரித்த முகத்தோடு நின்றார்.

"ஆருமில்லையே றப்பே என்று கூப்பிட்டியே எதுக்கு?"

"எக்க மாப்பிள்ளைக்க நிலைமைய பாத்தீயளா ஆயானே. கையில் ஒரு வசவும் இல்லை. புள்ளிகளுக்கு வவுத்துக்குக் குடுக்க ஒரு கெதியுமில்ல. மில்லும் பூட்டி கிடக்குது. மருந்துக்குக் கையில கா காயில்ல ஆயானே."

"பொறம்மா," ஆயான் காட்டுக்கு நேராக நடந்து போனார். இவ்வளவு விரைவாகத் திரும்பி வருவாரென்று அவள் எதிர்பார்க்கவில்லை. கையில் பச்சிலை இருந்ததை அவள் உற்றுப் பார்த்தாள். பச்சிலையைச் சுருட்டிக் கைமடக்குக்குள் வைத்திருந்தார்.

"ஒரு சட்டி எடுவுள்ளே."

புது காரோ சட்டியைக் கொண்டுவந்தாள்.

ஆயான் பச்சிலையை இரண்டு கையால் கசக்கிப் பிழிந்து சாற்றை சட்டியில் ஊற்றினார்.

ஆயான் உள்ளே சென்று மைதீனைப் பார்க்கும் போது குத்தி உட்கார்ந்து முட்டிகட்டிக் கொண்டிருந்தான். ஆயானைக் கண்டதும் ஆளை இனம் தெரியாமல் அவரைப் பார்த்தான்.

“நீ யாரு ஓய்?”

“வாய் தொறந்து காட்டப்பா,” என்றதும் அனுசருணை உடைய ஒரு சிறுவனைப் போல் வாயைத் திறந்து காட்டினான்.

“இத குடி”. காரோச்சட்டியை அவன் கையில் கொடுத்தார். இரு கை கொண்டு சட்டியை வாங்கி ஒரே மடக்கில் மருந்தைக் குடித்தான். மருந்தின் கசப்பில் முகம் சுளித்தான். ஏப்பம் விட்டதும் மருந்து உள்ளே சென்று விட்டதென்று ஆயான் தெரிந்து சொன்னார்.

“உறங்குவான். உறங்கட்டும்.” ஆயான் வெளியே இறங்கினார். ஆயான் இருந்து இறங்கிய தரையில் கிடந்து உறங்கிவிட்டான். குறட்டைச் சத்தம் கேட்டது. மைதீன் பெண்டாட்டி வெளியே இறங்கிய ஆயானைப் பார்க்க தெருவில் வந்தாள்.

ஆயானைப் பட்டபாடும் காணவில்லை. வெளியே இறங்கிய ஆயானைத் தேடித் தெருவில் ஓடோடிப் பார்த்தாள். ஆயான் போன சுவடே இல்லை.

றப்பைக் கூப்பிட்டது ஆயானுக்கு எப்படி தெரிந்தது? அவர் மாயமானது எங்கே? ஆயான் வைத்தியரா இல்லை ஏதேனும் இறை நேசரா?

ஆண்களும் பெண்களும் சேர்ந்து நாசமாக்கிய பீக்காடு! இந்தக் காட்டுக்குள்ளே இப்படி அபூர்வமான பச்சிலை மருந்துச் செடிகள் உள்ளதென்பது மரைக்கான் தெருக்காரங்களுக்கோ பள்ளித் தெரு ஜனங்களுக்கோ தெரியவில்லையே. வெறும் உடை முட்காடுதான். தாவர வகைகள் எதுவும் கண்ணுக்குப் படவில்லை. அப்படிப்பட்ட இடத்தில் பெரும் நோயைக் குணப்படுத்தகூடிய மூலிகைச் செடிகள் வளர்வது ஆயானுடைய கண்ணுக்கு எப்படி தெரிந்தது? அவர் ஊரு ஏது, பேரு ஏதென்று தெரியாத மனுஷன். வைத்தியராக இருப்பாரென்ற நினைப்பில் ஆயானென்று கூப்பிட்டது. ஆயான் ஒரு மாய மனிதர்! ஒருவேளை சந்தூக் மைதீனுடைய மூதாதையர்களில் எவரேனும் ஆயானாக வந்தாரா? வலிய தம்பி மரைக்காரப்பாவோ சின்னதம்பி மரைக்காரப்பாவோ? எவராக இருக்கும்?

உறக்கத்திலிருந்து விழித்த மைதீன் உட்கார்ந்து நீண்ட கொட்டாவி விட்டான். எழும்பி உரிந்துபோன சீலையை எடுத்துச் செவ்வெனே உடுத்திக்கொண்டு சோம்பலை முறித்தான். கண்ணிலிருந்த இரத்தச் சிகப்பு ஓடி மறைந்தது. கண் பிரகாசமாகவே தெரிந்தது. கண்ணுக்குள் ஒரு நெய் விளக்கு எரிவதுபோல் இருந்தது.

மனைவியைக் கூப்பிட்டான்.

"ராபியத்தே."

கூப்பிடும் சத்தம் கேட்டு ஓடி வந்த ராபியத்திடம் கேட்டான்.

"ஹக்கீம் எங்கே? பீடி வாண்ட அனுப்பு. பீடி இல்லை. நான் ரொம்ப நேரம் உறங்கிட்டேனோ. ஏன் என்னை எழுப்பல்ல."

"நீங்க பூண்ட உறக்கம்." அவள் எதையும் நினைவு படுத்தவில்லை.

"வவுறு பயிக்கிது. வல்லதும் இருக்கியாவுட்டி?"

"கொஞ்ச ரேசனரி பீமா வீட்டுல இருந்து கடன் வாங்கினது இருக்கி. உலை போடுதேன். இப்போ தரியேன்."

சிறிது நேரம் மௌனத்திற்குப் பின் அவன் கேட்டான்.

"இங்க யாரும் மரிக்கல்லியா. டைரி எடு, பாக்கட்டும்."

அவள் நீட்டிய டைரி வாங்கிப் புரட்டினான். மொய்தின் பள்ளித் தெருவில் ஒரு கிழவி வரட்டா போட்டான்னு கிடந்தாளே. மவுத்தாவலியா? ஆரும் காரு மோதி மரிக்கல்லியா?

மௌனம் நிலவியது.

ஞானியார் ஊட்டுல ஒரு பய்யன் மோட்டார் சைக்கிளிலிருந்து விழுந்து மவுத்தாயிட்டானே?

"ஓமடி."

"சந்தூக் கூலி தந்ததை என்ன செஞ்சியோ?"

"பைக்கில் அடிபட்டு மவுத்தானவனுக்க வாப்பா மஹமூது முதலாளி, எனக்க வாப்பாட்ட முன்னமே நான் சந்தூக் தூக்கின கூலி குடுத்திட்டாராம். எனக்க வாப்பா மரிக்கூதுக்கு முன்னே அவருட்ட இருந்து அறுநூறு ரூபாய் கடன் வாங்கியிருந்தாராம். கடன் வாங்கின ரூவாய வாப்பா திருப்பிக் கொடுக்கல்லியாம். வாப்பா குடுக்க வேண்டிய கடனை நா சந்தூக் தூக்கின கூலிய பிடிச்சிட்டாரு. கேட்டப்போ ஒனக்க வாப்பா வாண்டின கடன் சரியா போச்சுன்னு சொல்லிட்டாரு. ராத்திரி ரெண்டு மணி வரை கூலி தராத மன வேதனையோடு சந்தூக் கொண்டு வச்சிட்டு சந்தூக் புரைக்கு முன்னால உட்கார்ந்து உறங்கி விட்டேன்டி."

"அட பாவி மனுசா! நான் போய்க் கேட்டப்போ ஒனக்க மாப்பிள்ளைட்ட குடித்துட்டேன். குடிச்சு அழிச்சிருப்பான்னு சொல்லிட்டாரு."

"அப்படியா சொன்னாரு? ஒரு வாரம் ஆரும் மரிக்காததினால வருமானம் இல்லாம இருந்தேன். பசிச்சு கிடக்குத பிள்ளைகளுக்கு ரேசனரிசியும் மீனும் வாண்டி சோறாக்கிப் பசி அடக்கலாமுன்னு நினைச்சேன்டி. வாயில மண்ண அள்ளி போட்டானே பாவி!" சொல்லிவிட்டு மைதீன் மௌனமாகத் தொலைவில் கண்ணூன்றி உட்கார்ந்திருந்தான். வகாப் உண்டுமானால் சுமடு எடுத்துக் கூலி கொண்டு வந்து ஊட்டுல தீ எரியும். போலீஸ்காரப் பாவிப் பயலுவோ அவன பிடிச்சிட்டு போயிட்டானுவளே."

மைதீன் டாஸ்மாக் கடைப்பக்கம் போவதை விட்டுவிட்டான். மரணங்கள் நடக்காததால் வீட்டிலேயே முடங்கினான். வெளியே இறங்கினால் அவன் கால்கள் டாஸ்மாக் கடைப்பக்கம் அவனை இழுத்துச் செல்லும்.

இனி அந்த நாய் மூத்திரம் குடிக்கண்டாம். மைதீன் சபதம் செய்தான்.

"றாவியத்தே,"

மனைவியின் முகத்தைப் பார்க்காமலேயே சொன்னான்.

"நா இனி சந்தூக் தூக்க போவல்ல. வேறயாரு வேணாலும் போய்த் தூக்கட்டும். அந்தப் புண்ணியம் அவங்களுக்கும் கிடைக்கட்டும்."

"சும்மா போட்டிருந்தா வண்டிக்கு வாடகை கொடுக்கண்டாமா?"

"வண்டியை வண்டிக்காரருட்ட கொடுக்கப் போறேன்."

"குடுத்துட்டு சும்மா இருந்தா?"

"சும்மா இருக்க மாட்டேன். என் மூதாதையின் கடல் தொழிலுக்குப் போவேன். என் மூதாதையரும் கடல் தொழில்தானே செய்தார்கள். நானும் அதே தொழிலுக்குப் போறேன். இப்பம் மீன்படுத நேரம். போட்டுக்கு போனா நல்ல பங்கு கூலி கிட்டும். போட்டுல சேக்கலைன்னா தலச்சுமடு எடுப்பேன். வண்டி இழுத்தாதானே மய்யம் கொண்டு போற வண்டின்னு நினைச்சு மத்தவங்க லோடு தரமாட்டாங்க. இனி அவங்கள நம்பி உள்ள பொழப்பு வேண்டாம்."

முன் காலங்களிலெல்லாம் சந்தூக்கை மரிச்சவங்க உடையக்காரங்களே பள்ளியிலிருந்து தூக்கிட்டுப் போறதுதான் வழக்கம். இப்பேயெல்லாம் பேர்சியாகாரங்களுக்கு சந்தூக் தூக்குவது கேவலமா போச்சு. அதனால மைதீனுட்ட சந்தூக் எடுத்துவர யாரோ ஒருத்தர் சொன்னாங்கோ. தேக்கு மரத்தடி

சந்தூக் கனமானதுனால வண்டியில வச்சு இழுத்தான். பேர்சியாகாரன் 500 ரூபாய் நோட்டு எடுத்து நீட்டினான். மைதீனுக்குப் பெரும் மகிழ்ச்சி. இப்பம் பேர்சியாகாரங்கோ வீட்டுல மய்யத் விழுந்தா மைதீன தேடுனாங்கோ. நாள் போகப்போக ஊருக்காரங்கயெல்லாம் மைதீன தேடுனாங்கோ. வேறு லோடு கிடைக்காததுனால சந்தூக் தூக்கி மைதீனின் வயிற்றுப்பாடு கழிந்தது.

மரிச்சவங்களுக்குச் சேவை செய்யுதவங்களுக்கு சொர்க்கத்து வாசல் திறந்தே கிடக்கும். நாளை "மஹஸற"[1] மைதானத்தில் அல்லா கேள்விக் கணக்குகள் கேட்கும்போது மய்யத்துக்கு சேவை செய்தவர்களிடம் அதிகம் கேள்வி கேட்கமாட்டான். ஜன்னத்துல்[2] பிர்தௌஸ் என்ற மேன்மையான சொர்க்கத்துக்கு நேராக கைசூண்டி போவ சொல்லுவான். இவர்கள் சொர்க்கத்திற்கு ஏறிச் செல்லும் வழியில் காணப்படும் ஜஹன்னம் என்ற நரகத்தில் பூமியில் பாவம் செய்த பாவிகளெல்லாம் நெருப்பில் எரிவார்கள், தாகத்தால் தொண்டை வறண்டு அலறுவார்கள் என்றெல்லாம் நபி பிறந்த மாசமான ரபியுள் அவ்வலில் பன்னிரண்டு நாள் வஅளு[3] சொல்ல வந்த முகம்மது குட்டி முஸ்லியார் சொன்னது மனதில் பதிந்துகிடந்த காரணத்தினால்தான் சந்தூக் தூக்க துணிந்தான்.

சொர்க்கம் நாடி!

நான் நாளை கேள்விக்கணக்குக்குப் பின் சொர்க்கத்துக்குப் படியேறிச் செல்லும் போது 'சிராத்துல்[4] முஸ்தகீன்' பாலத்திற்குக் கீழ் நரக நெருப்பில் கிடந்து புழு போல் துடிச்சு வேவுகின்ற பாவிகளுடைய கூட்டத்தில் மஹமூதும் காணும். ஏழைகளின் குறிப்பாக மய்யத்திற்குச் சேவை புரியும் ஒருவருடைய வியர்வை அடங்கும் முன் உண்டான கூலியைக் கொடுக்காமல் அந்திபாதிராவுக்கு அழவைத்து அவனது மனத்தில் தீ கோரியிட்டானே அந்த மஹமூது, துடியா துடிப்பான்.

மைதீன் நேரம் விடிந்ததும் தொம்ம பிள்ளையிடம் சென்றான். துறையில் ரண்டு மூணு போட்டுகள் அவருக்கு உண்டு. அதில் ஏதாவது ஒன்றில் தன்னைச் சேர்த்துக்கொள்வார்.

மைதீனைப் பார்த்ததும் தொம்ம பிள்ளைக்கு அவனுடைய வரவின் உள்நோக்கம் புரிந்துவிட்டது.

---

1. மஹஸற – மறுமை
2. ஜன்னத்துல் – சொர்க்கம்
3. வஅளு – சொற்பொழிவு
4. சிராத்துல் – மறுமையிலுள்ள பாலம்

தொம்ம பிள்ளைக்கு ஏற்கெனவே மைதீன் முக பரீட்சையம் ஆனவனாகும். துறையிலுள்ள ஒருவன் ஒரு விபத்தில் சிக்கி இறந்துகிடந்த போது யாரும் தூக்கத் தயங்கி நின்ற சடலத்தைத் தூக்கித் தன் வண்டியில் வைத்து இழுத்துத் துறையில் கொண்டு வந்த ஞாபகம்.

"நீ மேகரையில் உள்ள கைவண்டி இழுக்கும் மரைக்கான் தானே?"

"ஆமாம்."

"ஒன் வண்டியிலதானே மரிச்ச சடலங்களை ஏற்றிக் கொண்டு போவீரும்."

"ஓம்."

"இப்பம் கைவண்டி இல்லியா ஓமக்கு?"

"இல்லை கும்பாரி. ஒடையகாரனுட்ட திருப்பி கொடுத்துட்டேன். குலத் தொழிலே செய்வோம்னு நினைச்சேன்."

மரியாதை காட்டுவதுபோல் அவன் கையைப் பிசைந்ததின் அர்த்தம் தொம்ம பிள்ளை புரிந்துகொண்டார். இவன் கடலின் மகன். மனிதாபிமானி. யாரும் தூக்காமல் கிடந்த ஒரு மறுசாதியின் சடலத்தைத் தூக்கிவந்த மனித நேயமுடையவன்.

"எக்க போட்டுல கடலுக்குப் போறீருமா?"

"போறேன். கேக்கதான் வந்தேன்."

"கடல்பேடி உண்டா?"

"இல்லை."

"வெலங்க[1] போவணும். முடியுமா?"

"போவலாம்."

திரும்பி வர ரண்டுமூணு நாளாகும்."

"தெரியும்."

"அப்போ எக்க பனிரண்டாம் நம்பர் போட்டுல போய்ச் சேந்துக்கிடும். சாயலச்ச போட்டு கடலில இறக்குவோம். இஞ்செ ஒன்னும் மீன்பாடு இல்ல. நீரோடி, கொல்லங்கோடு, பொழியூருக்கு அந்தப் பக்கந்தான் பாடு. அந்தக் கடல் பக்கம் பெரிய மீன்

1. வெலங்க – தொலைவு

கிட்டும். கடல் எல்லையை தாண்டாம பாத்துக்கணும்." தொம்ம பிள்ளை எச்சரிக்கை செய்தார்.

கடலில் போய் மீன்பிடிச்ச வாப்பாக்க மொவனுக்கு கடல்த் தொழில்தான் கடைசியில் கை கொடுத்தது. மீன்காரன் என்ற இழிவான பேர் வேண்டாமென எண்ணிய எனக்கு மீன்காரனாக வேண்டிய விதி.

மீன்பிடிக்கும் மரைக்கான் இப்போது, நான்!

மைதீன் கடல்ப் பயணம் செய்யத் தயாரானான். பள்ளி முட்டியில் காணிக்கை போட்டான். 'எந்தவித ஆபத்தும் இடங்கேறும் இல்லாமல் பாடுபட்டு வீடு வந்தணையனும். என்ன படைச்ச றப்பே!'

காணிக்கை செலுத்தும்போது தோளில் கிடந்த தோர்த்தையெடுத்து காது இடுக்கு வழியாகத் தலையை மறைத்துக்கொண்டான். கைநீட்டி துஆ கேட்டு அந்தக் கையை முத்திவிட்டு உடல்முழுவதும் தேய்த்துக் கொண்டான், எந்த ஆபத்தும் நேராமலிருப்பதற்கு.

பெரும் அலைகளோ உள் வலிவுகளோ இல்லாத சாந்தமாக இருந்தது கடல். போட்டை மேற்குத் திசை நோக்கிச் செலுத்தினார்கள். ஆழ்கடலில் கேரளா எல்லை வரை சென்று மைதீன் ஏறிய போட்டு பெரும் நெய் மீன்கள், கலவா, கொம்புசுரா, சூரை போன்ற பெரும் பெரும் மீன்களுடன் மூன்றாவது நாள் காலையில் போட்டு கரையை அடைந்தது. போட்டில் கொண்டு இறக்கும் மீன்களைப் பார்த்து தொம்ம பிள்ளைக்கு எங்குமில்லாத ஆனந்தம்.

"வலியத்துறைகாரனுவோ ஓங்கள அடிச்ச வரலியா?"

"கொஞ்ச நேரம் நின்னு பாத்துட்டு வலை போட்ட எங்கள அடிச்ச வந்தானுவோ. வலைய அறுக்க விரட்டி வந்தானுவோ எங்க போட்டு விரசா வந்துட்டு தப்பிட்டோம்."

உள்ளூர் வலைகளுக்கு அதிகம் மீன்பாடு இல்லாததால் 12ஆம் நம்பர் போட்டு கரை வந்து சேர்ந்ததும் பெரும் கிராக்கி. நல்ல விலை கிடைத்த மகிழ்ச்சியில் தொம்மப் பிள்ளை போட்டில் போன தொழிலாளர்களுக்குப் பங்கு பிரிச்சுக் கொடுத்தார்.

மைதீன் கை நிறைய பணமும் கறிக்கு மீனும் கொண்டு வந்தபோது மூணு நாள் கடலின் விரிவுக்குச் சென்று திரும்பிய கணவனுக்கு மீன் கறி வச்சு வெள்ளையன் கடையிலிருந்து

வாங்கிய நல்ல சம்பா அரிசி சோறு ஆக்கி விளம்பினாள். பிள்ளைகளும் வயிறு புடைக்க மீனும் தின்னு செழித்தனர்.

பிள்ளைகளுக்கு வரும் வழியில் வாப்பா முறுக்கும் கடலை மிட்டாயும் வாங்கி வந்ததைக் கொடுத்து, புள்ளைகளுக்கு இருந்த தின்பண்டத்தின் மீதான கெதிப்பை அடக்கினான்.

'அல்ஹம்துலில்லாஹ்,' என்று கடலில் போயிருந்த சோர்வைப் போக்க நீண்டு நிமிந்துகிடந்து உறங்கியவன் உறக்கத்திலிருந்து விழித்தது முஹ்யுதின் தெருவிலுள்ள ஹபீபு காக்கா வந்து கூப்பிட்ட நேரம்.

கண்களைக் கசக்கிக்கொண்டு பார்த்தான். கண் முன்னால் தெரிந்தது. முஹ்யுதின் தெருவிலுள்ள ஹபீபு காக்கா.

"என்னா?" என்று கேட்ட மைதீனைக் கேள்வியால் மடக்கினார் ஹபீபு காக்கா.

"ஒன்னத் தேடி எதுக்கு வருவாவோ?"

"எதுக்குன்னு சொல்லுங்க வாறேன்." அவனுக்கு புரிந்துவிட்டது ஹபீபு காக்காவின் வருகையின் நோக்கம்.

"உன்னையும் உன் வண்டியையும் ஊர் ஜனங்கள் என்னதுக்கு தேடுவாங்கோ? பால்காய்ச்சி வீட்டுக்கும் கல்யாண வீட்டுக்கும் சாமான் ஏத்திக்கொண்டு போறதுக்கா தேடுவாங்கோ? எங்க தெருவுல ஒரு கிழவி மவுத்தா போனா. சந்தூக் தூக்கிட்டு வாடேய். கிடையில கிடந்து மவுத்தா போனது. சீக்கிரம் அடக்கம் செய்யணும்."

"இல்ல, நான் இப்ப சந்தூக் தூக்க வரல. வேற ஆளப் பாருங்கோ. நான் அந்த ஜோலிய வேண்டாம்னு விட்டாச்சு. இப்ப கடலுக்குப் போறேன்."

உறக்கப் பாயிலேயே திரும்பிப் படுத்தான். மைதீன், ஹபீபு ராவுத்தரைச் சட்டை செய்யாமல் முகத்தைத் திருப்பிப் படுத்தது செவிட்டில் அறைந்தது போல் இருந்தது அவருக்கு. கடுப்பாகிவிட்டது.

"என்னடேய். ஒனக்குக் கொழுப்பு கூடி போச்சோ? வந்து கூப்பிடுத பள்ளித்தெரு ஆள மதிக்காம திரும்பி படுத்துட்டா?"

"எனக்கு வண்டி இழுக்க ஏலுவில்லை. அந்தத் தொழிலை வேண்டாம்னு வண்டிய உடையகாரனுட்ட குடுத்தாச்சு. நீங்க வேற ஆள பாருங்க."

“சந்தூக் தூக்க ஊருல எவ வருவான்டேய்? சொல்லுடேய்,” பதிலுக்கு வேண்டிக் காத்து நின்றார்.

“நான் மரிச்ச போனாலோ?”

அந்தக் கேள்விக்கு வந்தவரிடத்தில் பதில் இல்லாமல் இருந்தது. சிலை போல் நின்றார். அவனை ஒரு முறை முறைத்தார்.

“வர வர வந்தொட்டி மரைக்கான் பயக்களுக்கு கொழுப்பு கூடிப் போச்சு, பாத்துகிடுதேன்.”

திரும்பி நடந்தார்.

30

மைதீன் மகன் புதுமாப்பிள்ளை வகாபு, சாவல், பட்டாணி, நூவம்மது, செய்னுல்லா ஆகியோர் விசாரணைக் கைதிகளாக வேறு சிறைக்கு மாற்றப்பட்டார்கள். மைதீன் போட்டுக்குச் செல்லாமல் ஒவ்வொரு சிறையாக ஏறி இறங்கினான். மகன் இருக்கும் சிறை ஏதென்று தெரிந்துகொள்ள முடியவில்லை. வழிகாட்டுவாரும் இல்லை. நூவம்மதுடைய வாப்பா, வக்கீல் ஒருவரை வைத்து கோர்ட்டில் வழக்குத் தொடர யோசனை சொன்னார்.

கோர்ட்டு, வக்கீல் என்றெல்லாம் சொல்லிக் கேட்டபோது மைதீனுக்கு நெஞ்சில் திகிலடித்தது. பெரும் பணச் செலவு யாரால் கோடு, கச்சேரி என்று ஏறி இறங்க முடியும்? ஏழைகளுக்கு ஏற்பட்ட சோதனை; எந்த இயக்கத்திலும் சேராத தெருப் பசங்கள்; எந்தத் தீவிர செயலிலும் ஈடுபடாதவர்கள். கேட்டு கேள்விக்கூட இல்லாத ஒரு வெளிநாட்டு இயக்கத்தோடு தொடர்புபடுத்தி எங்க ஏழைப் பிள்ளைகளைப் பிடித்துக்கொண்டு போன நாள் முதல் ஓடைக்கரைத் தெரு பீதியில் கிடுங்கியது. இளவட்டங்கள் வெளியே இறங்கத் தயங்கினார்கள். பயந்து சிலர் வேறு ஊர்களுக்கு வேலைத் தேடிச் சென்றார்கள். உம்மா, வாப்பாமார்கள் ஈரக்குலையைக் கையில் பிடித்துக்கொண்டு திரிந்தார்கள்.

எம்புள்ளை எப்போ வருவானோ! தாய்மார் களின் குமுறி அழுகை.

ஓடைக்கரைத் தெரு இப்போது ஒரு சிறையாக மாறிவிட்டது. அங்கே உள்ள மக்கள் சிறைக் கைதிகள்! போலீஸ் நடமாட்டம் ஓடைக்கரைத் தெருவுக்குள் எப்பவும் காணப்பட்டது. பூட்ஸ் சத்தம் கேட்டாலே பெண்கள் நடுநடுங்கி வீட்டுக்குள் பதுங்கிவிடுவார்கள். பூட்ஸ் சத்தம் அகன்றுபோன பிறகு மெல்ல செத்தை வாசலைத் திறந்து எட்டிப் பார்த்தார்கள். நிம்மதி இழந்தவர்களாக மக்கள் காணப்பட்டனர். இப்போது அவர்கள் சிறைக் கைதிகள்.

ஐ.எஸ். நடமாட்டம் இருக்கிறதா என்று துப்புத் துலக்க ரகசியக் காவல்துறை ஓடைக்கரைத் தெருவைக் கண்காணித்து. வீடுவீடாய் ஏறி இறங்கி ஒவ்வொரு வீட்டிலுள்ள உறுப்பினர்களின் பெயரும் வயதும் செய்யும் தொழிலையும் பற்றிக் கணக்கெடுக்கப்பட்டது. வெளியூரில் வேலைக்காகச் சென்ற இளைஞர்களின் முகவரி எழுதிப் பதிவு செய்யப்பட்டது.

மரைக்கான் தெருவென்று அழைக்கப்படும் ஓடைக்கரைத் தெரு காவல்துறையின் கண்காணிப்பில் இருந்து வந்தது. தெருவைக் கண்காணிப்பதற்காக ஒரு தனி ஆய்வாளரும் உதவி ஆய்வாளரும் சில காவலர்களும் நியமிக்கப்பட்டனர். தெருவுக்குள் போவோரையும் தெருவிலிருந்து வெளியே வருவோரையும் கடும் சோதனைக்கு உட்படுத்தினர். பலரும் தெருவுக்குள் போவதைத் தவிர்த்தனர்.

ஒரு அந்நிய தேசத்துக்குள் நுழையும் கட்டுப்பாடு!

மைதீன் மகனைத் தேடுவதை விட்டுவிட்டான். தேடித்தேடி ஒரு கரையையும் அடையமுடியவில்லை. அரசியல்வாதியின் கைச்செலவுக்குப் பணம் கிட்டாததால் அவர்களிடம் விசாரித்தால் தெரியாதென்று ஒரே சொல் பதிலாகவே இருக்கும். யாரிடம் போய் விசாரிப்பது என்று சலிப்புத் தட்டியதால் மைதீன் வருவது வரட்டும் என்று இருந்துவிட்டான். ஆயுள் இருக்குமானால் உயிரோடு வருவான் என்று நிம்மதி அடைந்தான்.

அவனுடைய உம்மா, மகன் சிறையிலிருந்து விடுதலையாகி வர கண்ணீரோடு துஆ கேட்டுக்கொண்டிருந்தாள். அவனுடைய புதுப்பெண்ணைப் பெண்ணின் தாயும் வாப்பாவும் வந்து அழைத்துக்கொண்டு போனார்கள். அவன் திரும்பி வரும்போது அவன் வீட்டில் வந்து வாழலாம். திருமணத்திற்குச் சூடிய பூவின் வாசனை மாறாத நாளன்று போலீஸ் கைது செய்துகொண்டு போனது முதற்கொண்டு கண்ணீரால் அவள் தலையணை ஈரமானது. வீட்டிலிருந்து அத்தர்மணம் விலகாத நிலையில் கையில் விலங்கு மாட்டப்பட்டுக் கொண்டு சென்ற மாரனை

நினைத்து வடித்த கண்ணீர் கண்டு மனம் பொறுக்காமல் பெற்ற தாய் அழைத்துச் சென்றாள்.

நடந்துமுடிந்த திருமணத்தை மறந்து வீட்டில் பெருமூச்சுவிட்டு இருக்கட்டும்.

திரும்பி வருகையில் அவன் நோயாளியாக வருவானா? இளமை குன்றிப் போய் இயலாதவனாக வருவானா? திருப்பிக் கிடைக்காத இளமையை எண்ணி இருமிஇருமி இரத்தச் சளி துப்பித் துண்டு பட்ட தாம்பத்தியத்தை நினைத்து அழுது நாட்களை நகர்த்துவானா? வகாபுக்கு மட்டுமா இந்த நிலை!

எத்தனை இளைஞர்களுக்கு? இளமையை இல்லாமலாக்கி இளம் இரத்தத்தின் சூட்டைத் தணிப்பதுதான் இத்தகைய கைதின் நோக்கமா?

ஓரங்கட்டப்பட்ட மக்களின் இன்றைய நிலைமை!

விலங்கபோன போட்டுக்குத்தான் மீன்பாடு அதிகம். தொம்மப் பிள்ளையின் 12ம் நம்பர் போட்டு கடலிலிருந்து திரும்பி வந்த மறுநாள் காலையில் மீன்பாட்டுக்கு மீண்டும் புறப்படத் தயாரானது. அந்த போட்டில் மைதீனும் ஏறினான். மைதீனைப் பார்த்ததும் பிற மீனவத் தொழிலாளர்களுக்கும் உற்சாகம். போட்டு கரை வர இரண்டு மூன்று நாட்கள் ஆகுமென்பதால் உணவுக்குத் தேவையான பொருட்களும் குடிதண்ணீரும் போட்டு இன்ஜினுக்குத் தேவையான டீசலும் சேமித்துக் கொண்டனர். மீன் கெட்டுப் போவாமல் இருக்க ஐஸ்கட்டியும் எடுத்துவைத்துக்கொண்டனர்.

அலைவாய் கிழித்துக் கடந்துபோன போட்டு மணியாரம் குன்று மாதா கோயில் கோபுர உச்சியில் காணப்படும் சிலுவைப் பார்வையிலிருந்து மறைந்துவிட்ட தொலைவுக்குப் போட்டு போனது.

கலகலப்போடு பேசி வந்த மைதீன் திடீரென மௌனமானான். பார்வை கடல் விரிமாரில் ஊன்றியது. அரபிக் கடல் குட்டிக்காற்றில் எழுப்பும் சிற்றலைகளைப் பார்த்திருந்தான். பேய்க் காற்றில் இதே சிற்றலைகள் வளர்ந்து யானையை விழுங்கும் இராட்சதத் திரையாக உருமாறும். கொடூரம் நடப்பது எந்த நேரம் என்று கணிக்க முடியாது. அரபிக் கடல் அமைதியான கடல் என்று சொல்லுவார்கள். சில நேரம் கோப அலைகள் எழுப்பும். இந்தக் கடலின் விரிமார்பு வழியாகத்தான்

குடியேற்றம் 229

என்னுடைய முப்பாட்டனார்களாகிய மரைக்கான்மார்கள் பத்தே மாரிகளில் நம் நாட்டு நறுமணப் பொருட்களை அரபு நாட்டுக்குக் கொண்டுசென்று விற்பனை செய்து தங்க நாணயம் நாட்டில் கொண்டுவந்து செல்வம் சேர்த்தார்கள். அவர்கள் கொண்டுவந்து சேர்த்த செல்வங்களைப் பார்த்து மனம் மகிழ்ந்து பாண்டிய நாட்டு மன்னர்களும் சேது நாட்டு மன்னர்களும் மரைக்காயர்களை அன்போடு நடத்தினார்கள். பதவிகள் கொடுத்து அவர்களைக் கௌரவித்தார்கள். கடல் தாண்டி வந்த படையெடுப்புகளை எதிர்த்து நாட்டைக் காப்பாற்றிய வீர மரைக்காயர்கள் தவழ்ந்து வளர்ந்ததும் இதே உப்பு நீரில்.

வாணிபத்திற்கும் ஹஜ்ஜுக்கும் செல்லும் பயணிகள் பயண வழியில் மரணித்துவிட்டால் அவர்களின் மய்யத்துகளைத் தூக்கிக் கடலில் போட்டுவிடுவார்கள். மீன்கள் கொத்தி எலும்புகளை மிச்சம் வைக்கும். காலாகாலமாக எத்தனை எத்தனையோ மனித உடல்களை உள்வாங்கி ஏப்பம் விட்டுக் கிடக்கும் அரபிக்கடல். அதன் அடி ஆழத்தில் என் மூதாதையர்களின் முதுகுத் தண்டிலிருந்து கட்டுக்குலைந்து விலகிய எலும்புகள் நொறுங்கிக்கிடக்கின்றன. நொறுங்கிய எலும்புகளும் மண்டை ஓடுகளும் குவியல் குவியலாக அதல பாதாளத்தில் மறைத்துக்கொண்டு கிடக்கும் அரபிக் கடல்மீது மீன் தேடிச் செல்லுகின்ற என்னைப் போன்ற தரித்திர மரைக்கார் ஜென்மங்கள்.

போட்டின் விசையை மிஞ்சிய சூறாவளிக் காற்றில் மாதாக் கோயில் உச்சியிலுள்ள சிலுவை பார்வையிலிருந்து மறைந்துவிட்ட தொலைவுக்குப் போன விசைப் படகு, இப்போது சஹிய மலை முகடும் பார்வையிலிருந்து மறைந்துவிட்டது. எங்கு பார்த்தாலும் நீலக் கடல்நீர். வானம் கடல்மீது கவிழ்த்தி வைக்கப்பட்டிருக்கிறது.

கரை எங்கே?

எத்திசைக்குச் செல்லுகிறோம்?

மைதீன் பதறிப்போன மனத்தால் சுற்றிலும் பார்த்தான். பார்த்த இடமெல்லாம் தண்ணீரால் சூழப்பட்ட உலகம்.

காற்று ஓய்ந்த பாடில்லை.

'வலிய மரைக்காரப்பா ஒரு வழிக் காட்டித் தாருங்கோ!'

திசையும் கரையும் தெரியாமல் மனங்கலங்கி நிற்கின்றோம். அங்கே தொலைவில், கரைகாணா தொலைவில் எங்களை நம்பி எதிர்பார்த்திருக்கும் மனைவியும் பிஞ்சுகளும்.

சுமடு எடுத்துப் பிழைப்பு நடத்திவந்த வகாபு வெண் சிறையில். எப்போது வெளிவருவானோ? இளமை அவனிடமிருந்து உருகி ஒழிந்துபோன பிறகுதானா வருவான். அல்லது என்கவுன்டரில் துப்பிய உயிரற்ற மய்யத்தாகவா?

வெகு தொலைவில் பார்வைக்கு எட்டாத தொலைவில் ஒரு துரும்புபோல் பச்சை கண்ணில்பட்ட குதூகலிப்பில் மைதீன் பார்வை அங்கே ஊன்றியபடி இருந்தான். போட்டு நிறைய மீன்கள். கரை சேர்ந்து மீன்கள் விற்பனையானால்தானே அரிசியும் கறிபுளியும் வாங்க தொம்மப் பிள்ளை பணம் தருவார். பசுமை நிறைந்த இடத்தை நெருங்கிவிட்டது தங்கள் விசைப்படகு. பசுமையான ஒரு சிறு தீவு.

எத்திசையிலிருந்தோ அதி விரைவில் போட்டொன்று மைதீன் ஏறிய போட்டை நெருங்கியது. 12ம் நம்பர் போட்டை அவர்களைச் சுற்றிவளைத்து போட்டில் உள்ளவர்களைக் கண்மூடித்தனமாகத் தாக்கியதில் பலத்த உள்காயம். அவர்கள் ஏசிய மொழி புரியாத மொழியாக இருந்தது. போட்டில் இருந்த மீனைக் கொள்ளையடித்தனர். வலையைக் கிழித்துவிட்டார்கள். உடன் அதிவிரைவாக அந்த போட்டு கடலில் மறைந்து புகை போல் தெரிந்தது.

பிடித்த மீனும் யாத்தனமும் பறி போனதை எண்ணி மைதீன் வியாகுலப்பட்டு போட்டில் உட்காந்திருந்தான். போட்டில் புறப்பட்டு வந்து நாட்கள் பல ஆனதால் கொண்டு வந்த உணவுப்பொருட்களும் குடிதண்ணீரும் காலியாகிவிட்ட கவலை வேறு. கரை சேருவதற்கான திசை தெரியாமல் பயப்பாடோடு முழித்தனர்.

அந்த தீவை நெருங்கி போட்டு கரை ஒதுங்கியது.

கரை இறங்கி நின்ற மைதீனின் கண்ணுக்கு தொலைவில் ஒரு மினாரா உச்சி தெரிந்தது. குடிதண்ணீர் எடுக்கக் குடமும் கொண்டு மன மகிழ்ச்சியோடு நடந்தான் மினாராவை நோக்கி.

சிறிய ஒரு பள்ளிவாசல். அதைச் சுற்றிக் குடியிருப்புகள் ஓலைக் குடிசைகள். பள்ளிக்கு முன்னால் தரையில் நின்று குனிந்து தண்ணீர் கோரி எடுக்கும் அளவிற்குத் தாழ்வான ஒரு வட்டக் கிணறு பார்வையில்பட்டது. கொஞ்சம் தண்ணீர் எடுத்துத் தாகம் தணிய குடித்தான்.

ஹா! என்ன ருசி!!

நாலு பாடும் கடல். கடல் நடுவே ஒரு சிறு தீவு. அந்த தீவில் காணப்படும் தட்டையான கிணறு. அந்த தண்ணீருக்குத்தான் என்ன ருசி!

என்ன குதறத்தோ[1]!

பள்ளியின் முன் உட்காந்திருந்த முதியவரிடம் கேட்டபோது தீவின் ஆதிக் கதையைச் சொன்னார்.

வழிதவறி வந்த ஒருவர் தடிக்கம்பால் குத்தி உண்டான கிணறு இது. நாங்கள் இந்த தீவின் பழங்குடி மக்கள். அரசாங்க ரிக்கார்டிலும் இப்பவும் நாங்கள் பழங்குடியினர். எங்கள் முன்னோர்களுக்கு மதம் இல்லை. தெரியாது. உணவு தரும் கடல்தான் எங்களைப் பெற்ற தாய். எங்களைச் சுற்றியுள்ள இந்தக் கடலைக் கடல் என்று நாங்கள் சொல்லமாட்டோம். தாய் என்றுதான் சொல்லுவோம். எங்களுக்கு உணவளிப்பது இந்தத் தாய்தான். தாய் தரும் சூரை மீனைப் பக்குவப்படுத்தி மாசியாக்குவோம். மாசியை வாங்க வருவோர் எங்களுக்கு உணவுப் பொருட்கள் கொண்டுவந்து மாசியை மாற்றுப் பொருளாகக் கொண்டு போவார்கள். கரைக்காரர்களால்[2] ஏமாற்றப்பட்டவர்களாக நாங்கள் வாழ்ந்து வரும் காலம் பெரும் அலையில் சிக்கி ஒரு பத்தேமாரி உடைந்தது. அனைவரும் கடலில் மூழ்கி மௌத்தானார்கள். ஒருவர் உயிர் தப்பினார். அவர் கையிலிருந்த தடிக் கம்பை ஊன்றிக் கடல்மீது நடந்து இந்தக் கரைக்கு வந்தார். கரை சேர்ந்தவரை இங்குள்ள பழங்குடியினர் கூடி நின்று அதிசயமாகப் பார்த்தனர். கடலில் நடந்துவந்த அதிசய மனிதரைப் பார்க்க வந்து கூடிய மக்களில் ஆண்களுக்கு ஒரு கோமணம்தான் இருந்தது. மார்பு பகுதி திறந்து காணப்பட்ட பெண்கள். முட்டுக்கும் தொப்பிளுக்கும் இடையே துண்டுத் துணிகளால் பிறப்புறுப்புகளை மறைத்திருந்தனர்.

“கடலிலிருந்து தடிக்கம்பு ஊன்றி நடந்துவந்தவர் ஆருன்னு உமக்குத் தெரியுமா?”

முதியவர் கேட்டார்.

“அவர்தான் ஹஷரத் உபைதுல்லா! பசிக்குது என்றார் புரியாத அரபி மொழியில். வயிற்றில் கைவைத்துக் காட்டியபோது பசி என்று புரிந்துகொண்டோம். அன்று தீவில் இப்பம் கிட்டுவது போல் அரிசியோ கோதுமையோ கிடைக்காத காலம். பச்சை மீனைச் சுட்டுக் கொடுத்ததைத் தா தாவென்று ருசியாகச் சாப்பிட்டார். வாயில் கை வைத்துக் குடிதண்ணீர் என்றார்.

1. அற்புதம்
2. கொச்சி, கோழிக்கோடு போன்ற இடங்கள்

கொடுத்த தண்ணீரெல்லாம் உப்பு சுவையானது. கையிலிருந்த தடிக்கம்பை எடுத்து இருந்திருந்த இடத்தில் மெல்ல ஒரு குத்து குத்தினார். கடல் நீர் சூழ்ந்திருந்த இந்த இடத்தில் சுத்த நீர் குமிழியிட்டு பொங்கி வந்தது. தாகம் தீரக் குடித்தார். அந்த தாகம் தீரக் குடித்த தண்ணீர்தான் இந்தக் கிணற்றுத் தண்ணீர்.

“கடலில் நடந்துவந்த பயணக் களைப்பைப் போக்குவதற்காகக் கிணறு அருகே இருந்த இந்தக் குடிசையில் படுத்துறங்கினார்.

“தீவுக்கு வந்த அதிசய மனிதரைப் பார்ப்பதற்காக தீவு மக்கள் திரண்டனர். மக்களுக்கு நல்மார்க்கம் பற்றி போதனை செய்தார். மக்களுக்கெல்லாம் ‘கலிமா’ சொல்லிக்கொடுத்து இசுலாத்தை ஏற்றுக்கொள்ள வைத்தார். அன்று இசுலாத்தை ஏற்றுக்கொண்ட மக்கள் பெரியவரின் வழிகாட்டலில் அவர் அடிக்கல் நாட்டிய பள்ளிதான் இது. அன்று உறங்கிய குடிசை நான் உட்காந்திருக்கும் இந்தப் பள்ளி. ஈட்டி மரத்தால் பணி தீர்த்த இந்தப் பள்ளி. தீவில் வாழக் கூடிய நாங்களெல்லாம் முஸ்லிம்கள்தான். பிற மதத்தவர்கள் யாரும் இல்லாத தீவு. எங்களுக்கு எழுத்தில்லாத ஒரு மொழி உண்டு. எங்களுக்குள்ளேயே பேசிக்கொள்வோம். இப்போது இங்கு ஒரு சிறை உண்டு. குற்றவாளிகள் யாரும் அதில் இல்லை. சிறை வாசல் எப்போதும் திறந்தே கிடக்கும். இங்குள்ள வீடுகளுக்கு வேலியும் இல்லை. வாசலும் இல்லை.

“எங்கள் தீவில் பெண்களுக்குத்தான் அதிகாரம். இரவு எந்நேரம் வேண்டுமானாலும் பெண்கள் சுதந்திரமாக தனியாகவே நடமாடுவார்கள். பெண்களுக்குப் பெண்பணம் சீதனமாகக் கொடுத்துதான் திருமணம் செய்ய முடியும். தீவில் உள்ளவர்களுக்கு மட்டுமே தீவில் சொத்து வாங்க முடியும். கரையில் உள்ளவர்களுக்கு இங்கு சொத்து வாங்க முடியாது.

“இங்கு பெண் பணம் (மஹர்) அதிகம் கொடுக்க வேண்டி வருவதால் சிலர் கரையிலிருந்து திருமணம் செய்வார்கள். ஆனால் கரையிலிருந்து வரும் அந்த மனைவிக்குத் தீவில் சொத்துரிமை கிடையாது.

“இந்தத் தீவின் சிறப்பு என்னவென்று தெரியுமா?

“தீவில் காக்கை, கழுகு, நாய், பாம்பு, கழுதை, பன்றி போன்றவற்றை பார்க்க முடியாது. இங்கு வாழவும் செய்யாது.

“இந்தத் தீவுக்கு வந்த ஒரு அவுலியா போட்ட சாபம். அவுலியா ஒளு[1] செய்ய ஹவுல்[2] கரையில் உட்கார்ந்தபோது

1. ஒளு – தொழுகைக்காகக் கை கால் சுத்தம் செய்வது
2. ஹவுல் – சுத்தம் செய்வதற்கான நீர்த்தொட்டி.

அவருடைய தொப்பியில் காக்கை எச்சம் போட்டபோது அவுலியா கோபத்தோடு போட்ட சாபம். 'நீயும் உன்னைப் போன்ற சவம் தின்னி வர்க்கங்களும் ஊர்வனங்களும் இந்தத் தீவில் வாழவே கூடாது. ஒழிஞ்சு போங்கோ!, அவருடைய சாபம்தான் இன்றும் இருந்து வருகிறது.

தன் மூதாதையரில் ஹசரத் உபைதுல்லா என்று கேள்விப்பட்டதாக மைதீனுக்கு நினைவு வந்தது. ஹசரத் உபைதுல்லாவுடைய வம்சாவழியில் வந்தவர்தான் முப்பாட்டன் வலிய தம்பி மரைக்காயர். ஹசரத் உபைதுல்லா என்ற பெயர் கேட்டபோது மைதீனுக்கு மயிர் சிலிர்த்தது. கடல் நடுவே உள்ள சின்னஞ்சிறு தீவில் கம்பூன்றி நடந்துவந்து சுத்தத் தண்ணீர் எடுத்துக் குடிச்சு தாகம் தீர்த்தது தன்னுடைய உப்பாப்பா என்று நினைத்து மயிர் சிலிர்ப்பு உண்டானது. இந்தக் கடல் பயணத்தில் தன்னுடைய குடும்ப வேர் கிடைத்த மனமகிழ்வு.

31

வலிய தம்பி மரைக்காரப்பாவின் ஒன்றுவிட்ட சகோதரர்கள்தான் பறங்கிகளுக்கு எதிராகப் போர் செய்ய மலபாருக்குப் புறப்பட்டுப் போன குஞ் ஞாலி மரைக்காயர்கள். நான்காவது குஞ்ஞாலி மரைக்காயரைக் கோழிக்கோட்டு சாமூதிரி பிடித்துக் கொடுத்து அவரைப் பறங்கித் தலைவன் கோவாவில் வைத்து கொலை செய்து உடல் உறுப்புகளை வெட்டி ஆங்காங்கே வீசினான். புலி மரைக்கார் வெட்டி வீசப்பட்ட உறுப்புகளில் ஒரு கையை எடுத்துக்கொண்டு பறங்கிகளுக்குப் பிடிக்கொடுக்காமல் ஓடோடிக் கீழக்கடலோரக் கிராமத்தில் ஒரு மணல்வெளிக்கு வந்து கையைச் சுத்தம் செய்து இசுலாமிய முறைப்படி அடக்கம் செய்தார். கேள்விப்பட்ட ஊர்மக்கள் அந்த இடத்தில் அன்று சிறு தர்கா கட்டினார்கள். சந்தனக்குடம் அந்த தர்காவில் நடக்கையில் தெருவில் வரும் கொடி ஊர்வலத்தில் குதிரை மேல் கொடி பிடித்துக்கொண்டு பவனி போவது அபுல்காசிம் மரைக்கார். வெட்டப்பட்ட கையை எடுத்துக்கொண்டு தலைதெறிக்க ஓடோடி வந்த புலி மரைக்காயரின் பின் வாரிசு. ஓடைக்கரைத் தெருவில் தள்ளு வண்டியில் மாலை நேரங்களில் சமோசாவும் உளுந்தவடையும் விற்பனை செய்து வயிற்றைக் கழுவும் அபுல் காசிம். இந்த அபுல்காசிம் மகனைத்தான் தீவிரவாதியென்று போலீஸ் கைது செய்திருக்கும் செய்னுல்லா.

தீவிலிருந்து புறப்பட்ட ஒரு கப்பலைப் பின் தொடர்ந்து கொச்சியில் 12ம் நம்பர் போட்டு வெறுமனே கரை சேர்ந்தது.

அந்த கடல் பயணத்தில் வலியதம்பி மரைக்காரப்பாவும் சின்னதம்பி மரைக்காருப்பாவும் ஆழ்கடலில் வைத்து நூற்றாண்டுகளுக்கு முன் பறங்கிகளோடு எதிரிட்டுப் பறங்கிக் கப்பலை மூழ்கடித்ததும் விரட்டி அடித்ததுமான சாகசம் நிறைந்த போரை நினைத்தான் மைதீன். எண்ணிலடங்கா பறங்கிகளும் அவரை எதிர்த்து நின்ற மரைக்காயர்களும் மடிந்து விழுந்த பஹரின் (கடல்) கயத்தில் தாழ்ந்துதாழ்ந்து போனதையும் நினைத்தான். ஒரு நூற்றாண்டு போர் நாட்டைக் காப்பாற்றுவதற்காக நடந்த வீரசாகசப் போரை நேரடியாக பார்த்த சாட்சி இறக்காத இந்தக் கடல் மட்டுமே. வாய் இருந்தால் எந்த நீதிமன்றத்திலும் மரைக்காயர்களுக்காகச் சாட்சி சொல்லும் கடல். அந்தக் கொடூரப் போர் கண்டு மனம் வெதும்பிப் பொட்டி அலை கையால் நெஞ்சில் அடித்துக்கொண்டிருக்கிறது, பல நூற்றாண்டுகளாகியும் அரபி கடல்.

ஹஜ் செய்துவிட்டுத் திரும்பிய ஹாஜிமார்களைக் கோரக் கொலை செய்தபின் அவர்களது உடல்கள் வீசப்பட்டது இந்த பஹரில். பெண்கள், குழந்தைகள், வயோதியர்கள் ஆகியோரின் கருகிய உடல்களைத் தனக்குள்ளே உள்வாங்கி அடக்கம் செய்துவிட்டு விடும் பெருமூச்சு ஒலியை அலையில் கொண்டு திரியும் இந்த அரபிக் கடலில், நகரும் போட்டில் சென்று மூதாதையரின் பச்சை மாமிசத்தைத் தின்று செழித்த மீன்களின் முட்டையிலிருந்து வெளியான மீன்களைப் பிடித்து இனி ஒரு வயிற்று பிழைப்பு தேவையா? இரத்த வாடை விலகாத இந்தக் கடலில்.

போட்டிலிருந்து கரை இறங்கியவன் நேராக நடந்தான் அவன் குடிசையை நோக்கி வெறும் கையோடு. அங்கு செம்மண் தரையில் பசியால் வாடிக் கிடக்கும் பிள்ளைகள்! கடலுக்குப் போன கணவன் செழிப்போடு வருவதை எதிர்நோக்கி நாடிக்குக் கை கொடுத்து மனைவி உட்காந்திருந்தாள். மீன் திருட வந்தவர்கள் தாக்கிய உள்காயத்தோடு நெஞ்சைப் பிடித்தவனாக நேராக வீட்டை நோக்கி நடந்தான். ஆசை பொங்கும் முகத்தோடு இருந்த மனைவியைப் பார்த்தபோது நிராசையோடு தயங்கி நின்றான்.

வெறுங்கை; போதாதற்கு உள்காயத்தால் ஏற்பட்ட இருமல்.

சற்றுத் தயங்கியபடி கேட்டான்.

“இஞ்சே யாரும் மரிக்கல்லியா?”

“மரிச்சாங்கோ”

“ஆரு?”

"பள்ளி கணக்குப்பிள்ளை மரிச்சின்னு பள்ளி மைக்குல சொன்னாங்கோ. நீங்கோ போட்டுக்கு போகல்லியா." அவள் கேட்டாள்.

"இல்லை."

"ஏன்?"

"கடலில் ரத்தவாட வருது. மரைக்கான்மாருக்க பச்ச ரத்த வாடை", சொல்லித் தலைகுனிந்து மௌனமானான்.

நாட்டைக் காப்பாற்ற, மதத்தைப் பாதுகாக்க, கடல் வாணிபத்தை நிலைநாட்ட, மொழியைப் பாதுகாக்க, கலாச்சாரத்தைப் பாதுகாக்க, அந்நிய சக்திக்கு எதிராக செய்த நூற்றாண்டு போரில் மாண்ட சுஹதாக்க[1]ளுடைய சுடு ரத்தத்தின் வாடையை முகர்ந்து முகர்ந்து போதுமாகிவிட்டது. இன்னும் கடலுக்குப் போனால் பழைய நினைவில் வாடிப்போய்க் கடலில் குதித்துவிடுவேன்!

என் பிள்ளைகள்!

சுமை தூக்கிப் பிழைப்பு நடத்திகொண்டிருந்த மகன் வகாபு, அந்த வீர சுஹதாக்களின் கடைசி கண்ணிக்கு கிட்டிய தேசத்துரோகப் பட்டத்தோடு சிறையில் அடைக்கப்பட்டிருக்கிறான்! வருவது எலும்பு தோலுமா அல்லது அவனுடைய மய்யத்தா? அவனது மய்யத்தை ஏற்று வாங்க நமக்குத் தகவல் கிடைக்குமா? அல்லது அனாதை மய்யத் என்று எரித்து விடுவார்களா?

கேள்விப்படாத ஐ.எஸ். தீவிரவாதி எனக் குற்றம் சாட்டப்பட்ட அப்பாவி மகனை நினைத்துக்கொண்டு ஓடைக்கரைத் தெருவில் இறங்கி நடந்தான்.

தொலைவில் ஷஹாதத்து கலிமா சொல்லும் சத்தம் காற்று சுமந்து வந்தது. காற்று வந்த திசைக்கு அவன் பார்வை சென்றது. ஷஹாதத்து கலிமா சத்தம் நெருங்கிநெருங்கி வந்தது. உற்றுப் பார்த்தான். பள்ளி கணக்குப்பிள்ளையின் உறவினர்கள் மய்யத்தை வைத்து சந்தூக்கின் நாலு கால்களைத் தோளில் தாங்கியபடி ஊர் மக்கள் பின்தொடர கபர்ஸ்தானை நோக்கிப் போய்க்கொண்டிருந்தார்கள்.

---

1. சுஹதாக்கள் – தியாகிகள்

தோப்பில் முஹம்மது மீரானின் காலச்சுவடு வெளியீடுகள்

ஒரு கடலோரக் கிராமத்தின் கதை
(தமிழ்க் கிளாசிக் நாவல்)
ரூ. 250

சாய்வு நாற்காலி
(தமிழ்க் கிளாசிக் நாவல்)
ரூ. 375

அஞ்சுவண்ணம் தெரு
(நாவல்)
ரூ. 325

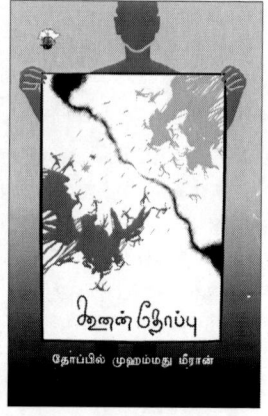

கூனன் தோப்பு
(நாவல்)
ரூ.325

துறைமுகம்
(நாவல்)
ரூ. 325

தோப்பில் முஹம்மது மீரான் சிறுகதைகள்
(முழுத் தொகுப்பு)
ரூ. 750

மொழிபெயர்ப்பு

தனிமையின் நூர் வருடங்கள்
மலையாளச் சிறுகதைகள்
ரூ. 125